కౌటిల్యుని అర్థశాస్త్రము

KAUTILYA'S ARTHASHASTRA

NOW IN
TELUGU

విత్తం నిర్వహణ
ఆర్థికవ్యవస్థ పరిపాలన మార్గం

జైకో పబ్లిషింగ్ హౌస్

అహమ్మదాబాద్ బెంగుళూర్ చెన్నై
ఢిల్లీ హైదరాబాద్ కోల్‌కత్తా ముంబై

Published by Jaico Publishing House
A-2 Jash Chambers, 7-A Sir Phirozshah Mehta Road
Fort, Mumbai - 400 001
jaicopub@jaicobooks.com
www.jaicobooks.com

© Priyadarshni Academy
1, Arcadia, Ground Floor, Nariman Point, Mumbai 400 021. INDIA
Tel.: +91 (22) 2204 9398, 2204 9315
Website: www.priyadarshniacademy.com
E-mail: pa@priyadarshniacademy.com

KAUTILYA'S ARTHASHASTRA
కౌటిల్యుని అర్థశాస్త్రము
ISBN 978-81-8495-183-7

స్వేచ్ఛానువాదం: మద్దూరి రాజ్యశ్రీ

First Jaico Impression: 2013
19th Jaico Impression: 2024

Printed by
Trinity Academy For Corporate Training Limited, Mumbai

కీర్తిశేషులు శ్రీ భగవాన్‌దాస్ పేరజ్ థక్కర్

జ్ఞాపకార్థం ఈ పుస్తకం అంకితమీయబడింది.

GLOBAL

గ్లోబల్ ఇన్సూరెన్స్ సర్వీసెస్ ప్రైవేట్ లిమిటెడ్

రిజిష్టర్డ్ & హెడ్ ఆఫీస్ : గ్రేషమ్ ఎష్యూరెన్స్ హవుస్,

4వ ఫ్లోర్ , సర్ పి.యమ్.రోడ్, ఫోర్ట్

ముంబై - 400 001, ఇండియా.

ముందుమాట

—— జిగ్నేష్ షా

ఛెయిర్ మాన్ ప్రమోషన్ ఆఫ్ ఓరియెంటల్ స్టడీస్ కమిటీ,

ప్రియదర్శిని ఎకాడమీ

ఛెయిర్‌మాన్ & గ్రూప్ సియివో, ఫైనాన్షియల్ టెక్నాలజీస్ గ్రూప్

బహుశ ఏ పుస్తకానికీ కౌటిల్యుడు (చాణుక్యుడు లేదా విష్ణుగుప్తుడు అని కూడా అంటారు) ఎప్పుడో 300 శతాల ముందర రచించిన **అర్థశాస్త్ర**ముకి దక్కిన అగ్రస్థానం దక్కదేమో రాజకీయ దురంధరులు, సాంఘిక శాస్త్రవేత్తలు, ఆర్థిక మేధావుల వ్యక్తిగత గ్రంథాలయంలో. కౌటిల్యుడు గొప్ప మేధావి, రాజనీతి తెలిసిన వ్యక్తేకాదు, అతనికి రాజకీయ శాస్త్రము, యుద్ధనీతి, ఆర్థిక శాస్త్రం గురించిన లోతైన జ్ఞానం కూడా ఉంది. ప్రాచీన భారతదేశంలో ప్రపంచ ప్రఖ్యాతి చెందిన తక్షశిల గురుకులం (యూనివర్సిటీ)లో అతను ప్రముఖ ప్రొఫెసర్ రాజకీయశాస్త్రానికి, అర్థశాస్త్రానికీ. మొట్టమొదటి మౌర్యరాజు చంద్రగుప్తుడికి అతను సలహాదారుడు. తర్వాత ఆ రాజ్యానికి ప్రధాన మంత్రి అయ్యాడు.

అర్థశాస్త్రము వాచ్యార్థం తీసుకుంటే, 'ద్రవ్యానికి సంబంధించిన విజ్ఞాన శాస్త్రము,' కాని దాన్ని రాజకీయ శాస్త్రము అనీ, అర్ధ ద్రవ్య రాజకీయశాస్త్రమనీ, ప్రాపంచిక లాభాలు లేదా ఫలితాలు కలిగించే శాస్త్రమనీ కూడా నిర్వచిస్తారు. ఆ పదం అర్థాన్ని పక్కన బెడితే, కౌటిల్యుని **అర్థశాస్త్ర**ము నిస్సందేహంగా రాజనీతి, ఆర్థిక వ్యవస్థ, యుద్ధనీతిల మీద అద్భుతమైన ఉద్గ్రంధం. పైగా రాజకీయ, ఆర్థిక వ్యవస్థలని నడపటానికి అవసరమైన చట్టాలను, కార్యనిర్వహణ పద్ధతిని విశదీకరించాడు. అదలా ఉండగా, అది నిజానికి ప్రభుత్వం విత్తాన్ని ఎలా నిర్వహించాలో బోధిస్తుంది. అనేక రంగాల్నించి ఆర్థిక రంగం గాని మరేదైనా

గాని రాబడిని ప్రోగేసి, ఆ ప్రోగడిన డబ్బుని శాంతిభద్రతలు నెలకొల్పటానికి, రాష్ట్రాన్ని పరిరక్షించటానికి, సంఘ సంక్షేమానికి, అలాగే ప్రజల ఆర్థిక సామాజిక తదితర కార్యకలాపాలని నియంత్రించటానికి పద్ధతులు నేర్పిస్తుంది.

అందువల్ల, అర్థశాస్త్రము ప్రజలకన్నా పాలకులకి ఎక్కువగా వర్తిస్తుంది. కాని ప్రజలు కూడా చంద్రగుప్త మౌర్యుని కాలంలో ఆచరణలో ఉన్న అనేక ఆర్థిక రాజకీయ సామాజిక పద్ధతుల గురించిన అవగాహన పెంచుకుంటారు. అయినా, **అర్థశాస్త్రము** కేవలం ఆర్థిక వ్యవస్థ చరిత్రకన్నా ఎక్కువే వర్ణిస్తుంది. దానిలో అనేక సిద్ధాంతాలు మౌర్యరాజ్యానికి ఎంత సరిపోయాయో నేటి ప్రభుత్వాలకి, అలాగే సామాన్య ప్రజానీకానికీ కూడా అంతగా సరిపోలుతాయి.

ప్రభుత్వం విత్తాన్ని అన్ని రంగాల నుంచి అంటే వ్యవసాయం, వనాలు, పశువులు కోళ్ళ పెంపకం, ఎగుమతి, దిగుమతి, స్వదేశీ వ్యాపారం, పరిశ్రమలు, కుట్లు, అనేక రంగాల సేవల నుంచి ప్రోగేస్తుంది కాబట్టి, కౌటిల్యుడు ఈ అన్ని ఆర్థిక వ్యవస్థల కార్యకలాపాలను చర్చించి, వాటి లక్ష్యాలను నిర్వచించాడు. అంతేకాదు అలాటి కార్యకలాపాలను సామాజిక లాభాల కోసం అలాగే ప్రభుత్వానికి ఆదాయాన్ని సముపార్జించటానికి, ఎలా నిర్వహించాలో వివరించాడు. అనేక కార్యక్రమాల్లో పాలు పంచుకునేందుకు అతను వాటి వివిధ రుసుములను, ధరలను నిర్ణయించటమే కాక, నియమాలను సడలిస్తే చెల్లించాల్సిన జరిమానాలను, పరిహారాలను కూడా వివరంగా చర్చించాడు. ఈ శిక్షలు అటు నియమాలను ఉల్లంఘించకుండా చేయటమే కాక ఇటు ప్రభుత్వ భోషాణాలను కూడా నింపుతుంది.

కౌటిల్యుడు తన రోజుల్లో ఉన్న ఆర్థిక వ్యవస్థ మీద యిచ్చిన వివరణ అపారం. ప్రజా విత్తం గురించి అతనికి లోతైన అవగాహన ఉంది. ఆశ్చర్యకరంగా ఉత్తర ఐరోపాలో అనాగరికులు సంచరిస్తుండగా, కౌటిల్యుడు రాజులకు మార్గదర్శికాగల పుస్తకాన్ని రచిస్తున్నాడు.. అందులో అనేక రాబడి మార్గాలను సూచించాడు. భూమి, వ్యాపారం, పరిశ్రమలమీద పన్నులతో సహా ప్రభుత్వ పెట్టుబడులు,

సంస్థల వడ్డీలు, లాభాలు, నియమ నిబంధనలని ఉల్లంఘిస్తే కట్టాల్సిన జరిమానాలు, చెల్లింపులు, దానితోపాటే భూమి అభివృద్ధి, గనులు, నీటి పారుదల ఆనకట్టలు, ట్యాంకులు, సరస్సులు కట్టటం లాంటి మౌళిక హంగుల్లో పెట్టుబడులు పెట్టటానికి సూత్రాలు కూడా సూచించాడు. అదికాక స్త్రీలకి, మైనర్లకి, విద్యార్థులకి, వికలాంగులకి, తదితర బాధితులకి పన్ను మినహాయింపులు, రాయితీలు జాగ్రత్తగా ప్రణాళికలు వేసి చూపించాడు.

ఆశ్చర్యకరంగా అతనికి పన్నులు విధించటంలోని నియమాలు కూడా తెలుసు న్యాయం, సమానత్వం, సామర్థ్యం, కట్టగలిగిన సమర్థత వీటిని యిప్పటి రోజుల్లో మన పాలకులు తరచుగా మర్చిపోతున్నారు, వాళ్ళు విచక్షణ చూపకుండా పన్నులు వేసి ఆదాయం పెంచాలన్న హడావుడిలో, దాని వల్ల కలిగే పరిణామాలని గ్రహించలేకుండా ఉన్నారు. పన్నులు కట్టేవారిలో అసంతృప్తి తలకెత్తకూడదని అతను గట్టిగా నొక్కి వక్కాణించాడు.

కౌటిల్యుని కాలంలో, వర్తకం, వాణిజ్యం ఒక ఊపు అందుకుంటోంది. వర్తకానికి తూనికలు కొలతలు, ధరలనిర్ణయింపులు వగైరాలకి వివరంగా నియమాలని విధించాడు కౌటిల్యుడు. అతను ధరలు నిర్ణయించిన తీరు తెన్నులు చూస్తే అతనికి ధరలమీద డిమాండ్, సప్లైల ప్రభావం గురించి, వస్తువుల లక్షణాల గురించి బాగా తెలుసని మనకి స్పష్టంగా అర్థమవుతుంది. మార్కెట్లకి, అమ్మకాలు కొనుగోలు ఒప్పందాలకి, వస్తువులు అప్పగించటానికి నియమాలను తయారు చేసాడు. ఐరోపాలోనూ, నార్త్ అమెరికాలోనూ, భవిష్యత్ ఒప్పందాలు ఏర్పడటానికి ఎంతో ముందే కౌటిల్యుడు 'భవిష్యత్ ధరల'ని నిర్వచించాడు కూడా. భవిష్యత్ ధరలు అంటే మనం ప్రస్తుత మార్కెట్ పరిభాషలో పలికే 'పెరిగిన ఖర్చులు,' దాంట్లో నిలవ ఉంచటానికి అయ్యే ఖర్చులు మాత్రమేకాక, వడ్డీ ఖర్చులు, రవాణా ఖర్చులు కూడా కలుస్తాయి. మార్కెట్ నియమ నిబంధనలు అటు ఉత్పాదకులను, యిటు వినియోగదారులని యిద్దరినీ దృష్టిలో పెట్టుకుని విధించటమైనది.

ఇంకా చెప్పాలంటే అతను కళాకారుల సంఘాల గురించి కూడా వర్ణించాడు. అవి మన ఆధునిక కార్పరేట్ సంస్థలకు అగ్రగాములుగా కనిపిస్తున్నాయి. అలాంటి సంస్థలు ఎలా పనిచేయాలో, ప్రభుత్వానికి పన్నులెలా కట్టాలో, వాళ్ళ వస్తువులనెలా అమ్మాలో, వాళ్ళ కార్మికులకి ఎలా జీతాలు నిర్ణయించాలో అన్నీ అతను నిర్ణయించాడు.

అన్నిటినీ మించి, అతను పర్యావరణ అవసరాలని కూడా బాగా అర్థం చేసుకున్నాడు. వనాలని యింకా అందులో ఉండే జంతుజాలాన్ని ఏనుగులు తదితర జంతువులని సంరక్షించాలని పట్టుపట్టాడు. అతని ఉద్గ్రంథం యొక్క లక్ష్యం ఒక సంక్షేమ సమాజాన్ని పెంపొందించటం. అలాంటప్పుడు అతను రాజు ఋజువర్తన కలిగి ఉండాలని కోరటంలో ఆశ్చర్యం లేదు. అతని మాటల్లోనే చెప్పాలంటే, తన ప్రజల ఆనందంలోనే అతని ఆనందం ఉంది. వాళ్ళ సంక్షేమంలోనే, తన సంక్షేమం ఉంది. తనకి వ్యక్తిగతంగా ఏది తృప్తినిస్తుందో, దాన్ని మంచిదిగా పరిగణించకూడదు, తన ప్రజలకి ఏది ఆనందాన్నిస్తుందో దాన్నే అతను మంచిదిగా పరిగణించాలి. కౌటిల్యుని అర్థశాస్త్రంలో స్పష్టంగా ఎన్నో విలువైన పాఠాలున్నాయి. ప్రస్తుత పాలకులూ ప్రజలూ కూడా నేర్చుకుతీరాల్సినవి. ఆశ్చర్యకరమైన విషయం ఏమిటంటే, ఈ మేధావి మనకి యిన్ని విషయాలు ఎప్పుడో 24,000 ఏళ్ళ క్రితమే నేర్పినా, మనం అందులో అధికశాతం పాఠాలను హాయిగా మర్చిపోయాము. మనం గనుక వాటిని గుర్తుంచుకుని ఉంటే, చంద్రగుప్తమౌర్యుని సువర్ణయుగంలో భాసించినట్లు యిప్పుడు కూడా భారతదేశం విజయవంతంగా ప్రకాశించుతుండేది.

రాజకీయ నాయకులు, వాళ్ళ అనుయాయులు, రాజకీయ, సామాజిక, శాస్త్రజ్ఞులు, ఆర్థికశాస్త్ర వేత్తలు, కార్పరేట్ యాజమాన్యం బల్లలని అలరించాల్సినటువంటి ఇంతటి జ్ఞానాన్ని ప్రసాదించే వివేకవంతమైన పుస్తకాన్ని వెలుగులోకి తెస్తున్న ప్రియదర్శిని ఎకాడమీని అభినందించాలి.

తొలిపలుకులు

— శ్రీ నానిక్ రూపాణి

ఛైయిర్‌మెన్, ప్రియదర్శిని ఎకాడమీ

సంస్కృతంలో రచింపబడిన **అర్థశాస్త్రము**, మొత్తం భారతీయ సాహిత్యంలోనే ప్రత్యేకత సంతరించుకుంది. ఎందుకంటే అది ఆచరణీయ ఆర్థికశాస్త్రాన్ని, నిజమైన రాజకీయాన్ని నిర్భయంగా చాటిచెప్పింది. కౌటిల్యుని సిద్ధాంతం '**సామ, దాన, బేధ, దండోపాయాల**' సూత్రాలమీద (నచ్చచెప్పటం, ఆశచూపటం, విభజించటం, దండించటం) మీద ఆధారపడి ఉంది. వాటిని ఒక లక్ష్యం సాధించటానికి అనేక విభిన్న, వరుసక్రమ మార్గాలుగా ఆచరణీయంగా ఉన్న వరుసక్రమసూత్రాల్లో ఏదో ఒకటి ఎన్నుకుని తన లక్ష్యాన్ని సాధించటానికి ఏకాగ్రతతో ముందు సాగాలనే కౌటిల్యుని పద్ధతి నాకు నచ్చింది.

కౌటిల్యుని **అర్థశాస్త్రము** ఒక ఆణిముత్యం, ముఖ్యంగా అది రాయబడిన సందర్భాన్ని తలుచుకుంటే, అతన్నొక విజ్ఞాన సర్వస్వముగా పేర్కొనవచ్చు. చూస్తుంటే అతనికి ఒక ఏకస్వామ్య పరిపాలన మీద అనేక అంశాల గురించి జ్ఞానం మెండుగా ఉంది. ఉదాహరణకి కార్యనిర్వహణ ఆదాయం, పన్ను విధించటం, చట్టం, రాజనీతి, వ్యాపారం, వర్తకం, నాణేలు, వ్యవసాయం, భూవిజన, శ్రామికులు, ప్రజలు, సంఘం వగైరా.

కౌటిల్యుని చాణక్య పేరుతో కూడా పిలుస్తారు. అతను 300 క్రీ.పూ. లో అత్యంత శక్తివంతుడైన రాజు చంద్రగుప్త మౌర్యునికి సలహాదారుడు. అంత గొప్ప వ్యక్తి యొక్క ఉద్గ్రంథాలు చదవటం మొదలెట్టిన మరుక్షణమే, నాకు ఖచ్చితంగా

అనిపించింది కౌటిల్యుని బోధనలు భారతదేశంలోని ప్రస్తుత సమస్యలకు పూర్తిగా చక్కని పరిష్కారాలు సూచిస్తున్నాయని.

అర్థశాస్త్రము యొక్క జ్ఞాన భండారంలోంచి భారతదేశం ముఖ్యమైన పాఠాలను, నియమాలను గ్రహించవచ్చని నేను గట్టిగా నమ్ముతాను. అది 2400 ఏళ్ళ పై చిలుకు ముందు రచింపబడినా, ఆదర్శ ప్రభుత్వం ఏర్పరచటానికి సాంఘిక, రాజకీయ, ఆర్థిక వ్యవస్థల గురించిన అతని సూత్రాల నేటికీ వర్తిస్తాయి. బహుశ అంతకన్నా ఎక్కువే కూడా!

చాణక్యుడు కలలు కన్న భారతదేశంలో ఉన్నవి.

- స్వయం సిద్ధమైన ఆర్థిక వ్యవస్థ
- అందరికీ సమాన అవకాశాలు
- భూమిని పెంచి, దాన్ని సమర్థవంతంగా నిర్వర్తించటం (అతి విలువైన మూలం)
- అతి తక్కువ పన్నులు, ఏమాత్రం నొప్పి కలగకుండా వసూలు చేయటం

'ఒక రాజు తేనెటీగలాగా పన్నులను వసూలు చేయాలి,' రాజ్యానికి సరిపడినంత చేయాలి గాని, దాన్ని నాశనం చేసేటంత ఎక్కువ కాదు అని అతను చెప్పినప్పుడు నాకు కౌటిల్యుని దూరదృష్టి చూసే భలే ముచ్చటేసింది. నేటి భారతదేశపు పన్నుల వ్యవహారంలో ఇదే చాలా అవసరం.

నా దృష్టిలో, కౌటిల్యుని పుస్తకాన్ని కార్పరేట్ సంస్కృతి, ఆధ్యాత్మికతల మీద ఒక ఉద్గ్రంథంగా అభివర్ణించవచ్చు, ఆ రోజుల్లో కార్పరేట్ అన్న మాట వాడుకలో లేకపోయినా కూడా కార్పరేట్ సోషల్ రెస్పాన్సిబిలిటీ (సియస్ ఆర్) అంటే సంఘ సంక్షేమానికి పాటుపడే సంస్థలు అన్నమాట నేడు అందరినోటా నాట్యమాడుతోంది, భారతదేశంలోనే కాదు, ప్రపంచమంతటా. నా ఉద్దేశంలో, సియస్ఆర్ సూత్రం కౌటిల్యుని **అర్థశాస్త్రము** లోనూ అతని బోధనల్లోనూ వేళ్ళూనిందని.

కౌటిల్యుడు 2400 ఏళ్ళ కిందట ఒక్క సియస్ ఆర్ గురించి ఆలోచించటమే కాదు, అతను పర్యావరణ సమస్యలను పరిష్కరించే ఉత్తమ మార్గాలగురించి తీవ్రంగా ఆలోచించాడు. నీటి వ్యవహారం, వనాల రక్షణ విలువైన వనరులుగా భూమిని సంరక్షించుట యివన్నీ చోటు చేసుకున్నాయి. అతని ఉద్గ్రంధంలో కౌటిల్యుడు ఒక ప్రాథమిక సూత్రాన్ని ఏర్పరచాడు - 'సంఘం నిరంతరం మార్పు చెందుతూనే ఉంటుంది, మార్పుని 'వద్దు' అని చెప్పేవాళ్ళని వెనకే వదిలేసి,' ఇంకో విధంగా చెప్పాలంటే '**పరివర్తన్ హి సంసార్ కా నియమ్ హై.**' నేటి పార్టీలు కలిసి పోయి లేదా కక్ష సాధించుకునే రాజకీయాల్లో, చాలా మంది 'వద్దు' అంటారు. ఎందుకంటే ఆ చెప్పినదేదీ దేశానికీ చెడు చేస్తుందని కాదు, అది వాళ్ళ స్వంత రాజకీయ జీవితానికి హాని కలగజేస్తుందేమోనన్న భీతితో.

చాణక్యనీతి లేదా రాజనీతి భారతదేశమంతటా రాజ్యమేలింది. దాన్ని యుద్ధం వ్యూహాలు పన్నటం, విదేశీయ సంబంధాల వంటి అనేక అంశాల్లో వినియోగించారు. **చాణక్య నీతిలో**, ప్రభుత్వాలు ఎలా పరిపాలన చేయాలన్న అంశం మీద కేంద్రీకరించాడు. ప్రభుత్వ పరిపాలన రంగాల్లో, కొన్ని రంగాల్లో సూపరింటెండెంట్లని నియమించారని తెలుసుకుని ఆశ్చర్యపోయాను. ఉదాహరణకి :

- గనులు, బంగారం, వర్తకం
- బరువులు, తూనికలు, నూలు, వస్త్రాలు
- వనాల ఉత్పత్తులు ఆయుధాలు
- వ్యవసాయం ఓడలు

మనుష్యులను వలవేసి పట్టడం ఎలాగో కౌటిల్యుడు తెలివిగా చెప్పాడు, 'కోపం, అత్యాశ, గర్వం, భయం ఉన్న వ్యక్తులను తప్పించుకు తిరగండి. అంతర్గత శక్తికి, ఒక వ్యక్తి సత్ప్రవర్తనకి, ఆధ్యాత్మిక ఎదుగుదల ప్రధానము, ప్రాపంచిక సుఖాలు, విజయాలు దాని తర్వాత' అని నొక్కి వక్కాణించాడు. 'ఏ పనిచేసినా దానికి ఫలితం ఉండి తీరాలి.' ఈ నియమాలను నేడు మనం పాటించటం

లేదు. ఒక వేళ ఫలితాలు సాధించలేకపోతే, తత్ సంబంధింత అధికారిని శిక్షించాలి లేదా జరిమానా విధించాలి.

సాధు వాస్వాని సిద్ధాంతంలో కౌటిల్యుని ఆలోచనలు కూడా ప్రతిధ్వనిస్తాయి. 'సేవకి ప్రతిఫలం యివ్వటం మరింత సేవ. మీరు యిస్తే, మీరు ధన్యజీవులవుతారు. ఫలితాలనిచ్చే వారికి ప్రతిఫలమిస్తారు.' సంఘంలో **ధనిస్ వ్యాపారీస్** (డబ్బున్న వ్యాపారులు) పాత్ర విషయంలో కొచ్చేసరికి వాళ్ళు భూకంపం, తుఫానులు వగైరాలప్పుడు బావులు తవ్వటం, ఆసుపత్రులను బాల్వాడీస్‌ను, ఏర్పరచటం, సంఘ అభివృద్ధి చర్యలను చేపట్టటం చేయాలని సూచించాడు.

కర్మయోగం (పనికి అంకితం) **ధ్యానయోగం** (ధ్యానం), **భక్తియోగం** (భక్తి) వీటిని మన జీవితాల్లో కలగలుపుకోవాలి. అప్పుడవి కార్పరేట్ సంస్థలు చేసే లాభాలను పెంపొందించి వాటిని ప్రజల సంక్షేమం కోసం మార్చుకోవచ్చు.

కౌటిల్యుడు భావించాడు, 'రాజుకి తన స్వంత జీవనం లేదు. అతను ప్రజలకొరకు, ప్రజల చేత ఉన్నాడు.' ఇది గాంధీ సిద్ధాంతాన్ని పోలి ఉంది. అందులో తమ నియోజక వర్గాలకు చెందిన ఆస్తులకి మేనేజర్లు ట్రస్టీలుగా ఉండాలి. ఇదే భావం వినోభాభావే శ్రీకారం చుట్టిన భూదానం కార్యక్రమంలో కూడా ప్రతిబింబిస్తుంది.

ఈ సందర్భంలో శ్రీ శ్రీ రవిశంకర్, ది ఆర్ట్ ఆఫ్ లివింగ్ ఫౌండేషన్ వ్యవస్థాపకుడు యిచ్చిన ప్రసంగం గుర్తుకు వస్తోంది. ఆయన సింగపూర్‌లో జరిగిన ఇయమ్‌సి యొక్క 4వ మీటింగ్ ఇండియా కాలింగ్ 2004 ఏషియా పసిఫిక్ బిజినెస్ సమ్మిట్‌లో, 'కార్పరేట్ మేనేజ్‌మెంట్‌లో హోలిస్టిక్ సైన్స్ పాత్ర' మీద ప్రసంగించారు. శ్రీ శ్రీ రవిశంకర్‌గారి ప్రసంగం వింటే నాకు కౌటిల్యుని భావాలు గుర్తుకొచ్చాయి.

ఇదే ఊపులో, శ్రీమతి ఇందు జైన్, చార్‌పర్సన్ టైమ్స్ ఆఫ్ ఇండియా గ్రూప్ అండ్ బెన్నెట్ కోల్‌మాన్ అండ్ కో లిమిటెడ్, సియస్‌ఆర్ గురించి మాట్లాడి, సియస్‌ఆర్ అంటే ఏమిటో నిర్వచించారు.

అది సంఘసేవా?
దానమా?
సాంఘిక మొహమాటమా లేక ధర్మమా?
సాంఘిక అభివృద్ధా?
రహదార్లు, కమ్యూనిటీ హాల్లు, స్కూళ్ళు నిర్మించటమా?
స్వచ్ఛమైన త్రాగునీరు, ఆరోగ్య రక్షణకు సౌకర్యాలను ఏర్పరచటమా?
ఒక పల్లెటూరుని పెంచుకోవటమా?
పర్యావరణ సంరక్షణా?
చెట్లని ఎటువంటి బేధం చూపకుండా నరకకూడదు. వనాలను ధ్వంసం చేయటం నేరం.

ఒక్క ముక్కలో చెప్పాలంటే, సియస్ఆర్‌ని కౌటిల్యుడు, విభిన్నంగా కాని విపులంగా వివరించాడు. ఆ విధంగా సియస్ఆర్ కొత్తగా పాశ్చాత్య దేశాల్లో పుట్టినది కాదు. ఇది ఖచ్చితంగా భారతదేశానికి కొత్తకాదు. అది వేల ఏళ్ళ కొద్దీ మన సంస్కృతిలో ఒక భాగంగా పెనవేసుకుని ఉంది.

ఆధునిక యుగంలో, టాటాలు, బిర్లాలు, కొంతమంది కార్పరేట్ వాళ్ళతో కలిసి, సియస్ ఆర్ ద్వారా సంఘానికి తిరిగి యిస్తూనే ఉన్నారు.

దేశ రాజకీయ, ఆర్థిక కార్యనిర్వహణ అంశాల విషయాల్లో కౌటిల్యుడు అతిసూక్ష్మంగా యిచ్చిన సూచనలని ఉపయోగించి నేడు భారతదేశం ఎదుర్కొంటున్న సమస్యల్లో ఎన్నింటినో పరిష్కరించవచ్చని నా ప్రగాఢ విశ్వాసం.

అర్థశాస్త్రములో వేరే తక్కిన అంశాలతో పాటు రాజకీయ కార్యనిర్వహణ, దేశపరిరక్షణ, వ్యవసాయ వ్యవహారాలు, పరిపాలనా అంశాలను, సమగ్రంగా విశ్లేషింపబడ్డాయి.

కౌటిల్యుడు తన ఉద్గ్రంథాన్ని **అర్థశాస్త్రముగా** పేర్కొన్నాకూడా, అది మరింత ఎక్కువ మానవ కార్యక్రమాలను వివరించే, అన్నిటినీ ఆ మూలాగ్రం వర్ణించే పత్రము. ఒక ఏకస్వామ్య ప్రభుత్వం ఎలా నిర్దేశింపబడాలి, ఎలా బాహ్యమైన

దాడులను ఎదుర్కోవాలి, ఎలా కేంద్రీకరించిన ప్రభుత్వం ఉండాలి అన్న అంశాలమీద పూర్తి సమాచారం యిస్తుంది. ఆ వివరణ యిస్తూ, కౌటిల్యుని **అర్థశాస్త్రము** ప్రజా విత్తము, వ్యవసాయము, **వర్తకం**, అధికారుల మంత్రుల నియమావళి, ప్రభుత్వ పరిపాలన వగైరా అంశాల గురించి చాలా విపులంగా వివరిస్తుంది.

చాణుక్యుడు తన **అర్థశాస్త్రములో** ఊహించిన యంత్రాంగం, తర్వాత నెలకొన్న రాజ్యాలకు మార్గదర్శిగా నిలిచింది. అర్థశాస్త్రములో సమర్ధవంతమైన చక్కగా పనిచేసే యంత్రాంగం నియమ నిబంధనలను వివరిస్తుంది అర్థశాస్త్రము. ఇది మళ్ళీ నేటి భారతదేశానికి ఎంతో సరిపోలుతుంది.

కౌటిల్యుని **అర్థశాస్త్రము** ప్రాచీన భారతీయ సంస్కృతిని ఆధారం చేసుకుని రచింపబడిందని చెప్పాలనుకుంటున్నాను. అప్పుడు రాజ్యమేలుతున్న పరిస్థితులను తెలుసుకోవాల్సిన అవసరం ఎంతో ఉంది, ఇంత బృహత్కార్యం లోని బోధనలను సరిగ్గా పట్టుకోవాలంటే ఇంత గొప్ప పుస్తకంలోని అందమంతా అది ఎంతో ఉపయోగకరమైన ఆచరణీయమైన విశ్లేషణాలను సర్వకాల సర్వావస్థలందూ విలువైనవిగా వాడుకునేవిగా ఉండేటట్లు యిచ్చిందన్న సత్యంలో నిబిడీకృతమై ఉంది. ఎప్పుడో రెండు వేల నాలుగు వందల ఏళ్ళక్రితం నివసించిన కౌటిల్యునికి, ప్రపంచమంతటికీ పనికివచ్చేటంత ఊహాశక్తి, భవిష్యవాణి ఉందంటే ఆశ్చర్యమేస్తోంది. రాజకీయ, సాంఘిక, ఆర్థిక వ్యవస్థలు అప్పటికీ యిప్పటికీ సహస్రాంతం తేడా ఉన్నాకూడా, కౌటిల్యుని బోధనలు అప్పుడూ ఉపయోగకరంగానే ఉన్నాయి ఇప్పుడూ ఈ ఆధునిక కాలంలో కూడా మరింత ఉపయోగకరంగా ఉన్నాయి.

ఈ ప్రాజెక్ట్‌ని నేను శ్రీకారం చుట్టానని చెప్పటానికి గర్విస్తున్నాను. ఇంత ప్రముఖమైన అన్ని కాలాలకీ అపూర్వమైన కౌటిల్యుని **అర్థశాస్త్రములోని** భావాలను బోధనలను దేశవిదేశాలకి చాటిచెప్తున్నందుకు నాకు అంతులేని తృప్తిని, ఎనలేని గర్వాన్ని కలగజేసింది.

కౌటిల్యుడు తన మంత్రిగా, చంద్రగుప్త మౌర్యుడు భారతదేశంలో సువర్ణయుగంగా అభివర్ణించబడిన కాలానికి ఆరంభంలో రాజ్యమేలాడు. చాణక్యుని బోధనలు వంటపట్టించుకుంటే, సమీప భవిష్యత్తులోనే మనం భారతదేశానికి మరో సువర్ణ యుగాన్ని తీసుకురాగలమని నా ధృఢనమ్మకం.

కౌటిల్యుని **అర్థశాస్త్ర**మునుంచి అత్యుత్తమమైనవి ఏరుకోవాలి నేటి భారతదేశపు పరిస్థితులకు అనుగుణంగా ఉండేవి.

కౌటిల్యుని భావాల సారాన్ని గ్రహించటానికి, కౌటిల్యుని సందేశాన్ని అర్థం చేసుకోవటానికి, ఈ పుస్తకం శాయశక్తులా ప్రయత్నించింది. అలాగే ప్రభుత్వాల ఆధునిక భారతీయ వ్యాపారాల నిర్వహణల విషయంలో అతని బోధనలను నేడు ఎలా అన్వయించుకోవచ్చో వాటిని ఎత్తి చూపుతూనే ఉంది.

జీవితంలో అన్ని రంగాలకు చెందిన పాఠకులకూ ఈ పుస్తకం ఉపయోగకరంగా ఉండగలదని నాకు గట్టినమ్మకం ఉంది. అంతేకాదు అనేక సంస్థల నిర్వహణ విషయంలో కౌటిల్యుని ఆర్థిక సూత్రాలు చోటుచేసుకుంటాయి, ఈ పుస్తకం చదవటం వల్ల.

ఆర్థిక వ్యవహారాలను చూసే అందరికీ నేనీ పుస్తకాన్ని సిఫారసు చేస్తున్నాను. ఎందుకంటే వాళ్ళు దేశంలో అత్యంత ముఖ్యమైన సమస్యలను పరిష్కరించటానికి యిందులోంచి ఆచరణీయమైన ప్రేరణని పొందవచ్చును.

కృతజ్ఞతలు

అర్థశాస్త్రము మీద ఒక పుస్తకాన్ని ప్రచురించాలన్న ఆలోచన మొట్టమొదటిసారి రూపుదిద్దుకున్నది శ్రీ నానిక్ రూపాణికి ఇండియా ఇంటర్నేషనల్ మల్టీవర్సిటీ ఫౌండర్ ఛెయిర్‌మెన్ డా॥ విజయ్ భాట్కర్ తో జరిగిన సమావేశం చర్చలో, శ్రీ పి.పి.ఛాబ్రియా, సియమ్‌డి, ఫినోలెక్స్‌గ్రూప్ డా॥ రామ్ తార్నిజా, ఫార్మర్ ప్రెసిడెంట్, ఇయమ్‌సి శ్రీమతి గీతారూపాణి, శ్రీరూపాణి సతీమణి ఈ ఆలోచనని పూర్తిగా బలపరిచారు.

ప్రియదర్శిని అకాడమీ, ఇండియా ఇంటర్నేషన్ మల్టీవర్సిటీ కలిసి ఉమ్మడిగా పూణెలో నెలకొల్పిన వేదిక్ రిసెర్చ్ సెంటర్‌లో ఈ అధ్యయనం చేబట్టవచ్చని నిర్ణయమయింది. బెంగళూర్‌లో శ్రీశ్రీ రవిశంకర్‌గారి ఆర్ట్ ఆఫ్ లివింగ్ సెంటర్‌లో అంతర్జాతీయ సదస్సులో శ్రీరూపాణిగారు ప్రసంగించినప్పుడు, అక్కడ సమావేశమైన అతిరథమహారథులనుంచి ఈ పుస్తక ప్రచురణ విషయానికే అద్భుతమైన ప్రతిస్పందన లభించింది.

తర్వాత ఇండియన్ మర్చెంట్స్ ఛేంబర్‌లో ప్రెసిడెంట్‌గా ఉన్నరోజుల్లో శ్రీరూపాణిగారు, విత్తము, వాణిజ్యము, వ్యాపారముల రంగాలలో ప్రస్తుత సమస్యలమీద పరిశోధనలు జరిపే ఆ ఛాంబర్‌యొక్క ఎకనామిక్ రిసెర్చ్ అండ్ ట్రైనింగ్ ఫౌండేషన్ ఈ పుస్తకాన్ని రూపుదిద్దగల సరియైన వేదిక అని గ్రహించారు. మొత్తం ఐయమ్‌సి యొక్క మానేజింగ్ కమిటీ, ముఖ్యంగా శ్రీరామ్ గాంధీ, శ్రీ

సురేష్ కోటక్, ఈ భావానికి వెన్నుచూపని సహాయం చేసారు.

ఈ పనిని కొందరు మేధావులు పూర్తిచేస్తే శ్రీ జవహర్ ముల్‌రాజ్, టైమ్స్ ఆఫ్ ఇండియా, కాలమ్నిస్ట్ అతి తక్కువ సమయంలో సవరించి పెట్టారు.

ప్రత్యేకమైన కృతజ్ఞతలు చెందాల్సిన వ్యక్తులు :

శ్రీజయంత్‌రావ్ పాటిల్, మినిష్టర్ ఫర్ హోమ్ ఎఫైర్స్, గవర్నమెంట్ ఆఫ్ మహారాష్ట్ర.

శ్రీ సురేష్ ప్రభు, ఫార్మర్ యూనియన్ మినిష్టర్ ఆఫ్ పవర్

శ్రీ శ్రీచంద్ పి.హిందూజ, ఛెయిర్ మెన్, హిందూజా ఫౌండేషన్

శ్రీమినూ ష్రాఫ్, ప్రెసిడెంట్, ఫోరమ్ ఆఫ్ ఫ్రీ ఎంటర్‌ప్రైస్

శ్రీ అరిందమ్ చౌదరి, డీన్, సెంటర్ ఫర్ ఎకనామిక్ రిసెర్చి అడ్వాన్స్‌స్ స్టడీస్, ఇండియన్ ఇన్‌స్టిట్యూట్ ఆఫ్ ప్లానింగ్ అండ్ మానేజ్‌మెంట్

శ్రీమతి కిరణ్‌నంద, ఎడ్వైజర్, ఐ యమ్ సి & డైరెక్టర్ ఐయమ్‌సి ఇఆర్‌టిఎఫ్

డా॥ యస్ ఆర్ కె రావ్, ఫార్మర్ ప్రిన్సిపాల్ ఎకనామిక్ ఎడ్వైజర్, ఆర్ బి ఐ

డా॥ డి కె భాటియా, ఫార్మర్ ఎకనామిక్ అడ్వైజర్, ఆర్ బి ఐ

డా॥ పి ఆర్ జోషీ, ఫార్మర్ డైరెక్టర్, డియస్‌పి మెరిల్ లించ్

డా॥ విజయ్ డియో, స్కాలర్ ఆన్ కౌటిల్య

శ్రీ యుసి దీక్షిత్, ఫార్మర్ డైరెక్టర్ ఆఫ్ రిసెర్చ్, ఆర్‌బిఐ

శ్రీమతి పియా మెహ్‌తానె, ఎకానమిస్ట్ అండ్ మేనేజ్‌మెంట్ కన్సెల్టెంట్

శ్రీ పి.యన్ మోగ్రె, ఛీప్ ఎడ్వైజర్, ఐయమ్‌సి

శ్రీ జితేంద్ర సంఘవి, డిప్యూటి సెక్రటరీ జనరల్ అండ్ ఛీఫ్ ఎకానమిస్ట్, ఐయమ్‌సి

డా॥ మోహన్ మాథ్యూ, ఎకానమిస్ట్

శ్రీమతి సమత థావడే, ఎకానమిస్ట్

శ్రీ ఉల్‌హాస్ లట్‌కర్, పబ్లిషర్, అమేయ ఇన్‌స్పైరింగ్ బుక్స్

ఇండియా మర్చెంట్స్ ఛేంబర్

ఇండియన్ మర్చెంట్స్ ఛేంబర్ ఎకనామిక్ రిసెర్చ్ అండ్ ట్రైనింగ్ ఫౌండేషన్.

ఉపోద్ఘాతము

—— శైలేష్ హరిభక్తి

ఫార్మర్ ప్రెసిడెంట్, ఇండియన్ మర్చెంట్స్ ఛేంబర్

అ నాశ్రితః కర్మఫలం కార్యం కర్మకరోతియః
స సన్యాసీ చ యోగీ చ న నిరగ్నిర్నచాక్రియః
(భగవద్గీత, అధ్యాయం 6)

కర్మఫలమును ఆశ్రయింపక కర్తవ్యకర్మలను ఆచరించువాడే నిజమైన సన్యాసి, నిజమైన యోగి, కాని కేవలము అగ్ని కార్యములను త్యజించినంత మాత్రాన సన్యాసియు కాదు, అట్లే కేవలము క్రియలను త్యజించినంతమాత్రాన యోగియు కాదు.

ఈ శ్లోకాన్ని కృష్ణ భగవానుడు, తన శిష్యుడైన అర్జునునికి చెప్పాడు, నిష్కామ కర్మల ప్రాముఖ్యత గురించి వివరిస్తున్నప్పుడు. భగవానుని ఉద్దేశం, సాధారణంగా అందరు మనుష్యులకి వాళ్ళ కర్మలను చేయటం కష్టం, అది కూడా ముఖ్యంగా కలియుగంలో, ప్రతి వాళ్ళ పనుల వెనక వాళ్ళ కుటుంబ క్షేమమో, ధనకనకవస్తు వాహనాల కోరికో లక్ష్యంగా ఉంటుంది. ఏ విధమైన స్వయం తృప్తి లేకుండా, ఫలాపేక్ష లేకుండా, స్వంతానికి కాని పదిమందికి మేలు చేసేది కాని, ఎవరూ ఏపనీ చేయరు.

ప్రతి మనిషికీ భగవానుని ఆజ్ఞానుసారం నడవాల్సిన కర్తవ్యం ఉంది. ఎందుకంటే ప్రతి జీవాత్మా పరమాత్మలో ఒక భాగం. తన స్వార్థచింతన కోసం కాక పరమాత్మకి

యిష్టమైన రీతిలో నడుచుకొను వ్యక్తే సంపూర్ణ సన్యాసి, సంపూర్ణ యోగి.

(ఎ.సి.భక్తవేదాంతస్వామి ప్రభుపాద రచించిన **భగవద్గీత-యాజ్ ఇట్ ఈజ్** నుంచి)

ఈ పై భావాన్ని మనం పరిపాలనా దక్షతకి కూడా విస్తరింపజేయవచ్చు. పరిపాలన కూడా ఈ సిద్ధాంతానికి అనువుగా నిర్వర్తించాల్సిన ధర్మం. పరమాత్మ అని ఉన్న చోట 'పరిపాలనా అధికారము' అన్న పదాన్ని, 'వ్యక్తి' అని ఉన్నచోట 'ఎన్నుకోబడిన నాయకులు, అధికారులు' అని మనం మార్చుకోవచ్చు.

భారతీయ పురాణాలలో ఉన్న జ్ఞాన భండారం, మన ప్రస్తుత కాలమాన పరిస్థితులకి వాటి విలువ, అంతులేనిది. ఈ శాస్త్రాల్లో నిబిడీకృతమై ఉన్న సూత్రాలని సరిగ్గా అన్వయించుకుని, ఆచరణలో పెడితే, అవి పదికాలాల పాటు నిలిచి ఉండేటంత ఉన్నతినీ, ప్రగతినీ మనకి సాధించి పెట్టగలవు.

ఇప్పుడు మనం ఎదుర్కొంటున్న దుస్థితిలో కొంతమంది రాజకీయ నాయకులు మనుష్యులను గుప్పిటిలో ఉంచుకోవటానికి, వాళ్ళ పదవి ఎక్కువ రోజులు నిలిచి ఉండటానికి, వాళ్ళ హోదానుపయోగించి ఏదైనా చేస్తున్నారు. ఈ తతంగంలో, వాళ్ళేమీ ప్రేరణ నివ్వటం లేదు ('ప్రోగ్రెస్' చదవండి) సరికదా, తక్కిన వాళ్ళని కూడా వాళ్ళ కర్తవ్యం నెరవేర్చనివ్వట్లేదు.

పరిపాలనలో మన రాజ్యాంగం మూడు ప్రధాన స్తంభాలను గుర్తించింది:

1. చట్టములను ఏర్పరచు అధికారులు,

2. న్యాయ విచారణ చేయు న్యాయాధికారులు,

3. చట్టప్రకారము పరిపాలన చేయు అధికారులు - శాశ్వత సభ్యులతో పాటు ఎన్నుకోబడ్డ నాయకులు కూడా ఉంటారు,

ప్రజాస్వామ్యంలో చట్టప్రకారం పరిపాలన చేసే అధికారుల పాత్ర చాలా ప్రాముఖ్యత వహిస్తుంది. కాని చరిత్ర తిరగేస్తే, ప్రజల మేలు కొరకు

పనిచేయలేకపోయిన అధికారులే ఎక్కువ కనిపిస్తారు. దానివల్ల నాగరికత దెబ్బతిన్నది.

పరిపాలన మీద స్థిరమైన మన సాంఘిక ఆకారం, వృద్ధిపొందే ఆర్థిక వ్యవస్థ ఆధారపడి ఉంది. పదికాలాలు ఐశ్వర్యం నిలబడటానికి దోహదం చేసే ఉన్నతమైన పరిపాలనా యంత్రాంగం కావాలని ప్రతి ఒక్కరూ కోరుకుంటారు. కాని అలాంటి ఉన్నత యంత్రాంగం ఎప్పుడన్నా ఉంటుందా అన్నది ప్రశ్న.

ఈ ముఖ్యమైన ప్రశ్నకి తొలిసారిగా ఆలోచనా బీజాలు వేసిన వారిలో ఒకరు విష్ణుగుప్తుడు (ఎక్కువగా కౌటిల్యుడు లేదా చాణక్యుడుగా పేరు పొందాడు) (శ 350 - శ 275 క్రీపూ). అతని ఉద్గ్రంథం **అర్థశాస్త్రము** రాజకీయ, ఆర్థిక, సాంఘిక పరిపాలనా అంశాల గురించి సమగ్రంగా చర్చిస్తుంది. ప్రపంచంలోకెల్లా అత్యంత పురాతన పుస్తకం యిది పరిపాలన మీద. సుమారు 350 క్రీపూలో కౌటిల్యునిచే రచించబడింది ఇది. దీని అర్థాన్ని ఉన్నది ఉన్నట్టుగా తీస్తే 'ఐశ్వర్యం గురించిన పుస్తకము'. ఇదొక అద్భుత పుస్తకం. ఇది అనేక విభిన్న అంశాలను వివరిస్తుంది - రాజకీయం, పౌరశాస్త్రం, యుద్ధనైపుణ్యం, చట్టం, అకౌంట్లు రాసే విధానం, పన్నులు, పాలసీలు, పౌరుల సూత్రాలు, దేశీయ, విదేశీ వర్తకాలు వగైరా. కొన్ని శతాబ్దాలుగా, మేధావులు పదేపదే కౌటిల్యుడుని మేధావులు అతన్ని అరుదైన జ్ఞానగని అని, అతను ఎన్నో రంగాల్లో ఆరితేరాడనీ వర్ణించటంలో ఏమాత్రం ఆశ్చర్యం లేదు. నందుల రాజ్యాన్ని పడగొట్టిన ఘనత, ప్రపంచాన్ని జయించాలని బయలుదేరిన వీరాగ్రేసుడైన అలెగ్జాండర్ భారతదేశంలో ఓడిపోవటానికి కారకమైన ఘనత అతనికే దక్కింది. రాజకీయ మేధావిగా మానవ చరిత్రలోనే 'దేశం' అనే సిద్ధాంతాన్ని ఊహించిన మొట్టమొదటి వ్యక్తి అతను. అతని కాలంలో భారతదేశం అనేక సామ్రాజ్యాలుగా విడిపోయి ఉంది. అతను వాళ్ళందరినీ 'దేశపరిపాలన' అన్న గొడుగు కిందకి చేర్చాడు. '**ఆర్యవర్త**' అన్న దేశానికి బీజం వేసాడు. అదే కాలక్రమేణా భారతదేశం (ఇండియా)గా మలచబడింది. తన జీవితకాలపు పనులను తన పుస్తకమైన **అర్థశాస్త్ర**ములో పొందుపరిచాడు. ఎన్నో కాలాలపాటు, ప్రపంచ వ్యాప్తంగా నేతలు చక్కటి

ఆర్థికపరమైన, ఆధ్యాత్మిక విలువలున్న దేశాన్ని పెంపొందించటానికి సలహాల కోసం అర్థశాస్త్రమును చూసేవారు. భారతదేశం, భారతీయులు అర్థశాస్త్రమును ఎన్నడూ మర్చిపోకపోయినా, కొన్ని శతాబ్దాలపాటు ఈ పుస్తకం యొక్క అధ్యయనం, దాన్ని నిజజీవితంలో ఆచరణలో పెట్టటం మరుగున పడిపోయింది. ఏదేమైనా, దీన్ని ఒక మేధావి కలం నుంచి వెలువడిన పుస్తకంగా పరిగణించటమే కాక, దీన్ని ప్రతి ఒక్కళ్ళకీ మళ్ళీ అందజేయాల్సిన అవసరం ఎంతో ఉంది. ఇప్పుడు నేటి ప్రపంచంలో దాన్ని ఆచరణలో పెట్టవచ్చు. ఈ పుస్తకంలో ఎన్నో సూత్రాలు, కిటుకులు ఉన్నాయి. వాటిని ఒకసారి వాడితే, అవి మీ దైనందిన జీవితంలోని విషయాలను, సంఘటనలను కూడా అద్భుతంగా మెరుగుపరచగలవు.

పరిపాలన - నీతి శాస్త్రము యొక్క పాత్ర

నైతిక విలువల ననుసరించిన ప్రవర్తన గురించి పురాతన కాలం నుంచి చర్చిస్తూనే ఉన్నారు. కౌటిల్యుడు కూడా ఎన్నో విలువైన వ్యాఖ్యానాలు చేసాడు. ఉదాహరణకి - ఎన్ని నియమ నిబంధనలు విధించినా, ఆడిటింగ్ చేసినా, అనైతిక ప్రవర్తనని ఆపలేవు. నైతిక విలువలు పెంపొందించటానికి, ఆచరణీయ నైతిక ప్రవర్తనకి మార్గదర్శకం చూపటానికి వ్యక్తిత్వ విలువలు, ఆచరణీయ నైతిక విలువలు బోధించటం చాలా అవసరం. నైతిక విలువలతో కూడిన ప్రవర్తన చట్టం, న్యాయం పరిధిలో ఉండి, ఐశ్వర్యాన్ని సృష్టిస్తుంది, తద్వారా ఆర్థిక ఉన్నతి పెరుగుతుంది. మతఃపరమైన శాస్త్రాలు, గ్రంథాలు నైతిక విలువలని బోధిస్తాయి.

కౌటిల్యుడు 'ధర్మము' అన్న పదాన్ని (దాన్ని 'కర్తవ్యం'గా అనువదించవచ్చు) ఋజువర్తనని వాడాడు, వ్యక్తిగత, సాంఘిక ప్రవర్తనలో. అతను ప్రాథమిక ధార్మిక విలువలని యిలా వర్ణించాడు - 'అందరికీ సమానమైన కర్తవ్యాలు - అహింస (ప్రాణమున్న ఏ జీవికీ హాని కలిగించకుండుట); సత్యము (నిజం

పలకటం); పరిశుభ్రత; మోసగించకుండుట, జాలి, ఓర్పుకొనుట.'

గ్రీకు తత్త్వవేత్తలైన ప్లాటో, అరిస్టాటిల్ నైతిక విలువలని సద్గుణాలుగా భావించారు. ఒక వ్యక్తికి సత్ప్రవర్తన కలిగి ఉండాలని పట్టుబడితే, సహజంగానే సత్ప్రవర్తన కలుగుతుందని భావించారు. అరిస్టాటిల్ గుర్తించిన నైతిక విలువలు - ధైర్యం, ఓర్పు, న్యాయం, విచక్షణ. మరికొన్ని అదనపు విలువలు - నిజాయితీ, జాలి, దయాగుణం, కట్టుబడి ఉండటం, మంచి ప్రవర్తన, ఆత్మనిగ్రహం. అరిస్టాటిల్ నైతిక విలువల సూత్రాలను వివరించేటప్పుడు, ఆచరణలో పెట్టే సూత్రాలనేమీ చర్చించలేదు. కౌటిల్యుడు అటు సద్గుణ నైతిక విలువలని, ఇటు ఆచరణలో పెట్టే నైతిక సూత్రాలనీ రెండింటినీ పేర్కొన్నాడు. కాని అతను ఆచరణలో పెట్టే నైతిక సూత్రాల గురించే వివరించాడు. ఉదాహరణకి, హక్కులు, నిష్పక్షపాతం, పనివాళ్ళకి నాయకత్వం. అతడు రాసాడు, 'సద్గుణాలు ఉన్నదానికన్నా సరియైన ప్రవర్తన మరింత ముఖ్యం.'

కౌటిల్యుడు వేదాలను, అనేక తత్త్వశాస్త్రాలను లోతుగా అధ్యయనం చేసాడు, కాని వ్యక్తిత్వ వికాసం మీద చర్చ, **అర్థశాస్త్రము** పరిధిలోకి రాదని భావించాడు. ఉదాహరణకి అతను అన్నాడు, 'ఒక యువరాజు, తత్త్వశాస్త్రాన్ని, మూడు వేదాలని సమర్థుడైన గురువునుంచి, అర్థశాస్త్రాన్ని (అనేక పరిపాలనా) విభాగాల అధికారుల నుంచి, పరిపాలనా దక్షత (కేవలం) రాజకీయశాస్త్ర సిద్ధాంతుల నుంచే కాక ఆచరిస్తున్న రాజకీయ నాయకులనుంచి (కూడా) నేర్చుకోవాలి.' ఈ సందర్భంగా రెండు వ్యాఖ్యానాలున్నాయి. ఒకటి, ఒక పిల్లవాడిలో నైతిక విలువలను చొప్పించటం వల్ల అతను పెద్దయ్యాక ప్రభుత్వ ఉద్యోగి (రాజకీయ నాయకుడు లేక అధికారి) గా చేసినా లేక ప్రైవేటు రంగంలో వ్యాపారవేత్త (లేక ఎకౌంటెంటు)గా చేసినా అతను నైతికంగానే ప్రవర్తిస్తాడు అని కౌటిల్యుని నమ్మకం. రెండు, నైతిక విలువలని ఔపోసన పట్టటం అంటే మనస్సాక్షికి విలువనిచ్చి తదనుగుణంగా ప్రవర్తించటం, స్వలాభాపేక్షని కాదనుకోవటం, ఎదుటివారికి మంచి చేయాలనుకోవటం లాంటివి. అవి వృత్తి విద్యలో ప్రజ్ఞాపాటవాలు పొందటం అంత ముఖ్యమైనవి.

రాష్ట్రంలో నైతిక విలువలని పాటించే వాతావరణం సృష్టించాల్సిన అవసరాన్ని నొక్కి వక్కాణించాడు కౌటిల్యుడు. దాన్ని మరింత పెంచేందుకు అనువుగా ఎన్నో పద్ధతులని కూడా సూచించాడు. రాజ్యపరిపాలనా అధికారులు ఉండాలనీ, వాళ్ళు లేకపోతే ఏమీ సాధించలేమనీ వాదించాడు. కాని దానివల్ల ఎన్ని అక్రమాలు జరుగుతాయో అటువంటి వాటిని పట్టుకోవటం ఎంత కష్టమో కూడా ఊహించాడు. జమాఖర్చులు రాయటం, దాని మీద ఆడిటింగ్ జరగటం అనే వ్యవస్థ ఉండటం మంచిదేకాని, నైతిక విలువలని కాపాడటానికి అది సరిపోదని గ్రహించాడు. ఇంకో విధంగా చెప్పాలంటే జమా ఖర్చుల పద్ధతి ఎంత పకడ్బందీగా చేసినా, 'దారుణమైన కుతంత్రమైన పద్ధతులను' పారద్రోలలేదు.

కౌటిల్యుడు కోశాగారానికి నష్టం చేకూర్చగలిగిన అనేక రకాల అధికారులను గుర్తించాడు. అనేక రకాలలో కేవలం రెండు రకాలని చర్చిస్తే చాలు, అతని లోతైన అవగాహనని చూపించటానికి. కౌటిల్యుని కథనం ప్రకారం, నష్టం చేకూర్చే అధికారి, 'తన జ్ఞానం తన ఐశ్వర్యం లేదా ఉన్నతాధికారులు తనకిచ్చే మద్దతు' చూసుకుని బీరాలు పోవచ్చు. 'ఉన్నతాధికారులు తనకిచ్చే మద్దతు అన్న పదం, ఉన్నతాధికారులతో చనువు ఉంటే దాన్ని ఎలా దుర్వినియోగం చేస్తారో సూచిస్తోంది. అలాగే, ఒక అధికారి అత్యాశకి లోనైతే,' అతను తప్పుడు తూకాన్ని, తూకపు రాళ్ళని, కొలతలని వాడటానికో లేక తప్పుడు లెక్కలు, కూడికలు చేయటానికో అతన్ని ప్రోత్సహించవచ్చు. ఒక వ్యక్తిని ఉద్యోగంలోకి తీసుకునే ముందు అతని ప్రవర్తన గురించి తెలుసుకుతీరాలన్నాడు. కౌటిల్యుడు మొదలెట్టిన ఈ పద్ధతిని ఈ రోజుకీ పాటిస్తున్నారు. అంటే ఎన్నో సంస్థలు వాళ్ళ సంస్థలో ఎవరినైనా తీసుకునేముందు, వాళ్ళని తెలిసిన వారి నుంచి ఒక మాట కోరుతున్నారు.

రాజు నైతిక విలువలని పెంచే వాతావరణం సృష్టించటానికి కౌటిల్యుడు ఎన్నో మార్గాలని సూచించాడు. అతను అన్నాడు, 'ఉన్నతమైన లక్షణాలున్న రాజు, ఉన్నతంగా లేని తన ప్రజలను ప్రభావితం చేస్తాడు. అంతేకాదు రాజుకి ఏ లక్షణం ఉంటే, తక్కిన వాళ్ళకి కూడా అవే లక్షణాలు చేకూరుతాయి.' యథారాజా,

తథాప్రజా. కౌటిల్యుని భాషలో, 'ఒక రాజు అత్యంత ఉన్నత విలువలకు ప్రాముఖ్యత నిచ్చి వరిపాలించాలి కాని, తన అధికార జులం చెలాయించకూడదు.' తక్కిన అనేక సూచనలలో ఒకటి నైతిక విలువలతో కూడిన ప్రవర్తనా విధానాన్ని నెలకొల్పటం.

నేటి కాలమాన పరిస్థితులకి కూడా కౌటిల్యుని మాటలు వర్తిస్తాయి. ఎందుకంటే ఎలాగైతే రాజు తన రాజ్యంలో నైతిక విలువలను నెలకొల్పటానికి మూలకారకుడో అలాగే ఒక సంస్థలోని ఉన్నతధికారికి కూడా అదే వర్తిస్తుంది. యాజమాన్యం సంస్థలో ప్రవర్తనా విధానంకి కొన్ని నియమ నిబంధనలు విధిస్తే చాలదు. అందరు ఉద్యోగస్తులూ దాన్ని పాటించటానికి అనువుగా కొన్ని పద్ధతులను కూడా పెట్టాలి. ఒక సంస్థలో నైతిక సూత్రాలను ఎలా పెట్టాలంటే ఆ సూత్రాలని, నియమ నిబంధనలని అందరు ఉద్యోగులూ పాటించటానికి అనువుగా ఉండటమే కాక, అవి నిజాయితీని, నైతిక ప్రవర్తనని పాటించి, పెంపొందించేటట్టుగానూ, సంస్థయొక్క వ్యాపారానికి అవసరమైన పాలసీలకు, పద్ధతులకు కట్టుబడి ఉంటేలాగాను చేయాలి. ఒక సంస్థలోని ప్రతి ఉద్యోగీ ఉన్నతమైన నైతిక విలువలని పాటించి నిలబెట్టటం తన ధర్మంగా భావించి, కట్టుబడి ఉండాలి. డైరక్టర్లు, అధికారుల విషయానికొస్తే, వాళ్ళ సంస్థలో ఎటువంటి వాతావరణం నెలకొల్పాలంటే, వాళ్ళ ఉద్యోగులు వీళ్ళకి తగ్గట్టుగా పనిచేసి వీళ్ళ మీద అభిమానం పెంచుకునేలాగా చేయాలి.

పరిపాలన - సంఘం మీద ప్రభావం

ఒక కార్యనిర్వాహకము తన పాలసీల ద్వారా, తన పాలన ద్వారా సంఘాన్ని తీర్చి దిద్దుతుంది. అలాంటి పాలసీలమీదే సాంఘిక ఆర్థిక ఉన్నతి ఎక్కువగా ఆధారపడి ఉంటుంది. సాంఘిక అంశాలు అంటే మతాలు, మూఢనమ్మకాలు, నాగరికత, ఆహారం, వినోదం, స్త్రీ సంక్షేమం, నైతికత, ఆధారపడటం, వృత్తి. ఆర్థిక విషయానికొస్తే ఆర్థిక నిర్వహణ, వాణిజ్య పాలసీలు, పన్నుల లెఖ్ఖలు,

కార్మికుల విషయాలు, కొనుగోలుదారుల పరిరక్షణ.

ఈ పాలసీలన్నిటి వెనక ఉన్న ఏక సూత్రం సమానత్వం, న్యాయం, ఐశ్వర్యం పెంపొందించటం. అది అందరూ పాలుపంచుకోవటం ద్వారా, అధికారాన్ని పంచటం ద్వారా, జవాబుదారీ యివ్వటం ద్వారా, అంతా పారదర్శకంగా ఉంచటం ద్వారా సాధ్యమవుతుంది. **అర్థశాస్త్రము** సమర్థవంతంగానూ ప్రతిభావంతంగానూ పని చేసే ఒక పరిపాలనా వ్యవస్థ ఏర్పరచటం కోసం పొందుపరచబడింది. కౌటిల్యుడు దేశ జమా ఖర్చు వ్యవహారాలకు తగినంత ప్రాముఖ్యతనిచ్చాడు. ఎందుకంటే దేశం యొక్క ఆర్థిక పటిష్ఠత ఇటు సామాన్య పరిస్థితుల్లోనూ అటు యుద్ధం, కరువుకాటకాలలోనూ కూడా ముఖ్యమేనని గుర్తించాడు.

ఇంకో మెచ్చుకోదగ్గ అంశం కౌటిల్యుడు గుర్తించాడు, 'రాష్ట్రం విభిన్న రంగాల్లో ఆర్థిక వ్యవస్థని హుషారుగా సమర్థవంతంగా, తెలివిగా లాభదాయకంగా నడపాలి.' లాభాలు సమకూర్చటమూ ఐశ్వర్యం పెంపొందించటమూ ముఖ్యమని చెప్పాడు కౌటిల్యుడు. ఒక సంస్థ లాభాలు పొందితే అది శ్రామికుల పరంగా ఊహించాడు అతను. అంటే సంస్థ లాభాలు సంపాదించకపోతే ఆ సంస్థలో పనిచేస్తున్న శ్రామికుల సమయం, శక్తి వృథాచేస్తున్నట్టు అర్థం. ఐశ్వర్యం పెంపొందిస్తే, రాష్ట్రం బాగుపడుతుందని నమ్మాడతను.

అంతకుముందు వ్యాపారరంగాన్ని ఏలిన ఆలోచనా వైఖరి సనాతన వైఖరి. దాని ప్రకారం వ్యాపారం యొక్క ఏకైక లక్ష్యం లాభం చేకూర్చటమే. కాని కొత్త పద్ధతి ప్రకారం, వ్యాపార దృక్పథంలో జ్ఞానోదయం ఏర్పడింది. అందులో లాభాలు పొందటంతో పాటు, ఆ లాభాలు నైతిక మార్గంలో పొందేటట్టు జాగ్రత్త పడాలి. ఇప్పుడు వ్యాపార సిద్ధాంతం నిర్వచనం మారింది. దాని వల్ల ఉత్పాదక లక్ష్యం కేవలం లాభాలకే పరిమితమవలేదు. దానికి తగ్గట్టుగా, ఇప్పుడు ప్రతి ఉత్పాదక సంస్థయొక్క లక్ష్యం సంఘంలో అనేక రంగాల వారికీ లాభం చేకూర్చటానికి చూస్తోంది. అందులో భాగస్వాములు, శ్రామికులు,కొనుగోలు దారులు,

ఉత్పాదకులు, చివరికి, మొత్తం సంఘం వస్తుంది. ఒక విషయం స్పష్టంగా అర్థం చేసుకోవాలి. కొత్తగా జ్ఞానోదయమైన వ్యాపార దృక్పథం లాభాలు ముఖ్యంకాదని గాని, బొత్తిగా అవసరం లేదని కాని అనటం లేదు. లాభాలార్జించటం ముఖ్యమే. ఎందుకంటే అది సంఘాన్ని మెరుగుపరుస్తుంది. ఐశ్వర్యాన్ని పెంపొందించే సంస్థలు ముఖ్యం ఎందుకంటే అవి ఏ సంఘంనుంచైతే వాటికి పెట్టుబడిని పొందుతాయో, ఆ సంఘాన్ని మెరుగుపరుస్తాయి. దానిబదులు, ఏదైనా సంస్థ నష్టాల్లో నడుస్తుంటే అది శ్రామికుల శ్రమని దోచుకోవటమే కాక, సంఘానికి బరువుగా మారి, మొత్తం ఆర్థిక వ్యవస్థనే దెబ్బతీస్తుంది.

కౌటిల్యుడు ఉత్పాదకతతో జీతాన్ని ముడిపెట్టాడు. ఆ భావాన్నే నేడు కార్పరేటు సంస్థలు పాటిస్తున్నాయి. గ్లోబలైజేషన్ యుగంలో సంస్థలు ఎక్కువ ఉత్పాదకత యొక్క ప్రాముఖ్యతని గుర్తిస్తున్నాయి. దాని వల్ల అనవసరమైన ఖర్చులను తగ్గించి లాభాలను పెంచవచ్చు. పైగా నేడు సంస్థలు వాళ్ళ ఉద్యోగుల పనితీరును బేరీజు వేసే అనేక పద్ధతులను చేపడుతున్నాయి. దానివల్ల వాళ్ళకి వాళ్ళ ఉద్యోగస్థులు వాళ్ళ పనిని సమర్థవంతంగా చేస్తున్నారా లేదా తెలుస్తుంది. వాళ్ళకి కావల్సిన ఉత్పాదకత పెంచటానికి అవసరమైన సామర్ధ్యపు స్థాయి సాధించటానికి వాళ్ళ సమర్థతని బట్టి బోనస్ అన్న స్కీములు పెడుతున్నారు.

కౌటిల్యుడు పన్నులు విధించే పద్ధతిగురించి కూడా చాలా విపులంగా ప్రణాళికా బద్ధంగా వివరించాడు. రాజ్యపాలనా విధానం మీద ఎప్పుడో 300 క్రీ.పూ రాసిన ఈ ప్రముఖ పుస్తకం అమోఘం! అప్పుడప్పుడే మౌర్యసామ్రాజ్యం పేరు మారు మ్రోగుతోంది. అప్పటి నాగరికతని లోతుగా అధ్యయనం చేసి ఒక రాజ్యాన్ని అత్యంత సమర్ధవంతంగా విజయవంతంగా నడపటానికి రాజు ఏం చేయాలి అన్న దాని మీద యిచ్చిన సూచనలు అద్భుతం! **అర్థశాస్త్రము**లో అధికశాతం ఆర్థిక విషయాలమీద ఆర్థిక పరిపాలన తోసహా, కేంద్రీకరించబడింది. ఈ గొప్ప రాజకీయ వేత్త కథనం ప్రకారం, మౌర్యపాలనలో వ్యవసాయం విషయంలో కొచ్చేసరికి, అది ప్రభుత్వ భూస్వాముల అధీనంలో ఉండేది. భూమి మీద

పన్నులు, మొత్తం పన్నులలో అధిక శాతం ఉండేవి. ప్రభుత్వం వ్యవసాయ సాగులో కొంతభాగం వసూలు చేసేది. అది సాధారణంగా మొత్తం పంటలో ఆరవవంతు ఉండేది. అదికాక నీళ్ళమీద, వర్తకపు పన్నులు, టోల్‌గేట్లు, కస్టమ్స్ డ్యూటీలు వేసేది. అడవుల్లో లాభాలకు, ఖనిజాల గనులకు, వగైరాలకు కూడా పన్నులు పడేవి.

పన్నులు వసూలు చేసే పద్ధతి కూడా ఒక క్రమ పద్ధతిలో ఉండేది. ప్రభుత్వానికి ఎక్కువశాతం ఆదాయం దీనినుంచే ఉండేది. అమ్మకాల మీద పన్నులు ఉండేవి. అలాగే భవనాలు అమ్మినా, కొనినా పన్నులు పడేవి. ఆఖరికి జూదగృహాలు కూడా ప్రభుత్వంకి చెందేవి, వాటి నుంచి పన్నులు వసూలు చేసేవారు. భక్తులనుంచి **యాత్రవేతన** అనే పన్ను వసూలు చేసేవారు. వీలున్నన్ని రంగాలనుంచి పన్నులు వసూలు చేసినా కూడా వాటిలో అంతర్లీనంగా దాగి ఉన్న సిద్ధాంతం అధికారాన్ని దుర్వినియోగం చేయటం కాని, ప్రజలమీద పన్నుల భారం మోపటం కాని కాదు. దాని బదులుగా వాళ్ళనీ, ప్రభుత్వాన్నీ, రాజునీ కూడా బాహ్యామైన, అంతర్గతమైన ప్రమాదాలనుంచి కాపాడటానికి విధించేవారు. ఈ విధంగా సంపాదించిన ద్రవ్యాన్ని సంఘ సంక్షేమ కార్యకలాపాలకు విధించేవారు. అంటే రహదారులు వేయటం, విద్యాసంస్థలను నెలకొల్పటం, కొత్త గ్రామాలను నెలకొల్పటం, సంఘానికి పనికొచ్చే అనేక పనులను చేపట్టటం అన్నమాట.

కౌటిల్యుడు ప్రభుత్వ విత్తానికీ, పన్నుల విధానానికీ **అర్థశాస్త్రము**తో ఇంత ప్రాముఖ్యత నెందుకు యిచ్చాడో కనుక్కోవటం కష్టమేమీ కాదు. అతని ఉద్దేశంలో ప్రభుత్వం యొక్క బలం దాని కోశాగారంలో ఉన్న ద్రవ్యం మీద ఆధారపడి ఉండేది. అతను అన్నాడు, 'కోశాగారం నుంచి వస్తుంది ప్రభుత్వానికి అధికారం. భూమి యొక్క ఆభరణం కోశాగారం. అది కోశాగారం నుంచీ, సైన్యం నుంచీ ఏర్పడింది.' కాని అతను రాబడిని, పన్నులని రాజు యొక్క సంపాదనగా భావించేవాడు. అతను ప్రజలకు చేయాల్సిన సేవలకి, వాళ్ళకి ఇవ్వాల్సిన రక్షణకి. దేశంలో శాంతి భద్రతలు నెలకొల్పటానికి డబ్బు కావాలి. పుడమితల్లికి రాజు

సంరక్షకుడు మాత్రమేనని నొక్కి వక్కాణించాడు కౌటిల్యుడు. అతని బాధ్యత దాన్ని కాపాడి, దాన్ని మరింత ఫలప్రదంగా చేయాలనీ, అలా చేయటం వల్ల ప్రభుత్వానికి ముఖ్య ఆదాయంగా భూమి శిస్తులు వసూలు చేయవచ్చనీ చెప్పాడు. అతని ఉద్దేశం ప్రకారం, పన్నులు చెల్లించటం అనేది ప్రజలకి తప్పనిసరిగా విధించకూడదు. దాన్ని ధర్మమును అనుసరించి వేయాలి. వసూలైన పన్నులకు బదులుగా రాజు గురుతరమైన బాధ్యత ప్రజలను పరిరక్షించటం. ఒక వేళ రాజు తన బాధ్యత నిర్వర్తించటంలో విఫలమైతే ప్రజలకి పన్నులు కట్టకుండా ఆపే హక్కు, అదికాక వాళ్ళు కట్టిన పన్నులని తిరిగి కోరే హక్కు కూడా ఉంది.

మౌర్య సామ్రాజ్యంలో పన్నులు విధించిన విధానాన్ని చాలా విపులంగా వివరించాడు కౌటిల్యుడు. ఎప్పుడో 2400 ఏళ్ళ క్రితం ఉన్న పన్నుల వైఖరికీ, చాలా మటుకు ప్రస్తుత పన్నుల పద్ధతికీ చాలా దగ్గర పోలికలున్నాయన్న విషయం గమనిస్తే ఆశ్చర్యమేస్తుంది. **అర్థశాస్త్రము** ప్రకారం ప్రతి ఒక్క పన్ను ప్రత్యేకించి విధించినది, అందులో 'అయితే' అనేదానికి ఆస్కారం లేదు. ప్రతిఒక్క చెల్లింపు పద్ధతి, దాని సమయ నిర్ధారణ, విధానం, కొలత అన్నీ ముందే నిర్ణయించబడ్డాయి. పంటలో 1/6 వంతు కట్టాలి పొలాల విషయంలో. ఎగుమతి, దిగుమతి సుంకాలు మూల్యానుసారాన్ని బట్టి ఉండేది. విదేశీవస్తువుల దిగుమతి మీద సుంకం షుమారుగా దాని విలువలో 20% ఉండేది. అలాగే టోల్‌గేట్లు, రోడ్డు సెస్, ఫెర్రీ ధరలు తక్కిన సుంకాలు అన్నీ ముందే నిర్ణయించబడ్డాయి. కౌటిల్యుడు పన్నులు విధించిన విధానం షుమారుగా మన ఆధునిక పద్ధతికి దరిదాపుల్లో ఉంది. అతను సమానత్వానికీ, న్యాయానికి ప్రాముఖ్యతనిచ్చాడు. అన్నిటినీ గమనిస్తే డబ్బున్న వాళ్ళు ఎక్కువ పన్నులు చెల్లించాల్సి ఉండేది, తక్కువ స్థాయి వాళ్ళతో పోలిస్తే. విద్యార్థులు, వ్యాధిగ్రస్తులు, మైనర్లు పన్నులు చెల్లించనక్కరలేదు లేదా రాయితీలు ఉండేవి. పన్నులు వసూలు చేసే అధికారులు ఎప్పటికప్పుడు వాళ్ళు వసూలు చేసిన పన్నుల వివరాలు, ఇచ్చిన రాయితీలు రాస్తూండేవారు. ప్రభుత్వంకి వచ్చిన మొత్తం రాబడి అనేక రంగాలనుంచి వచ్చేవి.

కౌటిల్యుడు భూమి మీద ఆదాయాన్ని, వ్యాపారం మీద పన్నులని 'పన్నుల రాబడి' కింద పేర్కొన్నాడు. ఇవి ముందే నిర్ణయించబడిన పన్నులు. వీటిలో అర్ధసంవత్సరపు పన్నులు కూడా ఉన్నాయి. అవి భాద్ర, పాదిక, వసంతిక, కస్టమ్ డ్యూటీలు, అమ్మకాల మీద సుంకాలు, వర్తకం వృత్తుల మీద పన్నులు, ప్రత్యక్ష పన్నులు వాణిజ్యరంగంలో పన్నుల కింద వచ్చేవి. పన్నులు రాని విభాగాలు పండించిన భూముల మీద పంటలు, నూనె, చెఱుకుగడ, ప్రభుత్వ మాదకద్రవ్యాల ఉత్పాదకత నుంచి వచ్చిన లాభాలు, ప్రభుత్వం నడిపే యితర లావాదేవీలు.

కౌటిల్యుడు చెప్పిన మరో విషయం! యుద్ధ సమయంలోగాని కరువులు తుఫానులు లాంటి అత్యవసరపరిస్థితుల్లో కాని పన్నులు మరింత గట్టిగా విధించాలనీను, రాజు యుద్ధ సంబంధిత నిధులను సేకరించవచ్చనీను. అత్యవసర పరిస్థితుల్లో భూమి మీద ఆదాయాన్ని ఆరవవంతు నుంచి నాలుగవ వంతుకు పెంచవచ్చు. వ్యాపారం చేసే వాళ్ళు యుద్ధప్రయత్నాలు పెంచటానికి భారీగా విరాళాలు ఇవాల్సి ఉంటుంది.

ఒక సంపూర్ణ సమీక్ష చేస్తే, కౌటిల్యుని అర్థశాస్త్రము ఈ దేశపు ప్రభుత్వ నిధులమీద, పరిపాలన మీద, రాజద్రవ్య నిబంధనలమీద వెలువడిన మొట్టమొదటి ప్రామాణికమైన గ్రంథము.పన్నుల రాబడి గురించిన అతని సిద్ధాంతం, పన్నుల నిర్వహణలోనే ప్రత్యేకంగా ఉంది. ప్రభుత్వాన్ని నడపటానికి పన్నులు ఎంతో దోహదం చేస్తాయని, సామ్రాజ్యపు ఐశ్వర్యానికి, కట్టుదిట్టాలకి దోహదం చేస్తుందని దూరం ఆలోచించి చూపించింది అతను. నిజంగా ఇదొక విభిన్నమైన వివరణ. రాజ్యపాలనా పద్ధతిని ఖచ్చితమైన వివరాలతో వివరిస్తుంది. అందులో ఆర్థిక ద్రవ్యోద్బల పద్ధతులు కూడా ఉన్నాయి.

పరిపాలన - పరిశోధన

సక్తాః కర్మణ్యవిద్వాంసో యథా కుర్వంతి భారత ।

కుర్యాద్విద్వాంస్తథా సక్తః చి కీర్షుర్లో కసంగ్రహమ్ ।

న బుద్ధిభేదం జనయేదజ్ఞానాం కర్మ సంగినామ్ ।

జోషయేత్ సర్వకర్మాణి విద్వాన్ యుక్తః సమాచరన్ ।

(భగవద్గీత, అధ్యాయం 3)

అజ్ఞానులు కర్మలయందు ఆసక్తులై వాటిని ఆచరించినట్టుగా విద్వాంసుడు కూడా లోక హితార్థమై ఆసక్తి రహితుడై కర్మలను ఆచరింపవలెను. పరమాత్మ స్వరూపము నందు నిశ్చల స్థితిని పొందిన జ్ఞాని శాస్త్రవిహిత కర్మలను ఫలాపేక్షతో ఆచరించు అజ్ఞానుల బుద్ధులను భ్రమకు లోను చేయరాదు. అనగా కర్మలయందు వారికి అశ్రద్ధను కలిగింపరాదు. పైగా తానుకూడా శాస్త్రవిహితమైన సమస్త కర్మలను చక్కగా చేయుచు, వారితో గూడ అట్లే చేయింపవలెను.

మన సాంకేతిక నాయకులలో ఒకరు చక్కగా నుడివినట్టు ప్రస్తుత పరిస్థితుల్లో రాజకీయ శూన్యతలోంచి సాంఘిక, ఆర్థిక నిర్ణయాలు, తీసుకోలేము. కొంత మంది నాయకులు పామరులతో ఆటలాడుతారు. వాళ్ళకి వోట్లు వేసేటట్టు చూసుకుంటారేగాని అందరికీ దీర్ఘకాల లాభాలు కలగాలని కోరుకోరు. ఇక్కడ కూడా మనం భగవద్గీతని ఆదర్శంగా తీసుకోవచ్చు. కృష్ణ భగవానుడు ఒప్పుకుంటాడు చాలా మంది కర్మలను ఫలాపేక్షతో ఆచరిస్తారని. భగవానుడు వివరిస్తాడు, జ్ఞాని తక్కిన వాళ్ళకి కర్మలయందు అశ్రద్ధ కలిగించకుండా, వాళ్ళను మంచి మార్గంలో నడిపింపజేయాలని.

పరిపాలన దక్షతని మూడు కొలతలను బట్టి నిర్ణయించవచ్చు.

1. జవాబుదారీ తనం

2. సత్ప్రవర్తన

3. పారదర్శకత

పై మూడు కొలతలలో ప్రతి ఒక్కదానినీ బాగా పరిశీలించాలి. ఒక పరిపాలన యంత్రాంగం, దాని పని తీరు చక్కగానూ, నిలిచేటట్టుగానూ ఉందా లేదా తెల్చుకోవటానికి. ఈ మూడు లక్షణాలనీ పరిపాలనా యంత్రాంగాలు, రానురాను తమ పరిపాలనలో చొప్పించాయని చరిత్ర చాటి చెప్తోంది. ఈ అంశాల్లో అభివృద్ధి చెందిన దేశాల్లో పరిపాలనా దక్షత బాగా కనబడుతుంది.

కౌటిల్యుడు పరిపాలనా తీరులో కొంత వాస్తవికత ఉండాలని గట్టిగా చెప్పాడు. ప్రజల ఆర్థిక భద్రత, ప్రైవేటు వ్యాపారాలు, ప్రభుత్వ భద్రతకి అడ్డురావని గుర్తించాడు. ఈ ఆలోచనని కొనసాగిస్తూ, స్వేచ్ఛగా వ్యాపారం నడుపుకోవటం, సంస్థలను నెలకొల్పటం యొక్క ప్రాముఖ్యతలని వివరించాడు. ఐశ్వర్యాన్ని సృష్టించటం అవసరమని చాటి చెప్పాడు. ఎందుకంటే అది భద్రతా ప్రభుత్వాన్ని నెలకొల్పుతుంది. వ్యవహార దక్షత, సూక్ష్మబుద్ధితో కూడిన యుక్తి ఈ రెండూ ఆర్థిక సంపదని తీసుకురావటానికి దోహదం చేస్తాయని అతను గుర్తించాడు.

సూక్ష్మబుద్ధితో కూడిన యుక్తి అంటే కౌటిల్యుని పరిభాషలో నాలుగు సిద్ధాంతాలను వాడటం. అవి సామ, దాన, దండోపాయ, బేధాలు. అవి ఒక లక్ష్యాన్ని సాధించటానికి క్రమ పద్ధతిలోని రకరకాల మార్గాలు. (సామ - నచ్చచెప్పటం, దాన - ఆశచూపటం, దండము - శిక్ష, బేధము - విభజన) అర్థశాస్త్రములో పరిపాలనలోని అనేక విభాగాలను వివరంగా వర్ణించాడు- సాంఘిక, రాజకీయ, ఆర్థిక పరిపాలనతో సహా. అతని ఆలోచనలు మనుష్యుల జీవనాధారం ఐశ్వర్యం' అన్న ఊహమీద ఆధారపడి ఉన్నాయి. అతను ఇంకో ఉపసిద్ధాంతం కూడా సూచించాడు. దాని ప్రకారం ఒక దేశపు ఐశ్వర్యం దాని విస్తీర్ణత బట్టేకాక అనేక రకాల వృత్తులను చేసే దాని ప్రజలని బట్టి కూడా ఉంటుంది. ఆ విధంగా అర్థశాస్త్రముని 'అర్థశాస్త్రం (ఎకనామిక్స్) యొక్క విజ్ఞానశాస్త్రం' గా అభివర్ణించవచ్చు.

విజయవంతమైన ఆర్థిక పాలసీలను పాటించటంలో, అది కూడా బాగా రాణించే

సంస్థల ద్వారా పాటించటంలోని ఇంకో లక్ష్యం-ప్రభుత్వ రాబడిని పెంచటానికి, అదనపు సొమ్ముని ప్రభుత్వ కోశాగారంలో నింపటానికి. ప్రజల క్షేమాన్ని నెలకొల్పటానికి, ప్రభుత్వ నిధులను వినియోగించటానికీ మధ్య ఒక సమతుల్యం ఉండాలి. ఇది రెండు విషయాలు ఉన్నాయని ముందే ఊహించుకుంటుంది. శాంతి భద్రతలు నెలకొల్పటం, తగినంత పరిపాలనా యంత్రాంగం ఉండటం.

పరిపాలనా రకాలు

ప్రపంచ వ్యాప్తంగా అనేక పరిపాలన రకాలు / సిద్ధాంతాలు వాడబడి, పరీక్షించబడ్డాయి. అందులో కొన్ని :

1. ఏకఛత్రాధి పత్యము
2. ఫాసిజమ్
3. సామ్యవాదము
4. ప్రజాస్వామ్యము

కౌటిల్యుని సూత్రాల ఆధారంగా మనం వాటిని సమీక్షించి వాటి జవాబుదారీతనాన్ని, పారదర్శకతని, సత్ప్రవర్తనవి బట్టి వాటికి విలువనివ్వవచ్చు.

ఏకఛత్రాధిపత్యము

ఏకఛత్రాది పత్యము (మొనార్కీ) అంటే ఆ పరిపాలనలో ఒక చక్రవర్తి ఉంటాడు, ప్రభుత్వానికి అధికారిగా. ఏకఛత్రాదిపత్యంలో సాధారణంగా ప్రభుత్వాధికారి తన జీవితకాలం పరిపాలిస్తాడు. ప్రజాస్వామ్యంలో ప్రభుత్వాధికారి (సాధారణంగా అధ్యక్షుడు అని అంటారు) ని సాధారణంగా ఒక కాలపరిమితికి ఎన్నుకుంటారు.

ప్రస్తుతానికి ప్రపంచంలో 29పై చిలుకు ఏకఛత్రాధిపత్యాలున్నాయి.

1800 నుంచీ, ప్రపంచంలో ఎన్నో ఏకఛత్రాధిపత్యాలు అంతరించిపోయి, గణతంత్ర రాజ్యాలుగానో లేదా ప్రజాస్వామ్యాలు గానో మారిపోయాయి. ఏకఛత్రాధిపత్యాన్ని యింకా పాటిస్తున్న ప్రజాస్వామ్య దేశాలు, నిర్వచనంలో చక్రవర్తి అధికారాలను తగ్గించాయి. ఎక్కువగా రాజ్యాంగానికి అధికారాలు యిచ్చాయి.

పూర్తిస్థాయి ఏకఛత్రాధిపత్యంలో చక్రవర్తికి రాజ్యంలో ప్రతి అంశం మీద పూర్తి అధికారం ఉంటుంది. అందులో రాజ్యాంగానికి తావు ఉండచ్చు, ఉండకపోవచ్చు కాని రాజ్యాంగ వ్యవస్థ ఉన్న పరిపాలనలో చక్రవర్తి దానికి కట్టుబడి ఉండాలి, ఒక మామూలు పౌరుడిలాగా (కాకపోతే అతన్ని అతిక్రమించకూడని అధికారాలు రాజ్యాంగం అతనికి యిస్తుంది). ఆధునిక నమూనాలు తగినంత సాంకేతిక పరిజ్ఞానం ఉన్నచోటే నిలబడగలవు, విద్యని పెంపొందించటానికి కాదు, అధికారాన్ని ఒకచోట ఏర్పరచుకోవటానికి. అలాంటి ఏకఛత్రాదిపత్యాలలో ఆర్థిక పరిస్థితి సాధారణంగా ఒక్కచోట సంపదంతా ప్రోగుపడుతుంది. ఎక్కువమంది ప్రజలు వ్యవసాయపు భూస్వాములుగానో, లేదా గల్ఫ్ రాజ్యాల్లో లాగ, పితృస్వామ్య పద్ధతిలో ప్రజలకి లాభాలు గుప్పిస్తూనో (రాజకీయపరంగా వాళ్ళకి అధికారం ఉండకపోవచ్చు) ఉండి, విదేశాలనుంచి చవగ్గా శ్రామికులని దింపుతారు.

కౌటిల్యుడు ఏకఛత్రాధిపత్యం రాజ్యమేలుతున్న రోజుల్లో **అర్థశాస్త్ర**ముని రచించాడు. **అర్థశాస్త్ర**మును కౌటిల్యుడు ఆరంభించలేదని అతను గతంలో లిఖించబడిన ఇలాంటి గ్రంథాలను ఆధారం చేసుకుని రచించాడన్న విషయాన్ని మనం మర్చిపోకూడదు. ఈ ఆధారం **దండం, బేధం** లక్షణాలకు ఎక్కువగా విలువనిచ్చాయని గమనించవచ్చు. చక్రవర్తి లక్షణాలను ఏకఛత్రధిపత్యం లక్షణాలలోకి అనువదించవచ్చు. ఒక వ్యక్తి యిష్టానుసారానికి తగ్గట్టుగా మొత్తం ప్రజానీకం కట్టుబడి ఉండాలి. ప్రజల్లో వాళ్ళ హక్కుల గురించి అవగాహన

ఏర్పడటం మొదలెట్టాక, ఇలాంటి ఏకఛత్రాధిపత్యాలు వాటి పద్ధతిని మార్చుకోవటమో లేక మటుమాయమవటమో జరిగాయి.

పద్ధతులను మార్చుకోవటం అంటే జవాబుదారీ తనం, పారదర్శకత, సత్ప్రవర్తన లక్షణాలను పొందుపరచుకోవటం. రాజ్యాంగ పాలనలు, ఈ పద్ధతిలో రూపుదిద్దుకున్నాయి. రాజ్యాంగ పాలనలో, ఎన్నికలకి ప్రాముఖ్యత నిస్తారు. అలాంటి పాలనలో పాలకుడు ప్రభుత్వానికి ప్రతీకగా నిలుస్తాడు. చాలా ఏకఛత్రాధిపత్యాలు సాంప్రదాయం ప్రకారమో, నిర్ణీతమైన చట్టం ప్రకారమో వస్తాయి. అందువల్ల ఆ నేతలకు ఆట్టే రాజకీయ అధికారం ఉండదు. అధికారం శాసనసభకో, మంత్రులకో ఉంటుంది.

ఫాసిజమ్

మెరియమ్ వెబ్‌స్టర్, ఫాసిజమ్‌ని యిలా నిర్వచించారు. 'వ్యక్తిని కాకుండా, దేశాన్ని తరచు ఒక తెగని, ఉన్నత స్థాయిలో పెట్టే ఒక రాజకీయ తత్త్వము, ఉద్యమం లేదా రాజ్యతంత్రము. అది ఒక ఏకఛత్రాదిపత్యమునకు ప్రతీక. ప్రభుత్వ అధికారి నిరంకుశ నాయకుడు, సాంఘిక, ఆర్థిక పాలనలు తీవ్రంగా చేసి, తిరుగుబాటును తీవ్రంగా అణగద్రొక్కుతాడు.' **ది అమెరికన్ హెరిటేజ్ డిక్షనరీ** దీనిని యిలా వివరిస్తుంది, 'ఒక విధమైన ప్రభుత్వము ఇది. నియంతృత్వాన్ని పాటిస్తుంది, ప్రభుత్వాన్ని, వ్యాపార నాయకత్వాన్ని ఏకం చేయటం ద్వారా, యుద్ధం చేసే జాతీయ భావం ద్వారా. ఫాసిజమ్‌కి మూలపురుషులైన వారిలో ఒకరైన ముసోలినీ, దీన్నొక రైట్‌వింగ్ సిద్ధాంతంగా అభివర్ణించారు. ఇది సామ్యవాదం, స్వేచ్ఛాజీవనం, ప్రజాస్వామ్యం, వ్యక్తిగత ప్రాముఖ్యతలకి వ్యతిరేకం.

ఫాసిజమ్ లక్షణం దేశాభిమానం, ఆర్థిక యంత్రాంగం తీవ్రంగా ఉండి, నిరంకుశ నాయకుడు, దేశాన్ని అందులో ఉండే వ్యక్తులకన్నా లేదా ఆ దేశంలో ఉన్న

అనేక సముదాయాలకన్నా ఎక్కువ చేసి చూపించేవాడు. ఫాసిజమ్‌లో నిరంకుశ పాలనలో ఉండే లక్షణాలు ఉండి, జీవితంలోని అన్ని రంగాలు రాజకీయ, సాంఘిక, సాంస్కృతిక, ఆర్థిక-మీద పూర్తిగా ప్రభుత్వం అధికారం చెలాయిస్తుంది. ఫాసిజమ్ ఉన్న రాజ్యం ఉత్పాదక మార్గాలను నియంత్రించి అదుపులో పెడుతుంది కేంద్రీకరణకి విరుద్ధంగా. ఫాసిజమ్ ప్రజల మీద వాక్చాతుర్యం ప్రయోగిస్తుంది. గత వైభవం నెలకొల్పటం కోసం ప్రజలందరూ వీరోచితంగా పోరాడాలని కోరుతుంది. ఒక్క నాయకుడికి అణిగిమణిగి ఉండాలంటుంది. ఒక వ్యక్తిత్వము మీద ఆరాధనగా మారుతుంది తరచు.

ఈ వ్యవస్థని పరిపాలన దృష్ట్యా చూస్తే, ఇందులో వ్యక్తుల కన్నా ఒక సముదాయం బాగోగులు ముఖ్యమన్న ప్రాథమిక సిద్ధాంతం చూస్తే మెచ్చుకోబుద్ధి వేస్తుంది. అలాంటి సిద్ధాంతంలో సత్ప్రవర్తన ఒక ముఖ్యమైన భాగంగా ఉంటుందని ఊహించవచ్చు. కాని తక్కిన లక్షణాలు జవాబుదారీ తనం, పారదర్శకత భ్రష్టుపడతాయి. నిరంకుశ పాలన వల్ల అది సాగదీసే అవకాశముంటుంది. దేశం ముసుగులో ఎన్నో వ్యక్తిగత విషయాలు తీర్చుకోవచ్చు.

ఈ నమూనా కూడా ఎక్కువభాగం దండం (శిక్ష) మీద ఆధారపడి ఉంటుంది. ప్రజలు కూడా లీనమైనప్పుడు, ఒక పరిపాలన నమూనాలో నాలుగు సిద్ధాంతాలు కలగలిపి పోవాలి. ఒకదాని మీద పక్షపాతం చూపిస్తే, ఆ నమూనాని కాదనే అవకాశం ఉంది. ప్రపంచయుద్ధం II లో, ఫాసిజ్ట్ ఇటలీ, నాజీ జర్మనీ ఓడిపోయాక, ఈ పదానికి పూర్తిగా వేరే అర్థం వచ్చింది, ముఖ్యంగా నాజీలు మానవాళి మీద చేసిన నేరాల మీద ప్రతిస్పందనగా. నేడు, చాలా తక్కువ సముదాయాలు తాము ఫాసిజ్టులమని చెప్పుకుంటున్నారు. ఎవరైనా వ్యక్తులు గాని రాజకీయ పక్షాలుగానీ అధికారం చూపిస్తేనో లేదా నియంతృత్వం చూపించినట్టు కనిపిస్తేనో వాళ్ళని వివరించటానికి ఈ పదం తరచు వాడతారు అంటే వ్యతిరేకతని తొక్కిపెట్టటం, వ్యక్తిగత ప్రవర్తనని అంచనా వేయటం. స్వజాతి అభిమానం పెంపొందించటం, లేదా అధికారాన్ని కేంద్రీకరింపజేసి, ప్రభుత్వానికి శత్రువుల మీద ద్వేషం పెంచటం. ఈ పదం అర్థం మారటంతో ఫాసిజమ్

కింద ఏ రాజకీయ పార్టీలు లేదా ప్రభుత్వాలు వస్తాయన్న ప్రశ్నమీద వాదోపవాదాలు చెలరేగుతున్నాయి.

సామ్యవాద ప్రజాస్వామ్యము

సామ్యవాదం ఒక ఉన్నతమైన సాంఘిక, ఆర్థిక పద్ధతి. అందులో ఉత్పాదక పరికరాలకు అందరూ సామూహికంగా యజమానులు, సంఘంలో అందరూ వాడుతారు. తక్కిన విషయాలకన్నా, సంపద మరింత సమానంగా కలిగించే ఉద్దేశం ఉంది దీనిలో. సామ్యవాద సిద్ధాంతం ఆర్థిక సహకారాన్ని నొక్కి చెప్తుంది, ఆర్థిక పోటీ కన్నా. నిజానికి అందరూ ఏదో ఒక విధమైన ఆర్థిక ప్రణాళికలు ఊహిస్తారు. (ఖచ్చితంగా అందరూ కాదు కాని, చాలా మంది కేంద్రీకరణ ప్రణాలికని యిష్టపడతారు. కనీసం కొంతన్నా ఉత్పాదక మార్గాలను, కనీసం కొంతన్నా వస్తువులను, సేవలను సామూహిక లేదా సహకార యాజమాన్యం కింద పెట్టాలని కోరుకుంటారు. ప్రైవేటు ఆస్తులను నిషేదించాలన్న ఆలోచన ఈ ఆలోచనలో ఒక భాగమయింది 19వ శతాబ్దం ఆదిలో.

చారిత్రాత్మకంగా, సామ్యవాద సిద్ధాంతం, క్రమబద్ధీకరించిన శ్రామికవాదంతో పాటు ఎదిగింది. ప్రపంచంలో ఎన్నో రాజ్యాల్లో ఇప్పటికీ ఈ రెండూ ఒకదానితో ఒకటి బలంగా పెనవేసుకుని ఉన్నాయి, తక్కిన దేశాల్లో రెండూ, రెండు విభిన్న ఉద్యమాలు అయ్యాయి.

ఈ సిద్ధాంతం కౌటిల్యుడు ఊహించిన పరిపాలనా నమూనాలో అధికలక్షణాలను పుణికి పుచ్చుకుంది. రాజ్యం / తెగ సంక్షేమానికి అధిక ప్రాముఖ్యత యివ్వబడింది. తెగకూడా నియమాలకు బాధ్యత వహిస్తుంది కాబట్టి, సత్ప్రవర్తన జవాబుదారీ తనం లక్షణాలు ఖచ్చితంగా ఉండేవి. ప్రజానీకం నుంచి ప్రతినిధులు ప్రభుత్వంలోకి రావటం ఈ సిద్ధాంతంలో మొగ్గతొడిగింది. ఇందులో మనదీ అన్న భావన ఏర్పడి అది పెరగసాగింది.

కాని, ఈ వ్యవస్థ భేదం (విభిన్నం) అన్న భావన ప్రాముఖ్యతని తగినంతగా గుర్తించలేదు, మనుష్యులకి తమని అందరూ గుర్తించాలని, తాము ప్రత్యేకం సాధించిన వాటిని మెచ్చుకోవాలనీ ఉంటుంది. ఒక తెగ లాభాలను సంరక్షించటమే కాదు, వ్యక్తిగత కోరికలను కూడా దృష్టిలో పెట్టుకోవాలి. అలాంటి ప్రేరకాలు లేకపోతే సామర్థ్యం కుంటుబడుతుంది. ఇది అసంతృప్తికి దారితీస్తుంది.

స్వాతంత్ర్య భారతదేశాన్ని సాధించిన నాయకులు ఈ సామ్యవాద వ్యవస్థ వైపు మొగ్గు చూపారు. ఆ రోజుల్లోని పరిస్థితుల దృష్ట్యా అలాంటి వ్యవస్థలు అనువైనవిగా తోస్తుంది. దాదాపు రెండు దశాబ్దాల బ్రిటిష్ పాలనకి తలవొగ్గిన సామాన్య భారతీయుడులో వ్యాపార దక్షత లోపించే అవకాశం ఉంది. అదికాక వ్యాపారానికి మద్దతు నిచ్చే వనరులు కూడా ఏమంత ఎక్కువ లేవు. దాని ఫలితంగా కేంద్రీకరించిన ప్రణాళిక ఉన్న తక్కువ వనరులని ముఖ్యమైన మార్గాలకి తరలించటం తెలివైన పనే.

ఆవిధంగా పెచ్చు ఉత్పాదక సౌకర్యాలు ప్రభుత్వ అధీనంలో ఉన్నాయి. ఉద్యోగ అవకాశాలను కేంద్రీకరించారు. పరిశ్రమలకి లైసెన్సు యివ్వటాన్ని కొత్తగా మొదలెట్టారు. ప్రైవేటు రంగాలని అదుపులో పెట్టి అజమాయిషీ చేయటానికి అలాంటి నియమాలు విధించటంలోని అంతరార్థం, అన్ని తరగతులవారికి, పెరుగుదల, సంపద కలిగేందుకు అనువైన వాతావరణాన్ని పెంపొందించటం. కాని ఎక్కువ అధికారం ప్రభుత్వ అధికారి చేతిలో ఉండేది. అలా అధికారాన్ని ఒకచోట కేంద్రీకరించటంవల్ల అది అవినీతికి దోహదం చేసింది. ప్రభుత్వ అధికారంలో సత్ప్రవర్తన తుప్పెక్కింది.. జవాబుదారీతనం విధించలేకపోయింది. ఎందుకంటే విధి నిర్వహిస్తున్నారో లేదో తెలుసుకోవటానికి మార్గాలు లేకపోయాయి.

ఆర్థిక వ్యవస్థ కుంటుపడటంతో, పరిపాలనా పద్ధతులని మార్పు చేయాల్సి వచ్చింది. దీనికి మొదటి అడుగు 1990ల మొదట్లో తీసుకున్నారు. పెట్టుబడీ

వ్యవస్థని దీనికన్నా మెరుగైనదిగా భారతదేశం భావించసాగింది. కౌటిల్యుని అడుగుజాడల్లో నడిచేటట్టుగా పరిపాలనా విధానాన్ని మలచుకున్నారు. రాష్ట్రసంక్షేమం పెంపొందించటానికి బేధం ముఖ్యమైన కిటుకుగా అంగీకరించారు. ఇప్పుడు మన వ్యవస్థ మిశ్రమ ప్రజాస్వామ్య ఆర్థిక వ్యవస్థ గా మారింది.

పెట్టుబడీదారుల ప్రజాస్వామ్యము

పెట్టుబడీదారి వ్యవస్థని అనేక విధాలుగా నిర్వచించారు. సాధారణవాడుకలో, అది ఒక ఆర్థిక లేదా సాంఘిక ఆర్థిక వ్యవస్థ. అందులో ఉత్పాదక మార్గాలు పూర్తిగా ప్రైవేటు అధీనంలో ఉండి, లాభాలకోసం నడపబడుతుంది. మూలధనం పెట్టుబడి గురించిన నిర్ణయాలు ప్రైవేటు రంగాలు తీసుకుంటాయి. ఉత్పాదకత, పంపిణీ, వస్తువుల ధరలు, సేవలు, శ్రామికులు-సప్లై డిమాండ్ శక్తుల వల్ల బాధింపబడతాయి.

పాశ్చాత్య దేశాలని కాపిటలిస్టులుగా చాలా మంది పరిగణించినా, అందులో కొన్ని వ్యవస్థలను ఖచ్చితంగా 'మిశ్రమ ఆర్థిక వ్యవస్థలు'గా పరిగణించవచ్చు. ఎందుకంటే వాళ్ళకి ప్రభుత్వ అధీనంలో ఉన్న ఉత్పాదకత మార్గాలు, ప్రత్యేకమైన ప్రభుత్వ జోక్యం, ఆర్థికపరంగా ఉన్నాయి.

ఇప్పుడు గమనించి చూస్తే, అన్నిటికన్నా యిది పదికాలాలు నిలిచే పరిపాలనా నమూనాలా ఉంది. దీన్ని దిగ్విజయ నమూనా అని కూడా అనవచ్చు. ఎందుకంటే ఈ పద్ధతిని పాటిస్తున్న దేశాలు ఉన్నతస్థాయి ఆర్థిక సుభిక్షాన్ని చేరుకున్నాయి. ఇది అంతకు ముందు వర్ణించిన అన్ని రకాల పాలనల్లోని లోటుపాట్లని అధిగమిస్తుంది. భారతదేశం కొన్ని కాపిటలిస్టు భావాలను అవలంబించుకున్నాక, ఆర్థిక స్థాయి పెరగటం గమనించింది.

కొన్ని విశాలమైన లక్షణాలను, అటు కాపిటలిజమ్‌ని ప్రోత్సహించేవారు, ఇటు

తెగనాగేవారు, యిద్దరూ ఒప్పుకుంటారు. అవి యివి (కౌటిల్యుని సిద్ధాతంలో పోలుస్తూ) :

1. ప్రైవేటు రంగం, ప్రైవేటు ఆస్థి-విభిన్న సూత్రాన్ని ఒప్పుకోవటం.

2. స్వేచ్ఛా సంస్థలు - వ్యాపారాన్ని క్రమబద్ధం చేయకూడదనీ, కార్యనిర్వహణ యంత్రాంగాన్ని పెంపొందించాలనీ నొక్కివక్కాణించాడు కౌటిల్యుడు.

3. లాభం కష్టపడి పనిచేయాలని ఆశ పుడ్తుంది.

4. సంపద యొక్క అసమాన పంపిణి - పైన ఉదహరించిన వన్నీ సంపదలో భిన్నత్వాలను చూపిస్తుంది. దాని వల్ల దురాశ కలిగి, అది సామర్థ్యాలను పెంపు చేస్తుంది.

5. పోటీ మనస్థత్వం, ఆత్మనియంత్రణ, మార్కెట్ల ఉనికి (శ్రామిక మార్కెట్‌తో సహా) స్వయం తృప్తికోసం పాటుబడటం-ఈ అంశాలు జవాబుదారీ తనం, పారదర్శకత, సత్ప్రవర్తన అనే శ్రేష్ఠమైన లక్షణాలు ఏర్పడటంలో తోడ్పడతాయి.

పరిపాలన : కార్పరేట్ స్థాయి

ప్రస్తుత కార్పరేట్ మేనేజ్‌మెంట్ పరిస్థితుల్లో, వ్యాపార నైతిక విలువలు లోపించటం గోచరిస్తోంది. ప్రస్తుత ఆధునిక కార్పరేట్ సంస్థలు, కార్పరేట్ పరిపాలన ప్రాథమిక విధానం రూపొందించినా కూడా, అది కేవలం మేనేజ్‌మెంట్ సంతకం పెట్టే మరొక డాక్యుమెంట్‌గా మిగిలింది. కొన్ని ప్రముఖ మల్టీనేషనల్స్‌లో కార్పరేట్ ప్రభుత్వ విధానం చక్కగా నిర్వచించబడి ఉంది. కాని ఆచరణలో కొచ్చేసరికి అది శూన్యం. ఇది చాలా ముఖ్యమైన సమస్యగా మారింది, ముఖ్యంగా కార్పరేట్ సంస్థలను సంఘానికి మూలస్థంభాలుగా భావిస్తే. కార్పరేట్ పరిపాలన కొత్త సిద్ధాంతమేమీ కాదు. అది ఆసియాఖండంలో, నాగరికత ప్రబలిన కొత్తల్లోనే ఉంది. కాని యిప్పుడు అతి వేగంగా వ్యాపారరంగంలో దూసుకువస్తున్న

మార్పులు చూస్తే అంటే ప్రపంచీకరణ, క్రమబద్ధీకరణ లేకపోవుట, మధ్యవర్తులు లేకపోవుట, నిబంధనలేర్పరచుట, పన్నులు విధించటంలో సంస్కరణలు-కార్పరేట్ పరిపాలనా విధానం రూపురేఖలు మార్చి, గట్టిగా నొక్కివక్కాణించాల్సిన పరిస్థితి వచ్చింది.

అందరికీ ఉపయోగకరంగా సంస్థ పనిచేస్తోందో లేదో చూసేందుకు కార్పరేట్ పాలన ఒక తతంగం లేదా కొన్ని పద్ధతులు, తతంగాలు కూడిన ఒక వ్యవస్థ. దీన్ని పర్యవేక్షించే పద్ధతుల్లో యంత్రాంగం, సంస్థ పరమైన విషయాలు ఉంటాయి. స్టేక్ హోల్డర్లు అంతర్గత స్టేక్ హోల్డర్లు అవచ్చు. (అభివృద్ధి చిందించేవాళ్ళు, సభ్యులు, శ్రామికులు, కార్యనిర్వాహకులు) అలాగే బాహ్య స్టేక్ హోల్డర్లు అవవచ్చు (షేర్ హోల్డర్లు, వినియోగదారులు, ఋణదాతలు, డీలర్లు, విక్రయదారులు, బ్యాంకర్లు, సంఘం, ప్రభుత్వం, రెగ్యులేటర్లు)

కార్పరేట్ పాలనలో ఒక వ్యవస్థని నెలకొల్పుతారు. అందులో డైరెక్టర్లకి కార్పరేట్ వ్యవహారాలను చూడాల్సిన బాధ్యతను అప్పచెప్పుతారు. ఎవరైతే దాన్ని చూస్తున్నారో, వాళ్ళు స్టేక్ హోల్డర్లకి జవాబుదారీగా ఉన్నారో లేదో చూడాలి. సంస్థయొక్క దాని యాజమాన్యం యొక్క నైతిక విలువలని, సత్ప్రవర్తనని చూడాల్సిన బాధ్యత ఉంది.

కార్పరేట్ పాలన సిద్ధాంతంలో యాజమాన్యం పారదర్శకత, సత్ప్రవర్తన, జవాబుదారీతనం చూపాలి. అవే సూత్రాలని మంచి పరిపాలనకి మూలస్థంభాలుగా అభివర్ణించాడు కౌటిల్యుడు. ఈ పద్ధతిలో యాజమాన్యం షేర్‌హోల్డర్లకి జవాబుదారీ తనం వహిస్తుంది-సంస్థ సమర్ధవంతంగా నడవటానికి, సంస్థ ప్రగతి కోసం, పైగా నీతి, నియమాలకు తగినంత విలువ నివ్వటం కోసం. కార్పరేట్ పాలన ఇలాంటి విషయాలని గుర్తిస్తుంది-అది పదికాలాలు నిలవటానికి వారసులని ఎన్నుకోవటం, అవకాశాలను గుర్తించటం, సవాళ్ళను ఎదుర్కోవటం, వ్యాపారంలో తలెత్తే మార్పులను తట్టుకోవటం, ఏది ముఖ్యమైనదో గుర్తించి, నిధులను దానివైపు తరలించటం.

కార్పరేట్ పరిపాలన అంటే మన దేశంలో కార్పరేట్ వ్యవస్థ పని చేయటానికి సంబంధించిన నియమాలు, తతంగాలు, పద్ధతులు, నిబంధనలు వగైరాలు. కొత్తగా దూసుకు వస్తున్న ప్రపంచవ్యాప్తంగా పెట్టుబడుల వాతావరణం, సంస్థలను అంతకంతకు పటిష్ఠమైన పద్ధతులు పాటించి తీరేటట్టు చేస్తోంది. ఏది ఏమైనా, మంచి పరిపాలనని అమలులో పెట్టాలన్న నిర్ణయం అధికారుల వ్యక్తిగత నిర్ణయం. అందువల్ల అందులో నమ్మకం ప్రమేయం ఉంటుంది.

కార్పరేట్ పరిపాలనలో ముఖ్యంగా రెండు అంశాలుంటాయి.

- దీర్ఘకాలిక సంబంధాలు అంటే అదుపులో పెట్టటం, సమతుల్యం చేయటం, మేనేజర్లకి ప్రోత్సాహకరంగా డబ్బులు యివ్వటం, మానేజర్లకి, పెట్టుబడిదారులకి మధ్య సత్సంబంధాలు నెలకొల్పటం లాంటివి.

- లావాదేవీల సంబంధాలు, విషయాలు తేటతెల్లం చేయటం, అధికారాలకి సంబంధించినవి.

న్యాయమైన పద్ధతి అంతర్గత నిర్వహణ, అదుపు, కార్పరేట్ సంస్థల పాలన విషయాలకొచ్చే సరికి భారతీయ కార్పరేట్ రంగం నాలుగురోడ్ల కూడలి దగ్గర ఉంది. అది అనేక సమస్యలనెదుర్కుంటోంది. నిబంధనలని సమర్థవంతంగా పాటించకపోవటం, వ్యాపారంలో నీతి నియమాలు పాటించకపోవటం లాంటివి. పన్ను ఎగవేత, యాజమాన్యంతో సఖ్యత లేకపోవటం లాంటి తప్పుడు పనులు ఏవైనా నిదర్శనమయితే, కార్పరేట్ రంగం, ప్రభుత్వరంగం రెండూ, మంచి కార్పరేట్ పాలన నెలకొల్పటానికి దేశంలో ఉన్న మొత్తం వాతావరణాన్ని అత్యవసరంగా తేరిపార చూడాలి.

మనదేశంలో కార్పరేట్ పాలనలో నాణ్యత పెరగాలంటే మంచి కార్పరేట్ పద్ధతులు, షేర్‌హోల్డర్లకి సమాచారం వివరంగా యివ్వటం చేయాలి. అప్పుడు కార్పరేట్ విజయం సాధిస్తుంది. కార్పరేట్ యాజమాన్యం మారుతున్న సందర్భంలో, విదేశీ పెట్టుబడులు దూసుకు వస్తుంటే, సంస్థల ప్రామోటర్లకి

ప్రిఫరెన్షియల్ షేర్లు యిస్తుంటే, మ్యూచ్యువల్ ఫండ్స్‌కి కొత్తగా విలువనిస్తుంటే, ఇది చాలా అవసరం. అంటే దీని అర్థం కార్పరేట్ సంస్థల మెరుగైన పాలన, నిర్వహణ, నిబంధనలు, ఆర్థిక వ్యవహారాలు సరిగా పాటించేటట్టు, పర్యావరణ నియమాలకు తగ్గట్టుగా ప్రవర్తించే టట్టు చేస్తుంది. అలాంటి మంచి పాలన ఉంటే పెట్టుబడీదారులకి, కస్టమర్లకి, ఋణదాతలకి, మొత్తం సంఘానికి అధికంగా లాభం కలుగజేస్తుంది.

ప్రభుత్వం సమర్థవంతంగా నడవాలంటే జవాబుదారీతనం, పారదర్శకత యొక్క ఆవశ్యకతని అర్థం చేసుకున్నాడు కౌటిల్యుడు. ఏది ఏమైనా ఇప్పుడు ప్రస్తుత సంఘంలో కూడా, కార్పరేట్ సంస్థలు, పారదర్శకత, బాధ్యత, జవాబుదారీతనం, నిజాయితీ అనే సూత్రాలమీద ఏర్పడ్డాయి.

కార్పరేట్ పరిపాలన ఒక సంస్థ నిర్ణయాలను తీసుకోవటంలో నైతిక పద్ధతి, విలువలను పాటించే పద్ధతిని సూచిస్తుంది. కార్పరేట్ పరిపాలనలో ముఖ్యంగా మూడు అంశాలుంటాయి-మొట్టమొదటిది లావాదేవీల్లో పారదర్శకత చూపటం. పారదర్శకత ఎంత ఎక్కువ ఉంటే, అక్రమ పద్ధతులకి గాని, మోసం చేయటానికి గాని అంత తక్కువ అవకాశాలుంటాయి. ఎందుకంటే ఒక కాపిటల్ మార్కెట్లో గాని, సంస్థలో గాని పెట్టుబడి పెట్టేవారందరికీ అందులో ఉన్న ప్రమాదాలు, లాభాలు రెండూ స్పష్టంగా అర్థమవుతాయి. ఈ పారదర్శక పద్ధతిని కేవలం కార్పరేట్ సంస్థలకి, వ్యాపార కేంద్రాలకే పరిమితం చేయకుండా, ప్రభుత్వానికి కూడా పెట్టారు. ప్రభుత్వం రైట్ టు ఇన్‌ఫర్‌మేషన్ ఏక్ట్ పెట్టాక, అది స్పష్టంగా ప్రజాపాలన విషయంలో దేశ పాలసీలో మార్పుని చూపిస్తుంది. ఒకప్పుడు రహస్యంగా ఉంచే సాంప్రదాయంనుంచి అంతా బట్టబయలు పద్ధతి వచ్చింది. ఏక్ట్ ఒక ప్రభుత్వసంస్థలో ఉండే అన్నిరకాల నమోదు చేయబడిన సమాచారాన్నీ చూసే హక్కునిస్తుంది, ఏవో కొన్ని మినహాయింపులు తప్ప .

రెండో అంశం జవాబుదారీ తనం. ఇది పారదర్శకతని వెన్నంటి వస్తుంది. తీసుకున్న చర్యలకి, తీసుకోని చర్యలకి బాధ్యతలను నిర్ణయించాలి తేలిగ్గా.

పారదర్శక పద్ధతిలో ఒక నిర్ణయాన్ని ఎలా తీసుకుంటారో అందరికీ తెలుసు. ఎవరు నేరస్థులో వాళ్ళని తేలిగ్గా గుర్తుపట్టి వాళ్ళమీద చర్యలు తీసుకోవచ్చు. మంచి పరిపాలనలో మూడో అంశం సంపదని ఏర్పరచుకోవటంలోనూ, తగినంత లాభాలు రావటంలోనూ, మంచి మూలధనం ఏర్పడటంలోనూ పెట్టుబడీ దారులకి విలువనివ్వటం.

కొత్తగా వస్తున్న మార్కెట్లలో పెట్టుబడులు పెట్టినప్పుడు పెట్టుబడీ దారులకు వాళ్ళు పెట్టుబడి పెట్టున్న కాపిటల్ మార్కెట్లు లేదా సంస్థలు, సమర్ధవంతంగా నడపబడటమే కాక, వాళ్ళకి మంచి కార్పరేట్ పరిపాలన కూడా ఉందో లేదో ఖచ్చితంగా తెల్చుకోవాలనుకుంటారు. ఇంకో విధంగా చెప్పాలంటే దేశ సరిహద్దులని దాటి పెట్టుబడులు పెట్టినప్పుడు, పెట్టుబడీదారులకు వాళ్ళ మూలధనం సమర్ధవంతంగా వాడబడి సంపద పెంచటంలో తోడ్పడుతుందని నమ్మకంగా తెలియటమే కాక, వ్యాపార నిర్ణయాలు తీసుకునేటప్పుడు చట్ట వ్యతిరేకంగా గాని, అనైతికవిలువలతో కాని చేయలేదని తేల్చుకోవాలనుకుంటారు.

కాని, అదే సందర్భంలో అనేక విభాగాలు పనిచేస్తున్న తీరుతెన్నులను గమనించటానికి గూఢచారులని నియమించాలని కౌటిల్యుడు తన **అర్థశాస్త్రము**లో పేర్కొన్నాడు. నిజానికి, దీన్ని ఆడిట్‌గా భావించలేము గాని, ఆడిట్ చేసే పనులను యిది చేస్తుంది, అంటే వ్యాపార సంస్థల అనేక పనులను యిది కాపు కాస్తుంది. ఆవిధంగా, ఆధునిక వ్యాపార విషయాల్లో ఆడిట్ కమిటీల పాత్రకి ప్రాముఖ్యత ఎక్కువ ఉంది.

కార్పరేట్ పరిపాలన క్లిష్టమైన పని. ఎందుకంటే భారతదేశంలో ఎన్నో కార్పరేట్ సంస్థలు కుటుంబ వ్యవహారం అయితే, కొన్ని వృత్తి వ్యవహారం. ఒక కుటుంబ వ్యాపారాన్ని పరిపాలించటం ఇంకా క్లిష్టమైన పని. ఎందుకంటే దానికి యజమానులైన కుటుంబం కీలక పాత్ర వహించి, వ్యాపారాన్ని నడుపుతుంది. కుటుంబ వ్యాపారంలో వ్యాపారం, కుటుంబం, దాని యాజమాన్య బృందం అందరికీ పాలన అవసరం. కుటుంబ వ్యాపారాల్లో (ఒక్క కుటుంబం

యాజమాన్యం వహించే సంస్థలు), తక్కిన కుటుంబ సంస్థల్లో కుటుంబ స్థాపనలు కుటుంబ పెట్టుబడి డబ్బులతో సహా, సమర్ధవంతమైన పాలన లేకపోవటమే సంస్థకి కలిగే సమస్యల్లో పెద్ద కారణం. కుటుంబం యాజమాన్యం వహించే వ్యాపారాల్లో మంచి, సమర్ధవంతమైన పాలన యొక్క ఫలితంగా విజయానికి మూడు ప్రాధమిక అంశాలు తేలాయి.

- మూడు వృత్తాల్లోని అందరు సభ్యుల పాత్రలు, హక్కులు, బాధ్యతల మీద స్పష్టత

- కుటుంబ సభ్యులను,వ్యాపార ఉద్యోగులను, యాజమాన్యాన్ని బాధ్యతగా పనిచేసేటట్టు ప్రోత్సహించటం.

- వ్యాపారపరమైన చర్చల్లో సరియైన కుటుంబ సభ్యులని యాజమాన్యాన్ని పాలుపంచుకునేలా చేయటం.

నేటి ప్రస్తుత పరిస్థితుల్లో పెట్టుబడీదారులని కాపాడటం అత్యంత ముఖ్యమైన విషయమయింది. ఈ విషయంలో సెక్యూరిటీస్ అండ్ ఎక్స్ఛేంజి బోర్డ్ ఆఫ్ ఇండియా (యస్ ఇ బి ఐ), ఒక శాసకుడిగా నికరమైన బాధ్యతని తీసుకుంది. దాని బాధ్యత కార్పరేట్ పాలన, ఆ పరిధిలో ఏదైనా ఆటంకం వస్తే దాన్ని అధిగమించటం. ఇంకో వైపు కంపెనీ లా కార్పరేట్ పాలనా తీరుకి కావాల్సిన ప్రాధమిక అంశాలను గమనిస్తుంది. యస్ ఇ బి ఐ కార్పరేట్ పాలనా విధానం యొక్క ఔత్సాహిక తీరుతెన్నులు చూస్తుంది. అర్థశాస్త్రములో కౌటిల్యుడు అంటాడు. 'మంచి వ్యక్తిగా ఉండటం ఉన్నతం, ఎదుటివారికి ఎలా మంచిగా ఉండాలో చెప్పటం మరింత ఉన్నతం. యస్ ఇ బి ఐ అలాంటి 'మరింత ఉన్నత' చర్యలో మునిగి ఉంది.

1997లో కాన్ఫిడిరేషన్ ఆఫ్ ఇండియన్ ఇండస్ట్రీ (సి ఐ ఐ) ఒక ధర్మశాస్త్రాన్ని ప్రారంభించాక భారతదేశంలో కార్పరేట్ పాలన మీద వాదనలు రేగాయి. దీని తర్వాత అనేక యితర కమిటీలు, టాస్క్‌ఫోర్స్‌లు వెలిశాయి. మంచి కార్పరేట్

సంస్థలు నడపటానికి ధర్మశాస్త్రాన్ని విధించటం సరిపోలింది. అది భారతదేశంలో కార్పరేట్ల భవిష్యత్తుకు అవసరమైంది. యస్ ఇ బి ఐ నిర్దేశించిన లిస్టింగ్ అగ్రిమెంట్‌లో ప్రత్యేకమైన అంశాలను జోడించి, కార్పరేట్ పాలనల గురించి వాదనలకి కొత్త ఊపుని యిచ్చింది. బిర్లా కమిటీని అనుసరించాయి నారాయణమూర్తి కమిటీ (యస్ ఇ బి ఐ ద్వారా నెలకొల్పబడింది). నరేష్ చంద్ర కమిటీ (డిపార్ట్‌మెంట్ ఆఫ్ కంపెనీ ఎఫైర్స్ చేత నెలకొల్పబడింది), చివరిది పారదర్శకత, జవాబుదారీ తనాల అంశాల గురించి చర్చించింది. బోర్డు వ్యవహారంలో నరేష్ చంద్ర కమిటీ రిపోర్టు బోర్డు యొక్క ఆడిట్ పనిని ఆడిట్ కమిటీని ఆధారం చేసుకుంది.

లిస్టింగ్ అగ్రిమెంట్‌లోని 49వ వాక్యాంశాన్ని యస్ ఇ బి ఐ మార్చింది, భారతదేశంలో కార్పరేట్ పాలన ప్రమాణాన్ని పెంచటానికి. ఈ మార్పులు ప్రాధమికంగా బోర్డు సభ్యుల విషయంలోనూ, పద్ధతుల్లోనూ, ఆడిట్ కమిటీల్లోనూ, దాని బాధ్యతలోనూ, రిస్క్ మానేజ్‌మెంట్ విషయంలోనూ అవసరమైనవాటిని ప్రాధమికంగా గట్టిపరచాయి. అన్నిటికన్నా ముఖ్యంగా జమాలెక్కల పద్దుల్లో ఏమీ తప్పుడు అంశాలు లేవనీ, ముఖ్యమైన వేవీ వదలలేదనీ లేదా ఏవీ తప్పుదారి పట్టించే అంశాలు లేవనీ సియివో/సియఫ్ వో నిర్ధారించాలని ఆ వాక్యాంశంలో ఉంది. అంతేకాదు, ఇంటర్నల్ కంట్రోల్ సిస్టమ్స్‌యొక్క సామర్థ్యాన్ని వాళ్ళు పరీక్షించారనీ, ఇంటర్నల్ కంట్రోల్లలో పనిచేసే తీరు తెన్నుల్లో ఏవైనా లోటుపాట్లు ఉంటే వాటిని ఆడిటర్లకీ, ఆడిట్ కమిటీకి తెలియచెప్పామని చెప్పాలని కూడా కోరుతుంది. ఈ ప్రత్యేకమైన వాక్యాంగాన్ని చేర్చటానికి నిర్ణయం తీసుకోవటానికి కారణం-అత్యుత్తమ సంస్థలు, వాళ్ళ సంస్థ పని చేయటానికి వాళ్ళు తీసుకున్న నిర్ణయాలకి, వాళ్ళని మరింత జవాబుదారీగా చేయటానికి.

ప్రస్తుతం ఆచరణలో ఉన్న కార్పరేట్ పాలనని క్రమబద్ధమైన, చట్టపరమైన నిబంధన మరింత సమర్థవంతంగా చేయగలదు, కాని కార్పరేట్ సంస్థలు కూడా

స్వయం ప్రపత్తి కలిగి ఉండాలి, వాళ్ళ సంస్థలలో జవాబుదారీ తనం, పారదర్శకత ఉట్టిపడేలాగ నడపటానికి. దానివల్ల వాళ్ళు స్పష్టంగా ఒక సందేశాన్ని ఇవ్వగలరు నైతిక ప్రవర్తన, సమర్ధవంతమైన సాంఘిక కార్పరేట్ చర్యలు కలిసికట్టుగా మంచి కార్పరేట్ పాలనకు దోహదం చేసి, సంస్థలకు నాలుగు కాలాల పాటు నిలిచేటట్టుగా లాభాలను కొని తెస్తాయి.

ముక్తాయింపు

ఏతాని అపి తు కర్మాణి సంగం త్యక్త్వా ఫలానిచ
కర్తవ్యానీతి మే పార్ధ నిశ్చితం మతముత్తమమ్

(భగవద్గీత, అధ్యాయం 18)

ఈ కర్మలన్నిటినీ ఫలాసక్తులను త్యజించి అవశ్యమాచరింపవలెను. వాటిని ధర్మంగా భావించి చేయవలెను. కావున ఓపార్థా! అది నా నిశ్చితాభిప్రాయము.

పరిపాలన చేయటం ఒక కర్తవ్యం. దాన్ని అత్యంత మంచి తనంతో నెరవేర్చాలి. నాయకుడు లేదా పాలకుడు, తను నివసిస్తున్న సంఘాన్ని మెరుగుపరచటం కోసం తన సమయాన్ని నిస్వార్ధంగా అంకితం చేయాలి.

కౌటిల్యుడు రాసినట్టుగా

ప్రజా సుఖే సుఖమ్ రాజః ప్రజాహ్నామ్ చ హితే హితమ్
నాత్మప్రియమ్ హితమ్ రాజః ప్రజానామ్ తు ప్రియమ్ హితమ్

తన ప్రజల ఆనందంలోనే రాజు ఆనందం ఉంది, వాళ్ళ సంక్షేమంలోనే తన సంక్షేమం ఉంది. తనకి వ్యక్తిగతంగా ఏది తృప్తినిస్తుందో, దాన్ని మంచిదిగా పరిగణించకూడదు. తన ప్రజలకు ఏది ఆనందాన్నిస్తుందో దాన్ని అతను మంచిదిగా పరిగణించాలి.

కౌటిల్యుని అర్థశాస్త్రము విశిష్ఠమైన భారతీయ పాఠ్యగ్రంథము. ప్రస్తుత భారతదేశానికి కూడా దాన్ని అన్వయించవచ్చు. ఈ పుస్తకం మన తరానికి, అదీ 2400 ఏళ్ళ తర్వాత, కూడా నచ్చుతోందంటేనే కౌటిల్యుడు తన భవిష్యవాణిని నిరూపిస్తూ ఒకొక్క సిద్ధాంతాన్ని చాలా వివరంగా సాన పట్టాడని దాని అర్థం. రాజు తన రాజ్యాన్ని పాలించాలనీ, తన ప్రజల బాగోగులు చూడాలని, సంఘం యొక్క పరిపూర్ణ అభివృద్ధికి పాటుపడాలనీ కౌటిల్యుడు చెప్పాడు. అలాగే, నేడు ఒక సంస్థ యొక్క బోర్డ్ ఆఫ్ డైరెక్టర్లు షేర్ హోల్డర్స్ తరఫున పనిచేస్తూ సర్వకాల సర్వావస్థలందూ వాళ్ళకి మంచి జరిగేలా పరిరక్షిస్తారు. సంస్థ వ్యవహారాలను నడిపే బాధ్యత దాని ఉన్నతాధికారులమీద ఉన్నాకూడా, దాని బోర్డ్ ఆఫ్ డైరెక్టర్లు పనిని ఎప్పటికప్పుడు గమనించి అజమాయిషీ చేస్తారు. ఈ ఏజన్సీ థియరీ సిద్ధాంతాన్ని కౌటిల్యుని కాలానికి ముడిపెట్టవచ్చు.

అందువల్ల 21 వ శతాబ్దంలో నిలద్రొక్కుకోవటం, ప్రగతి పథంలోకి రావటం అన్నవి పటిష్టమైన కార్పరేట్ పాలనా వ్యవస్థలను సృష్టించటం మీద ఆధారపడి ఉంటాయి. కార్పరేట్ పాలనా వ్యవస్థలో మార్పులు కావాలని ఊపిన ఊపు అలాగే నిలవటంముఖ్యం. కౌటిల్యుడు మనకి అందజేసిన కార్పరేట్ పాలన సూత్రాలు, మనకీ తతంగంలో తోడ్పడవచ్చు. అవి భవిష్యత్తులో కలగబోయే అఘాతాలని ఆపలేకపోయినా, ఒక లోటుపాటు గండంగా మారకుండా చేయగలవు.

విషయసూచిక

1 కౌటిల్యుని అర్థ శాస్త్రము : ఒక విహంగవీక్షణము

మూడవ శతం క్రీ.పూ.లో జీవించాడు కౌటిల్యుడు. అతను భారతీయ చరిత్రలో అత్యంత ప్రభావితం చేసే వ్యక్తుల్లో ఒకరు. అతని పాఠ్యపుస్తకం **అర్థశాస్త్రము**, అందరూ చదివి తీరాల్సిన పుస్తకం. వాళ్ళు దేశనాయకులు కానీ, వ్యాపార వేత్తలు కానీ, విద్యావేత్తలు కానీ.

నిజానికి, కౌటిల్యుని **అర్థశాస్త్రము** భారతదేశంలోనే కాదు, ప్రపంచమంతటా అధ్యయనం చేయబడుతోంది, రాయబడిన 2400 ఏళ్ళ తర్వాత కూడా, దానిలో ఉన్న లోతైన సత్యాల కోసం, ప్రస్తుతానికి ఉన్న అన్వయం కోసం. **అర్థశాస్త్రము** యొక్క ప్రాముఖ్యత సరిగ్గా అర్థం చేసుకోవాలంటే, మనం కాలచక్రంలో వెనక్కి వెళ్ళి ప్రాచీన భారతీయ సంస్కృతిని అధ్యయనం చేయాలి ముందు. కౌటిల్యుడు మగధ సామ్రాజ్యానికి చెందినవాడు. ఇప్పుడు అది దక్షిణ బీహార్‌కి సరిపోలు తుంది. అప్పట్లో భారతదేశంలో మగధ రాజ్యం అత్యంత గొప్ప రాష్ట్రంగా ఉండేది. కౌటిల్యుడు (చాణక్య లేదా విష్ణుగుప్తుడు అన్న పేర్లతో కూడా పిలువబడు తుండేవాడు) ప్రపంచంలోని అత్యంత ప్రాచీన విశ్వవిద్యాలయమైన తక్షశిల విశ్వవిద్యాలయంలో చదివాడు. అక్కడ చదివిన అంశాలు రాజకీయ శాస్త్రము, రక్షణశాస్త్రము, శిల్పశాస్త్రము, వైద్యశాస్త్రము మొదలైనవి. అతను చంద్రగుప్త మౌర్యుని సామ్రాజ్యంలో చేరాడు, అతి తక్కువ కాలము అంతకు ముందున్న నంద రాజ్యంలో చేసాక. అతను **మహామాత్యుడుగా** పనిచేశాడు

మౌర్యసామ్రాజ్యంలో. నేటి ప్రధాన మంత్రి పదవికి సరి సమానమైనది అది. అందువల్ల రాజకీయ పరిపాలన లోను, రక్షణ అంశాలలోనూ ఆరితేరాడు. తద్వారా కౌటిల్యుడు తెలివైనమేధావిగా, నిర్భయఆలోచనాపరుడుగా, సమర్థవంతమైన ఆంతరంగికుడుగా, సూక్ష్మబుద్ధిగల రాజకీయ వేత్తగా అయ్యాడు.

తర్వాత, రాజకీయాల్లో పనిచేయటం మానేసి, పదికాలాలు నిలిచిపోయే **అర్థశాస్త్రము** రాయటం మొదలెట్టాడు. గొప్పమేధావి అవటంతో అందుబాటులో ఉన్న పుస్తకాలన్నీ చదివాడు - తత్త్వజ్ఞానము, మతము, రాజకీయశాస్త్రము, చతురత మొదలగు వాటి మీద. కాని, తనదైన శైలిలో స్వతంత్రంగా వివరణ, విశ్లేషణలనిస్తూ **అర్థశాస్త్రము**ని రూపుదిద్దాడు. ఈ దస్తావేజు, అర్థశాస్త్రం (ఎకనామిక్స్) మీద పుస్తకం కన్నా ఒక పెద్ద సంపుటిగా మారింది. కౌటిల్యుడు, రాజకీయ పరిపాలనని, రక్షణ అంశాలని కూడా పూర్తిగా వివరిస్తూ, ఒక సమగ్రమైన గ్రంథంగా తయారుచేసాడు. ఈ తతంగంలో, **ప్రజల మనుగడకి అర్థశాస్త్రం (ఎకనామిక్స్) అత్యంత ముఖ్యమైన అంశంగా** అతనికి అవగాహన అయింది. ఎందుకంటే అదే మానవ ఉనికికి, జీవితానికి మూలాధారం అయింది కాబట్టి.

కౌటిల్యుడు తన కాలానికి అనువైన అంశాల మీద దృష్టి కేంద్రీకరించాడు. అంటే వ్యవసాయం, పశువుల పెంపకం, వ్యాపారం. కాని, పరిపాలనలోని తక్కిన అంశాల మీద విశ్లేషిస్తున్నప్పుడు, కౌటిల్యుడు అర్థశాస్త్రం మీద గట్టి ప్రభావం చూపే అనేక కోణాలని కూడా చర్చించాడు. ఆ విధంగా, కౌటిల్యుడు ప్రజావిత్తం, పన్నులు, ప్రభుత్వ వ్యయం, పెట్టుబడులు, మంత్రులు, తక్కిన అధికారుల నియామకాలు, రాష్ట్ర పరిపాలనకి సంబంధించిన మరెన్నో అంశాలను వివరంగా విశ్లేషించాడు.

భారతదేశంలో పాఠకులను ఎక్కువగా ఆకట్టుకునే అంశం ప్రభుత్వ నిధులను **అక్రమంగా వినియోగిస్తున్న తీరుతెన్నులను వివరించిన తీరు**, అటువంటి దౌర్జన్యాలను ఎలా గమనించి అదుపులో పెట్టుకోవచ్చో వివరాలు. వ్యవసాయం విషయం దగ్గరకొచ్చేసరికి కౌటిల్యుడు పంటలు పండించటం, వ్యవసాయం

చేయటం, వ్యాపార లావాదేవీలు, ముఖ్యంగా పొలాల్లో పండిన దిగుబడుల విషయాలు, అతిసూక్ష్మంగా వర్ణించాడు. మొత్తం పుస్తకాన్ని చూస్తే, కౌటిల్యుడు 'ఆర్థికపరంగానూ,వ్యాపారపరంగానూ అత్యున్నతి' సాధించటానికి మార్గాలు పొందుపరచటానికి కృషి చేసినట్టు ఖచ్చితంగా చెప్పవచ్చు.

ఆర్థికపరమైన ఆలోచనా తీరు.

ఆర్థికపరమైన ఆలోచనా తీరుని కౌటిల్యుడు గొప్పగా వర్ణించిన తీరు ప్రభుత్వ విత్తం అంశాలలో చూడవచ్చు. ప్రభుత్వం విత్తాన్ని సరిగ్గా నిర్వహించాలన్న విషయానికి ఎక్కువ ప్రాముఖ్యత నిచ్చాడు. ఎందుకంటే యిటు మామూలు సమయాల్లోనూ, అటు యుద్ధం, కరువుకాటకాలు, తక్కిన దురవస్థలోనూ, ప్రభుత్వం యొక్క ఆర్థిక బలం కీలకపాత్ర వహిస్తుంది. కౌటిల్యుడు ఏడు రకాల రాబడులను పేర్కొన్నాడు, వాటిని నికర ఆదాయంగానూ (భూమీమ్మద, వ్యాపారం మీద వేసే పన్నులు), అదనపు ఆదాయంగానూ (వడ్డీలు, లాభాలు వంటివి) విభజించాడు. కాని, ఖర్చులని 15 భాగాలు కింద విభజించాడు. పన్నులు విధించేటప్పుడు, నిష్పక్షపాతం, సమభావం చూపించాలి పన్నుల విషయంలోనని ఉటంకించాడు. పన్ను చెల్లించేవారిలో అసంతృప్తి చోటు చేసుకోకూడదని నొక్కి వక్కాణించాడు. ఎందుకంటే ప్రజల బాగోగులే అతని మనసులో ప్రథమస్థానం వహించేవి. కౌటిల్యుని కాలంలో కూడా ఆ రాయితీలు, మినహాయింపుల పద్ధతి ఉన్నట్టే గోచరిస్తున్నది. అతను ఈ మినహాయింపులని జాగ్రత్తగా పరిశీలించి ప్రణాళికలు వేయాలని, వీటిని స్త్రీలకి, మైనర్లకి, విద్యార్థులకి, వికలాంగులకి, తదితరులకి ఏర్పరచాలని సూచించాడు.

ప్రభుత్వ విత్తం గురించి వివరించేటప్పుడు, కౌటిల్యుడు విశేషమైన ముందు చూపు చూపించాడు.సారవంతమైన ఆనకట్టలు, ట్యాంకులు, నీటి పారుదల మీద, గనుల మీద పెట్టుబడులు పెట్టే మార్గాలు సూచించాడు. అది ఈ రోజుకి కూడా ఎంత విలువైనదో తెలుస్తుంది, గత రెండు బడ్జెట్లలోనూ నీటి వనరులని

పరిరక్షించుకోవటం గురించిన చర్చలను గమనిస్తే. ఈ వనరులు నిస్సందేహంగా కౌటిల్యుని కాలంలో అత్యంత ప్రాముఖ్యత వహించాయి, ఆర్థిక పరంగా చూస్తే. ఇదే వాదనని కొనసాగించి, భారతదేశంలోని నేటి ఆర్థిక పరిస్థితికి పనికి వచ్చే ఉత్పాదక వనరుల పట్టికని సంపూర్ణంగా తయారు చేయాల్సిన అవసరం ఎంతో ఉంది. పెట్టుబడుల గురించి కౌటిల్యుని సూచనలు భారతదేశానికి అమోఘంగా సరిపోలుతాయి. ఈ విషయంలో ముఖ్యమైన పాఠాలెన్నో నేర్చుకోవచ్చు **అర్థశాస్త్రము** నుంచి.

వ్యవసాయ ఏలుబడి మీద కౌటిల్యుని వివరణ కూడా అంతే ముఖ్యమైన అంశం. ఏ ఆర్థిక వ్యవస్థకన్నా వ్యవసాయం మూలం అని నమ్మాడతను. మనుష్యులకు ఆహార దినుసులను యివ్వటమే కాక, వ్యవసాయం రాబడిని, ఉద్యోగాలను, రాష్ట్రానికి అవసరమైన సైన్యానికి ఆహారాన్ని ఇస్తుందని పేర్కొన్నాడు కౌటిల్యుడు. అందుకని భూమిని అతి ముఖ్యమైన ఆస్తిగా భావించాడు. వ్యవసాయం గురించీ, విత్తనాలను ఎన్నుకోవటం గురించీ, ముఖ్యంగా వాతావరణ సూచన, వర్షాలు గురించీ అతనికొక పరిపూర్ణ మైన పద్ధతి ఉంది. ఇది 2400 ఏళ్ళ క్రితం జరిగిందన్న సత్యం గ్రహిస్తే, వ్యవసాయ పద్ధతులకూ, దాని ఏలుబడులకూ అతను వైజ్ఞానిక పద్ధతులు ప్రతిపాదించాడు అన్న విషయం మెచ్చుకోదగ్గ అంశం.

కౌటిల్యుడు భూమిని దున్నే భూమిగానూ, బంజరు భూమిగానూ విభజించాడు. దున్నే భూమిని రైతులకు జీవితకాలానికి యిచ్చేసారు. రైతుల నుంచి శిస్తులు వసూలు చేసి తీరాలని కౌటిల్యుడు నొక్కివక్కాణించాడు. భారతదేశంలో, ప్రస్తుతం, వ్యవసాయం మీద వచ్చే రాబడికి శిస్తులు వసూలు చేయాలో లేదో తేల్చుకో లేకుండా ఉంది, ఆ సమస్యయింకా తెగలేదు. కౌటిల్యుడు తన నిర్ణయానికి ఒక తార్కిక సమర్థింపు యిచ్చాడు. అతను ధనవంతులైన రైతులకు హెచ్చు పన్నులు విధించాలని కూడా సూచించాడు. వ్యవసాయం మీద వివరాలను సేకరించాలని వాదించాడు కౌటిల్యుడు. ఎందుకంటే పన్నుల విధింపులకి, వసూళ్ళకి అవసరమైన సమాచారాన్ని ఇది అందిస్తుంది. భూమి పట్టాలు నమోదు

చేసే విధానంలో మెరుగైన పద్ధతులను సూచించాడు. నేటి వ్యవస్థలో మనం నొక్కివక్కాణించాల్సిన అంశాలలో ఇది మరొకటి. ఎందుకంటే చాలా రాష్ట్రాలలో భూమి పట్టాల నమోదులు సరిగా లేనేలేవు. భూమి పట్టాల నమోదులు సరిగ్గా లేకపోతే భూసంస్కరణలు చేయటం కుదరదు.

కౌటిల్యుడు నీటి పారుదల గురించి ప్రణాళిక వేయాలని కూడా సూచించాడు. కొంత భూమిని అవసరార్థం ఉంచాలనీ, అది ప్రభుత్వ బాధ్యత అనీ అన్నారు. సహాయం అవసరమైన కొందరు ప్రజలకి చేయూతనివ్వాలని గ్రహించిన కౌటిల్యుడు, కొన్ని తరగతుల ప్రజలకు పన్ను విధించని భూమిని కేటాయించాలని సూచించాడు.

ఆర్థిక వ్యవసాయం గురించి కౌటిల్యుడు చాలా వైజ్ఞానిక పరమైన, చాలా స్పష్టమైన పుస్తకాన్ని రచించాడు. మానవజాతి మనుగడకు, జీవనాధారానికి మూలమైన వ్యవసాయం గురించి మాట్లాడేటప్పుడు అతను చూపిన గొప్ప దూరదృష్టి, ముందుచూపు, దూరదృష్టి చూస్తే ఆశ్చర్యం వేస్తుంది.

వర్తకం, వాణిజ్యం

కౌటిల్యుని **అర్థశాస్త్రము** వర్తకం, వాణిజ్యాలను కూడా చర్చిస్తుంది. వర్తకం, వ్యవసాయపు దిగుబడులు కాని తక్కిన ఉత్పాదక వస్తువులు కాని, ఎక్కువగా ప్రభుత్వం అదుపులో ఉండేది. అతని కాలంలో వర్తక లావాదేవీలు సూపరింటెండెంట్ ఆఫ్ ట్రేడ్ అజమాయిషీలోనూ, అతని అదుపు ఆజ్ఞలలోనూ ఉండేవి. వర్తకం చేసే వస్తువుల ధరలను రాష్ట్ర ప్రభుత్వం నిర్ణయించేది, వాటి ఉత్పత్తికి అయిన ధరని లెక్కలోకి తసుకున్నాక. దేశీయ వస్తువులకు 5 % లాభానికి విదేశీయ వస్తువులకు 10 % లాభానికి అనువుగా నిర్ణయించేది. అతని పుస్తకంలో ఎగుమతి, దిగుమతులు అంటే విదేశాలతో కాదు, భారతదేశంలోని చుట్టుపక్కల రాష్ట్రాలు. అలాంటి విదేశీ వర్తక లావాదేవీలకు, కౌటిల్యుడు కొన్ని

పద్ధతులను విధించాడు, ధరలు నిర్ణయించే పద్ధతులతో పాటుగా.

కౌటిల్యుడు వర్తకానికి అవసరమైన **తూనికలు, కొలతలకు కూడా** తగినంత ప్రాముఖ్యతని యిచ్చాడు. ఆ రోజుల్లో అవి అంతటా సమానంగా ఉండేవి. లావాదేవీలకు వాడేది వెండి, రాగి నాణేలు అయినా, అవసరమున్నప్పుడల్లా వినిమయ పద్ధతి (బార్టర్ సిస్టమ్)ని పాటించేవారు. **వర్తక మార్గాలు సుగమం చేయాలని, సంరక్షించాలని** కూడా సూచించాడు కౌటిల్యుడు ఇవాళ మనం బ్రహ్మాండమైన నాలుగు రోడ్ల రహదారి యొక్క ప్రాముఖ్యత గురించి మాట్లాడుకుంటున్నాం. వర్తక, వాణిజ్య విషయాలను నిర్ణయించేటప్పుడు **వర్తకుల, కొనుగోలుదారుల, పరిపాలించే రాష్ట్రాల యిష్టాలను** దృష్టిలో ఉంచుకోవాలని కౌటిల్యుడు నొక్కివక్కాణించాడన్న విషయం మర్చిపోకూడదు. అతని బోధనలన్నిటిలో ప్రభుత్వ క్షేమం ప్రధానంగా చోటుచేసుకుంది. ఇది గమనించాల్సిన విషయం. ఎందుకంటే వాట్ (VAT) ని ప్రతిపాదించటానికి అనేక అంశాలను సమతుల్యం చేయాల్సిరావటం నేడు పెద్ద సమస్యగా మారింది.

కౌటిల్యుని **అర్థశాస్త్రములో** మనకి పరిశ్రమలు, గనులు, ఉత్పాదకాలు గురించి కూడా కనిపిస్తాయి. కాకపోతే ఆధునిక పరిశ్రమల గురించికాదు, ఆ రోజుల్లో ఉన్న పరిశ్రమల గురించి ఉంది. వస్త్ర పరిశ్రమ గురించి పేర్కొనటం జరిగింది. అది ఉన్ని, నూలు, నార వస్త్రాలను తయారు చేసేది. ఆ రోజుల్లో రథాలను వాడేవారు. అందువల్ల కౌటిల్యుని కాలంలో పరిశ్రమలు ఉండేవనీ, అటువంటి వస్తువులు తయారు చేసేవారనీ తెలుస్తుంది.

ప్రభుత్వ నిధులని గనులలో పెట్టుబడులు పెట్టటమే కాకుండా, **వదిలేసిన గనులను తిరగతోడటానికీ, బాగు చేయటానికీ** మార్గాలను సూచించాడు కౌటిల్యుడు. ఆశ్చర్యకరంగా కౌటిల్యుని కాలంలో కూడా వెండి బంగారాలకు అత్యంత ఆదరణ ఉండేది. అదికాక, రాగి, ఇత్తడి, ఇనుము లోహాలకి కూడా గనులను తవ్వేవారు. ఆ రోజుల్లో రక్షణ ఆయుధాలను, నాణేలను, వ్యవసాయపు

పనిముట్లని తయారు చేసేవారు. గనులు తవ్వటంలోనూ, ఉత్పాదకతలోనూ పూర్తిగా ప్రభుత్వానికే పూర్తి అధికారము (మొనాపలీ) ఉండేది. ఈ రంగాలలో ప్రైవేటు వాళ్ళు లేనేలేరు, ప్రభుత్వానికే కోశాగారం మీద, రక్షణ వ్యవహారాల మీద శాసించే అధికారం ఉండటం వల్ల తదనుబంధమైన పరిశ్రమల కార్యకలాపాల మీద కూడా పూర్తి అధికారం ఉండేది.

శ్రామిక విధానాలు, మానవ వనరుల అభివృద్ధి పద్ధతులు

కౌటిల్యుడు శ్రామిక విధానాల గురించి, మానవ వనరుల అభివృద్ధి (హెచ్ ఆర్ డి) విషయాల గురించి వివరంగా చర్చించాడు. కాకపోతే ఇవి ప్రభుత్వానికి సంబంధించినవి. మంత్రుల, కార్యదర్శికుల, తక్కిన అధికారుల నియామకాల విషయంలో ప్రభుత్వం పాటించాల్సిన పద్ధతుల గురించి ఉంది. అదికాక, పరీక్షలు నడపటానికి, వేతనం నిర్ణయించటానికి, విధులను మార్చటానికి, పదోన్నతి యివ్వటానికి అవసరమైన పద్ధతులు వివరంగా యివ్వబడ్డాయి. ఈ మార్గదర్శకాలు సూచించేటప్పుడు, శ్రామికశక్తితో వ్యవహరించేటప్పుడు న్యాయంగా చేయాలి, కాని గట్టిగానే ఉండాలని అన్నాడు కౌటిల్యుడు. కౌటిల్యుని అర్థశాస్త్రంలో హెచ్‌ఆర్‌డీ అన్న సిద్ధాంతాన్ని ప్రత్యేకంగా పేర్కొనకపోయినా, ఈ మార్గదర్శకాలన్నిటినీ చూస్తే కౌటిల్యుడు వివరంగా 'హ్యూమన్ రిసోర్స్ డెవలప్‌మెంట్'ను ప్రతిపాదించుతున్నట్టు తోస్తున్నది. అతను ప్రభుత్వ సంక్షేమాన్ని నమ్మాడు. అతను సూచించిన శ్రామిక విధానాలు, పరిపాలనా పద్ధతులు దీనికి అనుగుణంగా ఉన్నాయి.

మంత్రులు, కార్యదర్శకులు, అంతఃపుర కాపలాదారులు, ఎకౌంటెంట్లు, అధికారులు, గూఢచారులు, రాజప్రతినిధుల ఎంపికల పద్ధతి గురించి చాలా వివరంగా రాసాడు కౌటిల్యుడు. అవసరమైన సాంకేతిక సామర్థ్యం, పరిజ్ఞానంతోపాటు, వాళ్ళకి ఉత్సాహం, తెలివితేటలు, నమ్రప్రవర్తన, విశ్వాసంలాంటి లక్షణాలు కూడా ఉండాలనీ, వాటిని పరిపూర్ణంగా పరీక్షించాలనీ

కౌటిల్యుడు నిర్దేశించాడు. వేతనాల నియమానికి కూడా కౌటిల్యుడు కొన్ని పద్ధతులను సూచించాడు. ఉన్నతమైన లక్షణాలున్న అధికారులను గుర్తించటానికి వీలుగా జీతంలో హెచ్చుతగ్గులు ఉండి తీరాలన్నాడు. అంతేకాదు, ప్రభుత్వ అధికారుల ధర్మాలు, బాధ్యతలు ఏమిటో, ఎలా నిర్ణయించాలో, ధర్మాన్ని అతిక్రమిస్తే ఏ జరిమానాలు విధించాలో కూడా వివరించాడు.

విభిన్న కార్యకర్తలకి జ్ఞానం పెంపొందించుకోవటం, శిక్షణ పొందటం కూడా అవసరమేనని గ్రహించాడు కౌటిల్యుడు. రాజుకి, తదనంతరం సింహాసనాన్ని అధిష్టించే వారసుడికి పరిపాలన, రక్షణకి సంబంధించిన విషయాల్లో శిక్షణనిచ్చి, అవగాహన పెంచటానికి వివరంగా సూచనలిచ్చాడు అతను.

భారతదేశంలో హెచ్‌ఆర్‌డికి ప్రాముఖ్యత పెరిగింది. ప్రపంచీకరణ మీద దృష్టి నిలపటంతోపాటు, కొత్త ఆర్థిక వ్యవస్థ హెచ్‌ఆర్‌డి పద్ధతిని మలచుకోవటం తప్పనిసరిగా చేసింది. భారతదేశంలో నేడు రాజ్యమేలుతున్న ఆర్థిక పరిస్థితులలో మానవ వనరుల అభివృద్ధిని ఎలా తేలిగ్గా వ్యవహరించవచ్చో నేర్చుకోవటానికి కౌటిల్యుని అర్థశాస్త్రం నుంచి పాఠాలను గైకొనవచ్చు.

పరిపాలన

కౌటిల్యుడు వివరించిన పద్ధతిలో పరిపాలనా దక్షతని అర్థం చేసుకోవాల్సిన అవసరం చివరికి ఎంతైనా ఉంది. అతను రాసినప్పుడు రాజులు రాజ్యమేలుతున్నారు. అందుకని అతను సూచించిన సూత్రాలు అలాంటి రాజ్యాన్ని దృష్టిలో పెట్టుకుని రాసినవి. ప్రభుత్వం యొక్క సీయీవో రాజు. కౌటిల్యుడు రాజు ధర్మాలను, అతని వ్యక్తిగత వివరాలను, రాజ్యానికి సంబంధించిన విషయాల్లో అతని ఉన్నత అధికారాన్ని చాలా విపులంగా యిచ్చాడు. కౌటిల్యుడు ఒక విపులమైన దినచర్యని, ఏడు భాగాలుగా విభజించి, తెల్లవారుజాము నుంచి, రాత్రి దాకా, సూచించాడు. దానివల్ల రాజు యొక్క సమయాన్ని సమర్థవంతంగా,

ప్రతిభావంతమైన పరిపాలన మీద వెచ్చించవచ్చు. కౌటిల్యుని దృష్టిలో, రాజుకి తత్త్వజ్ఞానము, శాస్త్రాలు, రాజకీయాలలో నైతిక ధర్మం, రాజనీతి, ఆర్థిక వ్యవహారం గురించిన పరిజ్ఞానం ఉండాలి.

మంచి పరిపాలన దక్షత విషయానికొస్తే, రాజు శాంతిభద్రతలను నెలకొల్పాలని కౌటిల్యుడు విశ్లేషించాడు. రాజుదే అంతిమ బాధ్యత అనీ, అతను న్యాయానికి ప్రతీకగా నిలవాలనీ అన్నాడు. చట్టానికి సంబంధించిన అంశాలను సివిల్ కేసులని, క్రిమినల్ కేసులనీ విభజించటం, కౌటిల్యుని **అర్థశాస్త్రములో** కనిపిస్తాయి ఆధారాలు కేసు విచారణ, సాక్ష్యాలను బట్టి న్యాయాన్ని ఎలా పాటించాలో వివరంగా సూచనలిచ్చాడు. '**దండనీతి**'ని కౌటిల్యుడు గట్టిగా నమ్మాడు, విధించే జరిమానాలు చేసిన తప్పుకు అనుగుణంగా న్యాయంగానూ, సరిగ్గానూ ఉండాలని చెప్పాడు.

ప్రభుత్వ రాజకీయ పరిపాలన విషయం దగ్గరికి వచ్చేసరికి, కౌటిల్యుడు ఒక పూర్తిస్థాయి భాష్యం చెప్పాడు, ఇది ఎలా సమర్థవంతంగా చేయాలో. రాజ్య సరిహద్దుల భద్రతకి, కోటల సంరక్షణకి సూచనలిచ్చి, శత్రుసైన్యం దండెత్తితే దాన్నెలా ఎదుర్కోవాలో సూచించాడు. రాజకుమారుడు, మంత్రులు, తక్కిన అధికారులు పాటించాల్సిన రోజువారీ విధులను వివరించాడు కౌటిల్యుడు. రాజ్యాన్ని విస్తరించి, స్థిరపడటానికి కూడా ప్రాముఖ్యత నిచ్చాడు. కౌటిల్యుడు మౌర్యసామ్రాజ్యాన్ని ఏక కేంద్రం కింద, ఒక్క తాటి మీద నడిపించటానికి పాటుపడి, దాన్ని సాధించటంలో కృతకృత్యుడవటం వల్ల ఈ పనులు ఎలా సాధించవచ్చో ఖచ్చితంగా తెలుసుకున్నాడు. కౌటిల్యుడు అంతిమ లక్ష్యంకి ప్రాముఖ్యత నివ్వటం వల్ల, దాన్ని సాధించే మార్గాన్ని ఆట్టే పట్టించుకునేవాడు కాదు. తన వ్యక్తిగత జీవితంలో నైతిక విలువలకు విలువ నిచ్చాడు. కాని రాజ్యానికి సంబంధించిన లక్ష్యాలను సాధించటానికి మార్గాలు న్యాయమైనా, అన్యాయమైనా, సూచించేటప్పుడు నిర్మొహమాటంగా ఉన్నాడు. నిజానికి ఎందరో మేధావులు అతన్ని ఈ విషయంలో విమర్శించారు.

కౌటిల్యుడు సూచించిన పరిపాలనా దక్షత విషయంలో ఇంకో ముఖ్యఅంశం -**ప్రభుత్వ నిధులని దుర్వినియోగం చేయటం**, నిధులని అపహరించటంలోనూ, తక్కిన అవినీతి పనులను చేయటంలోనూ పాటించే అక్రమ పద్ధతుల గురించి సమగ్రంగా ఒక పట్టిక తయారు చేసాడు అతను. ఈ అవినీతి చర్యలను అరికట్టటానికి ఏఏ చర్యలు తీసుకోవాలో వివరించాడు. బహుశ యిది, మన భారతదేశపు అధినేతలు నేర్చుకోవాల్సిన ముఖ్యమైన పాఠాల్లో ఒకటి. నేడు భారతదేశం ఎదుర్కొంటున్న అత్యవసర పని, సవాలు - అక్రమ పద్ధతులను గుర్తించి, వాటిని అరికట్టటానికి అమలు పరుచు యంత్రాంగం తీవ్రమైన కఠిన చర్యలను తీసికొని జరిమానాలను విధించటం. కౌటిల్యుని **అర్థశాస్త్ర**ముని ప్రత్యేకంగా ఈ కోణంలోంచి అధ్యయనం చేస్తే లబ్ధిపొందుతుంది.

కౌటిల్యుని అర్థశాస్త్రము యొక్క అన్వయం

కౌటిల్యుని అర్థశాస్త్రముని లోతుగా అర్థం చేసుకుంటే, అది ప్రస్తుత పరిస్థితులకు కూడా ముఖ్యమైన పాఠాలని అందిస్తుంది. కౌటిల్యుని రోజుల్లో కాలమాన పరిస్థితులు పూర్తిగా విభిన్నంగా ఉన్నా కూడా, అతని బోధనలకి ప్రపంచ వ్యాప్త విలువ ఉంది. అతను ఆర్థిక సంపదకి మార్గం వేస్తున్నాడు. వ్యాపార దక్షత ద్వారానూ, సూక్ష్మబుద్ధితో రాజనీతి చూపటం ద్వారానూ ఎట్టి పరిస్థితుల్లో కూడా ఆర్థిక ఉన్నతి పొందవచ్చంటాడు. ప్రభుత్వ సంక్షేమం పెంపొందించాలంటే సంపద పెంపొందించి తీరాలని గ్రహించాడు కౌటిల్యుడు. ప్రభుత్వ సంపదని సృష్టించి, భద్రపరిచి, వినియోగించటానికి అనువైన సూత్రాలనెన్నో పేర్కొని, సూచించాడు.

ప్రభుత్వ నిధులు, కోశాగారం లాభదాయకమైన పెట్టుబడులు, వ్యవసాయం, పశుపోషణ, వ్యాపార వాణిజ్య రంగాల గురించి కౌటిల్యుడు ప్రత్యేకం యిచ్చిన విశ్లేషణ ప్రస్తుత పరిస్థితులకు ఎంతో దోహదకారిగానూ, అనువుగానూ ఉంటుంది. కాకపోతే ఈ కిటుకులను నేడు ఉన్న రాజకీయ, సాంఘిక పరిస్థితుల

దృష్ట్యా, అందుబాటులో ఉన్న గొప్ప సాంకేతిక పరికరాల దృష్ట్యా మనకి వీలుగా మలుచుకోవాలి. ఈ ప్రత్యేకమైన అంశాలని పక్కన పెడితే, కౌటిల్యుని అర్థశాస్త్రముని, పరిపాలన దక్షతకి అత్యంత స్వచ్ఛమైన రూపంగా భావించవచ్చు.

పరిపాలనా దక్షతకి యిచ్చిన సూత్రాలతోపాటు, కౌటిల్యుడు శాంతిభద్రతలు నెలకొల్పటానికి పద్ధతులను యిచ్చాడు. సూత్రాలను అమలులో పెట్టటానికి అతను యిచ్చిన కిటుకులని, అతని బోధనలని సర్వకాల, సర్వావస్థలందూ వాడే స్థాయినిచ్చాయి. పరిపాలనా దక్షతలో అతను చూపించిన వాస్తవ దృక్పథాన్ని పరిశోధకులే కాక రాజకీయ నేతలు, అధికారులూ నేర్చుకోవాలి.

అర్థశాస్త్రము, శతాబ్దాలుగా నిలిచిపోయిన మరికొన్ని అలాంటి ఉద్గ్రంథాలతో, భారతదేశం ఒక జ్ఞానఖనిగా నిలిచిపోయింది. నేటి ఆర్థిక రంగానికి చెందిన అధికారులు, ఆర్థిక శాస్త్రంలో ఉన్న అనేక రంగాల్లో కౌటిల్యుడి బోధనలను నేటి కాలమాన పరిస్థితులకు అనుగుణంగా మలిచి వాడితే, ఎంతో మేలు పొందుతారు.

ఆర్థిక, వ్యాపార వ్యవహారాలల్లో ప్రతిభ సాధించటం మీద కౌటిల్యుడు యిచ్చిన ప్రాముఖ్యత నేటి ప్రపంచీకరణ పరిస్థితులకి ఎంతో అనుగుణంగా ఉంది.

2 ఆర్థికశాస్త్రవేత్తగా కౌటిల్యుడు

కౌటిల్యుని అర్థశాస్త్రములో, అర్థశాస్త్రానికి సంబంధించిన ఎన్నో సిద్ధాంతాలు, భావాలు మన ఆధునిక అర్థశాస్త్రానికి పోలికలున్నాయి. ఎన్నోచోట్ల కౌటిల్యుని అర్థశాస్త్రానికి చెందిన సిద్ధాంతాలు అంతర్లీనంగా ఉంటాయే తప్ప, కొట్టొచ్చినట్టు కనబడవు, దానిక్కారణం మనం అర్థం చేసుకోగలము. నేడు భావిస్తున్నట్లు అతను దాన్ని అర్థశాస్త్రం గురించి రాయలేదు. అర్థశాస్త్రములో వెలిబుచ్చిన అర్థశాస్త్రానికి సంబంధించిన సిద్ధాంతాలు, ఆధునిక ఆర్థికశాస్త్రవేత్తకి ఏమీ కొత్త కాదు, కాని ఈ ఆలోచనలని ఎప్పుడో 2400 ఏళ్ళ కిందటే కౌటిల్యుడు వెలిబుచ్చటం చూస్తే ఆశ్చర్యం వేస్తుంది. అప్పటి నుంచి అవే భావాలని తిరగదోడి, తిరగరాస్తున్నారు తర్వాత వచ్చిన వాళ్ళు.

బహుశ కౌటిల్యుడిని 'భారతదేశంలో అర్థశాస్త్ర పితామహా!' అని అభివర్ణించ వచ్చేమో! దేశంలో వ్యాపార లావాదేవీల మీద అతని ఆలోచనలు చదవటం తటస్థిస్తే, ధరని నిర్ణయించటంలో డిమాండ్‌కి, సప్లైకి మధ్యనున్న అవినాభావ సంబంధం అతనికి బాగా అర్థమైనట్లు తెలుస్తుంది. అతను ఎంత డిమాండ్ ఉంటే, ఎంత సరఫరా చేయవచ్చు అన్నది కూడా రాసాడు. అతని ఆలోచనల ప్రకారం, ఒకరాజు ఒక వస్తువు ధరని దానికున్న సరఫరా, డిమాండ్‌ల గురించి ఏమీ తెలుసుకోకుండా నిర్హేతుకంగా నిర్ణయించకూడదు. ఇవాళ కూడా, సాంఘిక పరిస్థితుల దృష్ట్యా, కొన్ని వస్తువుల ధరలని నిర్హేతుకంగా నిర్ణయిస్తున్నారు. దాని

వల్ల దాని ఫలితం ఇంకోచోట ఎక్కువగా, సాధారణంగా కోశాగారం మీద కనిపిస్తుంది. ఉదాహరణకి, కిరోసిన్ ధరకి సాంఘిక కారణాల వల్ల రాయితీలిచ్చారు, అది చవగ్గా వస్తుంది కాబట్టి. ఈ రాయితీని ప్రభుత్వం, ప్రభుత్వ ఇంధన సంస్థలు భరిస్తాయి. కాని, దాన్ని డీజిల్ బదులుగా తప్పుగా వాడుతున్నారు. అది పర్యావరణాన్ని కలుషితం చేస్తోంది.

కౌటిల్యుడు 'సరసమైనధర' అన్న సిద్ధాంతాన్ని చాటి చెప్పాడు. 'సరసమైనధర' అంటే న్యాయమైన ధరని వ్యాపారవేత్తలకి ప్రోత్సాహకరంగా ఉంచటం కోసం ఏర్పరచారు. వాళ్ళ లావాదేవీల్లో ఐదు నుంచి పది శాతం లాభాలు వచ్చేటట్టు చూసుకుని నిర్ణయించవచ్చు ధరని. ప్రభుత్వ సంస్థలు, ప్రైవేటు సంస్థలతో పోటీపడటం వల్ల, వాళ్ళ మధ్య ఘర్షణ స్పష్టంగా తెలుస్తూనే ఉంది. కౌటిల్యుడు ధరల్లో కొంత సమానత్వం ఉండాలని సూచించాడు. అలా చేస్తే ప్రైవేటు సంస్థలకి ఉక్కిరి బిక్కిరి అవకుండా ఉంటుంది. పైనుంచి ఒక నిర్హేతుకమైన ధరని నిర్ణయించకూడదనీ, ఉత్పాదకతకి అయిన ఖర్చుని, సరఫరా డిమాండ్ మధ్య నిష్పత్తిని, కొంత మేరకు లాభం వచ్చే మార్గాన్ని, వగైరాలని దృష్టిలో పెట్టుకోవాలని సూచించాడు అతను. ఎప్పుడైనా ఏదైనా వస్తువు అతిగా ఉంటే, ప్రభుత్వం (ప్రభుత్వ అధికారి పన్యధక్షుడు) కలగజేసుకుని, ఆ వస్తువు అమ్మకాన్ని దేశవ్యాప్తంగా సాగేటట్టు చేస్తే, అప్పుడు ధర పడిపోదు అంటే దాని అర్థం మొత్తం సరఫరాని ప్రభుత్వం కొనుక్కుని, ఒక నిర్ణీత ధరకి ప్రభుత్వ ఏజెంట్ల ద్వారా అమ్మకాలు సాగించాలి.

కూలంకుషంగా చూస్తే, ఈ గ్రంథం ప్రభుత్వ ఇష్టాఇష్టాలకి, వర్తకులు-వినియోగదారుల మధ్య సరియైన అవగాహన పెంపొందించటానికి ప్రయత్నించినట్టు కనిపిస్తుంది. కాని తరచు, వినియోగదారులకే అధిక ప్రాముఖ్యత నిచ్చాడు. పన్యధక్షుడు అనేక వస్తువుల ధరలని నిర్ణయించటంలో ఆరితేరి ఉండాలి. అదీగాక ఆ వస్తువుల డిమాండ్, సప్లై పరిస్థితులను ఎప్పటికప్పుడు తెలుసుకుంటూ ఉండాలి. ఎక్కడైనా వినియోగదారులు, వర్తకుల

సంఘాలూ కుమ్మక్కయినట్టు తెలిసిందో, వాళ్ళకి భారీగా జరిమానా విధించేవాళ్ళు.

విదేశీ వర్తకం

వరల్డ్ ట్రేడ్ ఆర్గనైజేషన్ వెలుగు చూడకముందే, ఎప్పుడోనే కౌటిల్యుడు విదేశీ వర్తకం యొక్క లాభాలని అర్థం చేసుకుని దాన్ని గట్టిగా ప్రోత్సహించాడు. నిజానికి, నిపుణులు విదేశాలకు వెళ్ళి ఏ వస్తువులను లాభదాయకంగా ఎగుమతి, దిగుమతులు చేసుకోవచ్చో కనుక్కొని వస్తే బాగుంటుందని సూచించాడు. అతను దిగుమతులను ప్రోత్సహించినా, కేవలం వ్యాపారం ఒక్కవైపుకే పరిమితం కాకూడదని గ్రహించాడు; అందుకని, దీర్ఘకాలిక సంబంధాలు నెలకొల్పటానికి ఎగుమతి, దిగుమతుల మధ్య సమతుల్యత ఉండాలని సూచించాడు.

తన తర్వాత వచ్చిన వ్యాపారవేత్తలు చూపించిన భయాలేమీ అతను చూపించలేదు విదేశీ వర్తకం విషయంలో. ఒక విజయవంతమైన వర్తక ఒప్పందం కుదుర్చుకునే ముందు, అందులో భాగమైన అన్ని దేశాలకూ అది లాభదాయకంగా ఉండాలని సూచించాడు . ఇప్పటి దేశ, విదేశాల మధ్య ఒప్పందంలో కూడా ఇదే ఉద్దేశం ఉంటుందనటంలో ఏమాత్రం సందేహం లేదు. దానిలో ధర సమంజసంగా ఉండాలి, లాభం ఆశాజనకంగా ఉండాలి. అందుకే, విదేశీ వర్తకాన్ని ప్రోత్సహించటంలోని ముఖ్య ఉద్దేశాలు- వస్తువును ఎక్కువగా వినియోగించటం, లాభం పొందటం. కాని అంతర్జాతీయ వ్యాపారాన్ని కట్టుదిట్టం చేసారు. దేన్నిపడితే దాన్ని ఎగుమతిగాని, దిగుమతిగాని చేసేయకూడదు. వర్తక లావాదేవీలన్నిటి గురించీ కౌటిల్యుడు సాధారణ నియమాలు, ప్రత్యేక నియమాలు అన్నీ వివరించాడు. అవి చూడటానికి చాలా క్లిష్టంగానూ ఆశ్చర్యకరంగానూ, ఆధునికంగానూ కూడా ఉన్నాయి.

వర్తక విధానం

'మార్కెట్ ఆక్సెస్' తెలుసుకుని, విశ్లేషించాల్సిన బాధ్యత ప్రభుత్వానికి ఖచ్చితంగా ఉంది. విదేశీ వ్యాపారాలు నడపటం అంటే ధరల విశ్లేషణ, డిమాండ్ చూడటం, పన్నులపట్టీ, రవాణా ఖర్చులు, మార్కెట్ సమాచారం - ఇవన్నీ సేకరించటంలో ప్రభుత్వం పాత్రని కౌటిల్యుడు ఊహించినది, నేడు అనేక దేశాల్లో ఆధునిక వ్యాపార సంస్థలు నడుపుతున్న దానికి ఎంతో దగ్గరి పోలిక కలిగి ఉంది.

'దేశీయ దిగుబడుల విలువను తెలుసుకున్నాక, సూపరింటెండెంటు వస్తుమార్పిడి పద్ధతి (బార్టర్ సిస్టమ్)లో తీసుకోబోయే విదేశీయ దిగుబడుల విలువతో దాన్ని పోల్చి, శుల్కం (టోల్), వర్తని (రోడ్‌సెస్), అతివాహిక (కన్వేయన్స్ సెస్), గుల్మదేయ(సైనిక శిబిరాలలో చెల్లించవలసిన పన్నులు), తారదేయ (ఫెర్రీ ఖర్చులు), భక్త (వ్యాపారికి అతని అనుయాయులకు డబ్బులు), భాగం (విదేశీ రాజుకి చెల్లించే కొంత సరుకు) లాంటి ఖర్చులు చెల్లించాక (విదేశీ రాజుకి), లాభం పొందటానికి ఏమైనా మిగులుతుందా లేదా అని చూడాలి (లెఖ్ఖలు వేసి)'.

కౌటిల్యుని దృష్టిలో, **వార్తాసేకరణ, ముందుగా వెళ్ళి చూడటం మొదట చేయాలి,** వ్యాపారం చేసేముందు, 'నది ఒడ్డున ఉన్న వాణిజ్య దేశాల్లో సమాచారం సేకరించాక, అతను (అధికారి) తన వస్తువులను లాభాలు చేకూర్చే మార్కెట్లకి పంపి, నష్టం కలిగించే వాటికి పంపడు.'

అపాయము, అనిశ్చయము

అపాయము, అనిశ్చయముల స్థాయిని బట్టి లాభాలు, వడ్డీల స్థాయి ఉండాలని కౌటిల్యుడు చెప్పాడు. అపాయము, అనిశ్చయము ఎక్కువ ఉన్నచోట, ఎక్కువ లాభాలు, లేదా వడ్డీలు వచ్చేటట్టు దాన్ని సరిపెట్టాలి. ఉదాహరణకి, దిగుమతుల మీద వచ్చే లాభాలు, దేశీయ లాభాలకి రెట్టింపు ఉండాలని సూచించాడు.

దానిలో కూడి ఉన్న అపాయాన్ని ముఖ్యమైన కారణంగా తీసుకోవాలి, 10 % లాభాలు దిగుమతులకి ఒప్పుకుని, 5 % మాత్రమే స్వదేశీ వస్తువులకి ఒప్పుకోవటానికి. ఇది ఎందుకంటే, దిగుమతులు చేసినప్పుడు ఎంతో ఎక్కువ పెట్టుబడి ఇరుక్కుపోవటమే కాక, రవాణా చేసేటప్పుడు ఆ వస్తువులు దొంగలబారిన పడే ప్రమాదం కూడా ఉంది.

అపాయాన్ని, ఫలితాన్ని చాలా ముందే అర్థం చేసుకున్న కౌటిల్యుడు, వడ్డీ ధరల పద్ధతులు, సరియైన వడ్డీ ధరలు, రుణాలు తీర్చటానికి వేసే పథకాలు అన్నీ చాలా వివరంగా విశ్లేషించాడు. కౌటిల్యుడు వివిధ, తరగతులకి చెందిన వ్యక్తులకు వివిధ వడ్డీ ధరలు నిర్ణయించాడు. అతను ఇలా చెప్పాడు: 'ఐదు పణాలు ఒక నెలకి, ఒక వందకి వాణిజ్య వడ్డీకి (వ్యవహారిక); పది పణాలు ఒక నెలకి, ఒక వందకి అడవులకి; ఇరవై పణాలు ఒక నెలకి, ఒక వందకి సముద్ర వర్తకులకి (సముద్రానాం)', స్పష్టంగా చూపిస్తున్నాడు అపాయం స్థాయి పెరిగిన కొద్దీ, వడ్డీ పెరుగుతూ రావాలని. ఎందుకంటే అపాయం ఎక్కువగా ఉంది. కౌటిల్యుడు ప్రభుత్వం వాణిజ్యరంగాల మీద ఒక కన్నేసి ఉంచాలని నమ్ముతాడు. ఎందుకంటే అవి ప్రభుత్వం యొక్క మొత్తం బాగోగులని ప్రభావితం చేస్తుంది. 'ఋణాలిచ్చే వాళ్ళ మధ్య, తీసుకునే వాళ్ళ మధ్య లావాదేవీల మీద రాజ్య క్షేమం ఆధారపడి ఉండటం చేత, దాన్ని ఎప్పుడూ జాగ్రత్తగా పరీక్షిస్తుండాలి'. ఇది ఇప్పటి వాణిజ్యరంగం (సెంట్రల్ బ్యాంకులు, సెక్యూరిటీలు, ఎక్సేంజ్ బోర్డులు వగైరా)తో జరిగే కార్యకలాపాలని అజమాయిషీ చేసే 'కాపలాదారులు'కి దగ్గరగా ఉంది. వాళ్ళు వీటిని చట్టపరంగా ఉండా లేదా, భద్రత ఉందా లేదా చూస్తారు, వ్యాపారరంగం పటిష్టంగా ఉండటానికి.

అరిస్టాటిల్ ఋణాల మీద వడ్డీలు వసూలు చేయటం అన్యాయమన్నాడు కాని, కౌటిల్యుడు వడ్డీ ధరలకు ఒక పట్టీ తయారు చేసాడు, తీసుకున్న ఋణాన్నిబట్టి, వడ్డీ ధరలని నిర్ణయించే అంశాలని బట్టి, వడ్డీలను వేసే పద్ధతులని బట్టీ, ఋణదాతలు వడ్డీని తీసుకోనక్ఖర లేని సందర్భాలను బట్టి. అతని కాలంలో వడ్డీ ధరలు నెలకి 1.25 నుండి 2 శాతం వరకూ మారుతూ ఉండేవి, ప్రాథమికంగా,

రెండు కారణాల వల్ల - అందులో పొంచి ఉన్న అపాయం, తీసుకున్న డబ్బు తీసుకురాగల లాభం. వ్యక్తిగత అవసరాలకి అంటే పెళ్ళి ఖర్చులకి తీసుకున్న ఋణం మీద వడ్డీ ధర రేఖలో అట్టడుగున ఉండేది, అంటే నెలకి 1.25 శాతం. వర్తకానికి ఎక్కువ ధర ఉండేది. దేశీయ వర్తకాని నెలకి ఐదు శాతం ఉంటే, అడవుల్లోని వస్తువులకు రెట్టింపు ధర ఉండేది. అడవుల్లోకి వెళ్ళే వ్యాపారులకు దొంగల నుంచి, క్రూర జంతువుల నుంచి ఎప్పుడూ ప్రమాదం పొంచి ఉంటూనే ఉంటుంది; పైపెచ్చు, అడవుల్లోని వస్తువులతో వ్యాపారంలో లాభం కూడా ఎక్కువే ఉంటుంది. సముద్రం మీద వ్యాపారం చేసే వాళ్ళకి అందరికన్నా ఎక్కువ. వాళ్ళకి నెలకి 20 %. వాళ్ళ వ్యాపారం ఎంత ప్రమాదభూయిష్టమో అంత లాభదాయకం కూడా. అలాంటి ధరలు వింటే నేటి వాణిజ్య బ్యాంకులు నోరూర్చుకుంటాయి!

అలాగే కొంతమంది కలిసి ఉమ్మడిగా తీసుకునే ఋణాల మీద వడ్డీ ధర పెచ్చుగానే ఉండేది, ఒక్క వ్యక్తి విడిగా తీసుకున్న దానికన్నా. ఉమ్మడిగా తీసుకుంటే వడ్డీ భారం అందరి మీదా పడుతుంది. కాని ఏ ఒక్కరి మీదా భారం మోపదు కదా అని అప్పటి భావన. పైపెచ్చు, ఎక్కువ వడ్డీ కట్టే మెరుగైన పరిస్థితిలోనే ఉండేది కూడా. ఎందుకంటే అది ఎక్కువ లాభాన్ని తెచ్చి పెట్టే, అంటే విదేశీ వర్తకాల లాంటి, పెద్ద ప్రాజెక్టులనే చేసేది. ప్రభుత్వం వప్పుకోని వడ్డీ ధరని ఋణదాతలు విధించటానికి వీలులేదు.

అదీకాక, కొంతమంది, డబ్బు కట్టలేని పరిస్థితి (అనారోగ్యం, దివాలా తీయటం)లో ఉన్నా, లేదా వాళ్ళు చేసే పనిని బట్టీ (విద్యార్థి) వాళ్ళని వడ్డీ కట్టనఖ్ఖర లేకుండా వదిలేస్తారు. కాని ఈ ప్రత్యేకాధికారాన్ని ఆ వ్యక్తి చట్టపరంగా పొందాలి. ఐదు రకాల వడ్డీ ధరలని కౌటిల్యుడు పేర్కొన్నాడు: చక్రవడ్డీ, కాలానుసార వడ్డీ,నియమిత వడ్డీ, రోజువారీ వడ్డీ, కుదువ పెట్టిన వస్తువు విలువ. నిజానికి, వడ్డీని ఒక శాతం కింద లెఖ్ఖించే పద్ధతి భారతదేశంలో పుట్టింది. ఆ విధంగా, సమగ్రంగా చూస్తే, కౌటిల్యుడు నిర్ణయించిన వడ్డీల పద్ధతి చాలా కూలంకషంగా, క్లిష్టంగానేగాక ఆధునికంగా కూడా ఉంది.

వేతనాలు

ప్రభుత్వ ఉద్యోగులకి వేతనాలను నిర్ణయించటానికి కౌటిల్యుడు మూడు ప్రమాణాలను ఎన్నుకున్నాడు. ఉన్నతస్థాయి ఉద్యోగులు విశ్వాసం చూపటానికి, వాళ్ళ శక్తి సామర్థ్యాలను వెలికి తీయటానికి, వాళ్ళ హోదాని ప్రతిబింబింప చేయటానికీ వేతనాలు అధికంగానే ఉండాలన్నాడు. **ప్రభుత్వం యొక్క మొత్తం వేతనాల ఖర్చు దాని ఆదాయంలో నాలుగవ వంతును దాటకూడదని అతను సూచించాడు. వేతనాల మీద ఉన్న అధ్యాయాన్ని ఫైనాన్స్ కమిషన్ అధ్యయనం చేస్తే మంచిది!.**

ప్రైవేటు పరిశ్రమల్లో వేతనాల విషయానికొచ్చే సరికి, కౌటిల్యుడు అనేక ప్రమాణాలని పరిగణనలోకి తీసుకున్నాడు - పనితీరు, పని పరిమాణం, వెలువడిన వస్తువుకి మార్కెట్ ధర వగైరాలు. వివిధ పరిశ్రమల్లో వివిధ వేతనాలుండేవి, వాటికి అవసరమైన ప్రజ్ఞని బట్టీ, సాంకేతికతని బట్టీ. మళ్ళీ పరిశ్రమలోపల, జరిగిన పని నాణ్యతని బట్టి, పరిణామాన్ని బట్టీను. సెలవ రోజుల్లో చేసిన అదనపు పనికి అదనపు వేతనాలుండేవి. కార్మికుల మార్కెట్లో బాగా పోటీ ఉండేది. ఆ పోటీని తట్టుకోలేని వారు, నిరుద్యోగులుగానూ, పనివాళ్ళుగానూ ఉండిపోయేవారు. వాళ్ళ జీతాలు బాగా తగ్గేవి. కాంట్రాక్టు ప్రకారం వేతనాలు కూడా ఉండేవి. పనిలో నాణ్యత, పరిమాణం ఎంత ఉండాలో, కొన్ని వేతనాలకి ప్రత్యేకం సూచించబడేది. కౌటిల్యుడు వర్ణించిన పరిశ్రమలని ఒకసారి సమీక్షిస్తే, ఉత్పాదకత యొక్క నాణ్యతని, పరిమాణాన్ని పెంచటానికి ప్రత్యేక శిక్షణలకి, యంత్రాంగాలకు మొగ్గు చూపినట్టు కనిపిస్తోంది.

అర్థశాస్త్రములో ఒక వేతన నియమాన్ని ఆర్థిక, సాంఘిక, రాజకీయ పరిస్థితులను సహజంగా అర్థం చేసుకుని, ఏర్పరచటానికి ప్రత్యేక శ్రద్ధ పెట్టినట్టు తెలుస్తోంది. ఆ విడుదలయ్యే పాలసీ న్యాయంగా ఉండాలి. పెట్టుబడిదారీ ప్రభుత్వానికి సరిపోలినట్లుండాలి. కౌటిల్యుడి దృష్టిలో, ప్రభుత్వం కార్మికుల పక్షంతోపాటు వేతనాల చట్టం వైపు కూడా ఉంటుంది. రైతులు, వ్యాపారులు, వాణిజ్యవేత్తలు

అందరూ ఒకటే. అర్థశాస్త్రంలో సూచించిన పాలసీ అన్ని వైపుల వాళ్ళనీ ఒకతాటి మీద నడిపించటానికి చూసింది. ప్రభుత్వానికి, ఏకస్వామ్య హోదా ఉన్నా కూడా, వనరులని సరిగా వినియోగించటానికి ప్రైవేటు రంగాలకి సహాయ సహకారాలు అందించాలి. అదీగాక, ఒక బలమైన ప్రైవేటు రంగం ఉంటే, అది ప్రభుత్వానికి శక్తిని చేకూరుస్తుంది.

డబ్బు, బ్యాంకింగ్ వ్యవహారం

కౌటిల్యుని ఆర్థిక వ్యవస్థలో, ద్రవ్యాన్ని సప్లై చేయటంలో ఏమీ అడ్డులేదు. ప్రభుత్వం యొక్క జోక్యం లేకుండానే డిమాండ్, సప్లై వ్యవహారాలు వాటంతట అవే సాగిపోతున్నాయి. వెండి, బంగారాలు దొరికిన దాన్ని బట్టి డబ్బు సప్లై మీద అదుపు ఉన్నట్టుంది. నాణేల తయారీలో వెండి బంగారాలు రెండూ ముఖ్యంగా వాడతారు. నాణేలు తయారు చేయాలంటే, అటు బంగారాన్ని (బంగారు నాణేలకి) యిటు వెండిని (వెండి నాణేలకి) మిశ్రమ లోహాలతో ఒక నిర్దిష్ట కొలతలో కలపాలి. ఏ వ్యక్తైనా తన దగ్గరున్న వెండి, బంగారాలని మింట్ కాంపౌండ్‌లో యిచ్చి, నాణేలుగా మార్పించుకోవచ్చు, కొంచెం రుసుము చెల్లించి. లావాదేవీల కోసం, విభిన్న విలువలున్న నాణేలను వాడేవారు. ఆర్థిక వ్యవహారాలను అదుపులో పెట్టటానికి డబ్బు సప్లైని వాడేవారు కాదు.

కౌటిల్యుడు మౌలిక బ్యాంకింగ్ వ్యవస్థని కూడా ఊహించాడు. ఆ వ్యవస్థ పనివాళ్ళు, కళాకారుల సంపదని భద్రపరిచేది. బ్యాంక్ అధికారికి కళాకారుల పనితీరు గురించి సరియైన అవగాహన ఉండాలని అతడు నమ్మకస్తుడుగానూ, నిజాయితీపరుడుగానూ ఉండాలని కౌటిల్యుడు సూచించాడు. నేటి బ్యాంకులు ఈ లక్షణాలన్నిటినీ పాటిస్తాయి, అంటే వాటి వ్యాపారం కొనసాగించాలంటే అవి సంఘంలో ఉన్నతస్థాయిలో ఉండి, నమ్మకాన్ని పెంపొందించాలి. విజయం సాధించటానికి మార్కెట్ గురించిన సరియైన అవగాహన ఉండాలి. కౌటిల్యుని మాటల్లో చెప్పాలంటే, 'ఎవరు బాధని తొలగించగలరో, ఎవరు కళాకారులకి

సూచనలివ్వగలరో, ఎవరిని డబ్బులు వేయటం విషయంలో నమ్మవచ్చో, ఎవరు వాళ్ళ అభిరుచుల మేరకు కళాఖండాలను సూచించగలరో, ఎవరిని కళాకారుల సంఘాలు నమ్మగలవో, వాళ్ళు ఈ సంఘాలు వేసే డబ్బులను అందుకోగలరు. వాళ్ళ కష్టకాలంలో ఈ సంఘం (శ్రేణి) వాళ్ళు వేసిన డిపాజిట్లని తిరిగి అందుకోగలవు.

అర్థశాస్త్రములో అంతర్లీనంగా ఉన్న కౌటిల్యుని వాస్తవ దృక్పథం లోతులు కొలిస్తే ఆశ్చర్యపోక తప్పదు. అతను కేవలం ఆర్థిక శాస్త్రం మీద పుస్తకం రాయకపోయినా, ఎన్నో ఆర్థిక విషయాలను పేర్కొని, వివరించాడు, రాజ్య పరిపాలనా విధానం గురించి చర్చిస్తున్నప్పుడు. అదీ ఎప్పుడో 3వ శతాబ్దం క్రీ.పూ.లోనే. అప్పట్నుంచీ, ఎన్నో ఆర్థిక సూత్రాలను ఎందరో ప్రముఖ ఆర్థిక శాస్త్రవేత్తలు, తత్త్వవేత్తలు మళ్ళీ కనుక్కొని, మళ్ళీ పేర్కొన్నారు. ఆర్థిక శాస్త్రంలో హేమాహేమీల మధ్యలో, కౌటిల్యునికి పెద్దపీట వేయాలి.

3

స్వేచ్ఛమార్కెట్ ఆర్థికవ్యవస్థ

మార్కెట్‌ని నియంత్రించటంలో ప్రభుత్వానికి పాత్ర ఉందని కౌటిల్యుడు భావించాడు. నేటి స్వేచ్ఛా మార్కెట్ ఆర్థిక వ్యవస్థలో పాటిస్తున్న అసలు పద్ధతికన్నా యిలాంటి భావన పెద్దగా వ్యతిరేకంగా ఉండదు. అందులో ఆర్థిక లావాదేవీలు సమర్థవంతంగా నడపటానికి ప్రభుత్వం సంస్థలని ఏర్పరచాలని భావిస్తారు. ఈ అధ్యాయం మార్కెట్ ఆర్థిక వ్యవస్థ, ప్రభుత్వాలు ఎలా పని సులువు చేయగలవో, మార్కెట్ వ్యవస్థ సమర్థవంతంగా పనిచేయటానికి ఎలా నియమావళి ఏర్పరచాలో, ఎలా అక్రమ వ్యాపార పద్ధతులని అదుపు చేయటం ద్వారా వినియోగదారుల యిష్టాలని కాపాడవచ్చో-వీటన్నిటి మీద కౌటిల్యుని సిద్ధాంతాలను ప్రత్యేకంగా చూపుతుంది. ఇవన్నీ ఇప్పటి కాలానికి సరిపోలుతాయి, నేటి వినియోగదారుల మనసుకి హత్తుకు పోతాయి. కౌటిల్యుడు ఆర్థిక వ్యవహారానికి సంబంధించిన సూక్ష్మమైన ప్రతి ఒక్క అంశాన్ని కూలంకషంగా చర్చించాడు. కాని అనేక ఆర్థిక వ్యవహారాలన్నిటిని అదుపులో పెట్టి, ఒక్క తాటి మీద నడిపించాలని అతను సూచించిన మార్గం, ప్రభుత్వం యొక్క అత్యంత ఆర్థిక సంక్షేమం కోసం. ప్రభుత్వ సంక్షేమం ప్రజల సంపదతో పెనవేసుకుని ఉందని కౌటిల్యుడు భావించాడు. వ్యవసాయం, దేశీయ వ్యవసాయేతర వ్యాపారాల పద్ధతులని, విదేశీ వ్యాపారాలతో సహా వర్ణించాడు.

ఖచ్చితమైన జీతాల పద్ధతి, పాలసీలు సూచించాడు, ఉత్పత్తి చేసిన వస్తువుకు

తగ్గట్టుగా. యజమాని ఉద్యోగుల మధ్య సంబంధ బాంధవ్యాలను నెలకొల్పాడు, శ్రామికుల కష్టాలను దోచుకోకుండా ఉండటానికి లేదా శ్రామికులు ఉత్పాదనలోపం చేయకుండా ఉండటానికీ. వాళ్ళిద్దరి మధ్య ఒప్పందం ప్రకారం ఏర్పరచుకున్న నిబంధనలన్నీ పాటించేటట్టు ప్రభుత్వం జాగ్రత్త వహించేది. ఎందుకంటే ఉత్పాదన తగ్గకుండా చూస్తే ప్రభుత్వానికే లాభం. తయారైన వస్తువును తయారైన చోట అమ్మనిచ్చేవాళ్ళుకాదు. అది నియమిత మార్కెట్లలోనే అమ్మాలి. అప్పుడు వస్తువుల మీద నిర్ణయించిన ధరలను క్రమపద్ధతిలో ఉంచవచ్చు. ఉత్పాదక వస్తువుల ధరలను, డిమాండ్ సప్లైల అంచనాలనుబట్టి ప్రభుత్వం నిర్ణయించేది. ఆ ధర ఎలా నిర్దేశింపబడేదంటే దేశీయ వస్తువులకి 5 శాతం లాభం విదేశీయ వస్తువులకి 10 శాతం లాభం చేకూరేటట్టు ఉండేది. ముందే నిర్ణయించిన ధరని పాటించలేకపోతే ప్రభుత్వం తరచు సప్లైని తన అదుపులో ఉంచుకునేది. అది సాంఘిక మూలధనాన్ని కూడా ఏర్పరచేది. వ్యాపారాలు లాభదాయకంగా నడవాలని తరచు పన్ను రాయితీలు కూడా ఇస్తుండేది.

సిద్ధాంతం ప్రకారం, అన్ని రకాల ఆర్థిక కార్యకలాపాలకి ప్రభుత్వానికి సర్వహక్కులూ ఉన్నాయి. ఆచరణలో అది ప్రైవేటు వ్యాపారాలు నడవటానికి ఒప్పుకుని ప్రోత్సహించింది కూడా. ఒక రాజ్యం సంపద ప్రజల సంపదమీద ఆధారపడి ఉందని గ్రహించటమైనది. అందువల్ల అది ఉత్పాదకతలోనూ, లాభంలోనూ ఎవరైనా వ్యక్తులు ముందుకు వస్తే అణచి వేయలేకపోయింది. ప్రజల ఆర్థిక సంక్షేమం, ప్రైవేటు వ్యాపారాలు ప్రభుత్వ సంక్షేమానికి అడ్డురాకపోయినా, కౌటిల్యుడు ఆర్థిక, వ్యవహారిక, రాజకీయ, చట్టపర, సాంఘిక కార్యకలాపాలన్నిటినీ ఒక్కతాటిమీద నడిపించాడు, ప్రభుత్వాన్ని గట్టిపరచటానికి. పై పేరాలో నిరూపింపబడినట్టుగా వాణిజ్య కార్యకలాపాల మీద ప్రభుత్వం గట్టి అజమాయిషీ వహించాలని కౌటిల్యుడు ఊహించినా, వాణిజ్య కార్యకలాపాలని కేంద్రీకరించి, ప్రణాళికలు వేయటంలో ప్రభుత్వంకి పాత్ర ఉందని అతను భావించలేదు. వినియోగదారుల వస్తువులకి ధర, ఉత్పత్తి లేదా పరిమాణాల అదుపు

అక్కరలేదని కౌటిల్యుని భావన. 'తరచు డిమాండ్ ఉండే వస్తువుల విషయంలో అమ్మే సమయం గురించి ఏమీ నిబంధన ఉండకూడదు. అలాగే అవి సంకులదోషం, (కేంద్రీకరణ దోషాలు) పాలుకాకూడదు.

పని సులువు చేసే ప్రభుత్వం

కౌటిల్యుని ప్రభుత్వం లావాదేవీలను సులువు చేయటం తన బాధ్యతగా గుర్తించింది. అలాగే అధికశాతం ప్రభుత్వ సంక్షేమానికి ఉపయోగపడేటట్టు లావాదేవీలను క్రమబద్ధం చేయటం ముఖ్యమని కూడా భావించింది. కళాకారులను (సంఘాలను) వాళ్ళ వాణిజ్య యిష్టాలను కాపాడటం ద్వారా సంఘంలోని 'ముళ్ళని తొలగించాలని' నొక్కి వక్కాణించాడు. కౌటిల్యుని ప్రభుత్వంలో 'కళాకారుల పని ప్రమాణాన్ని తగ్గించటానికి గూడుపుఠాణి చేసినవారికి వాళ్ళ ఆదాయానికి అడ్డు పడేవారికి లేదా వాళ్ళ అమ్మకంగాని కొనుగోలు కాని చేయనివ్వనివారికి జరిమానా విధింపబడుతుంది.'

ప్రస్తుత సాహిత్యం (అంటే ఆర్థిక శాస్త్రం, రాజకీయశాస్త్రం, ప్రజాపాలసీ) లో లావాదేవీల ఖర్చులు, వ్యాపార విశేషాల గురించిన పుస్తకంగా గర్వంగా చోటుచేసుకున్న ఈ ఉద్గ్రంథంలో కౌటిల్యుడు ఆధునిక ప్రభుత్వానికి కూడా అతముఖ్యమైన ఆర్థిక విషయాలను చర్చించాడు. కొన్ని సందర్భాలలో ప్రభుత్వం శాసకుడుగా ఉండాలని కౌటిల్యుడు నొక్కి వక్కాణించటం, ఉత్సాహకరంగా ఉంటుంది. స్వేచ్ఛా వ్యాపారాన్నీ యిష్టపడ్డాడు. వాణిజ్య కార్యకలాపాలను పెంపొందించటానికి ప్రభుత్వం తగ్గ ఏర్పాట్లు చేయాలనీ భావించాడు. కాని, అదే సమయంలో వాణిజ్యరంగం నడిపించటంలో ప్రభుత్వంకి పెద్దచేయి ఉండే పరిస్థితిని యిష్టపడ్డాడు. కౌటిల్యుని పద్ధతిలో వాణిజ్య విభాగానికి పని సులువు చేసేదిగా పెద్ద పాత్రే ఉంది. అంతేకాదు దేశీయ వాణిజ్య పాలసీలోనూ, వ్యాపార పాలసీలో కూడా ప్రముఖ పాత్రే ఉంది. 'సూపరింటెండెంట్ ఆఫ్ కామర్స్ నేల

లేదా నీటిలో ఉత్పత్తి అయిన అనేక వస్తువులు, నేలద్వారా లేదా నీటి ద్వారా తీసుకుని రాబడిన వస్తువులకి డిమాండ్ ఉందా తగ్గిందా, ధరలు పెరిగాయా, తరిగాయా తేల్చుకోవాలి. అలాగే అతను ఆ వస్తువుల పంపిణీకి, కేంద్రీకరణకి, కొనుగోలుకి, అమ్మకానికి అనువైన సమయాన్ని కూడా తేల్చుకోవాలి.'

నిబంధనముల నేర్పరచుట

ప్రభుత్వాలకి మార్కెట్లకి నిబంధనముల నేర్పరచి, వాటికి ప్రాముఖ్యత నిచ్చే కౌటిల్యుని భావాలు నేటి భావాలలాగే ఉన్నాయి. దేశీయ ప్రమాణాలు ఏర్పరచి వాటిని చట్టాలద్వారా నిబంధనలుగా విధించటం ఎంతైనా అవసరమని కౌటిల్యుడు గ్రహించాడు. ఈ విధంగా సాగటానికి **తూనికలు, కొలతలకు ఒక ప్రత్యేక సూపరింటెండెంటుని సిఫారసు చేసాడు. అతను అలాంటి ప్రమాణాలను మార్కెట్లో ఖచ్చితంగా అమలు జరిగేటట్టు చూస్తాడు.** ఖచ్చితమైన ప్రమాణాల ప్రాముఖ్యతని నిర్లక్ష్యం చేయలేదు కౌటిల్యుడు, 'ప్రతిమానాని (తూనికలు)ని మగధ, మేఖల దేశాలలో దొరికే ఇనుముతోగాని రాళ్ళతోగాని తయారు చేయాలి. లేదా తడిస్తే కుంచించుకుపోకుండానూ, వేడిచేస్తే వ్యాకోచం చెందకుండానూ ఉండే వస్తువులు వాడాలి.'

మన ఆధునిక యుగంలో ఖచ్చితమైన ప్రమాణాలని నెలకొల్పటం ద్వారా మార్కెట్ నమ్మకాన్ని నెలకొల్పాలన్న సిద్ధాంతం పూర్తి నిబంధనగా ఏర్పడింది. ప్రమాణాల భావన-ఆరోగ్యం, జాగ్రత్త, శ్రామికులు, పర్యావరణం లాంటి అనేక అంశాలపైకి కూడా వెదజల్లబడింది.

కేసువిచారణ పారదర్శకత పాత్ర అన్ని తగాదాలు న్యాయంగా తీర్చటానికి సాధ్యమైనంత ఎక్కువ సమాచార సేకరణ ప్రాముఖ్యతతో కూడిన 'చట్టపర' ఒప్పందంగా పేరుబడిన దానికి కౌటిల్యుడు గట్టి నియమాలు విధించాడు. ఒప్పందాలు, వాటికి చట్టపరమైన ఆధారాల భావనని గుర్తించి సూచించిన

ప్రాచీన తత్త్వవేత్తలలో ప్రముఖుడుగా నిలుస్తాడు కౌటిల్యుడు. కౌటిల్యుని దృష్టిలో **ఒప్పందాలలో పారదర్శకత ఉండటం చాలా అవసరం.** అన్ని ఒప్పందాలకి సాక్షులు ఉండాలి. వాటిని నమోదు చేయాలి. **సాక్షులకు (శిక్షింపబడే) నేరచరిత్ర ఉండకూడదు.** అవి సువర్ణయుగం రోజులు.

కౌటిల్యుని కాలంలో, చట్టనిషేధం కాని నోటిమాటగా ఏర్పడిన ఒప్పందాలు చెల్లుతాయి. అలాంటి స్రోతీ (ఒప్పందాలు)లను ఇష్టపూర్వకంగా విన్నవారూ దానికి సాక్ష్యులుగా నిలవవచ్చు. కొన్ని ఒప్పందాలు చెల్లవు, ఉదాహరణకి రెండు పార్టీల్లో ఒక పార్టీగాని, సాక్షిగాని, రెచ్చగొట్టబడితేనో, ఖంగారుగా ఉంటేనో, మందు తాగితేనో లేదా పిచ్చివాడయితేనో చెల్లవు. **ఒక సముదాయం లేదా ఒక గుంపు యొక్క సామూహిక హక్కులను గుర్తించిన** మొట్టమొదటి ఉద్గ్రంధం బహుశ **అర్థశాస్త్ర**మేనేమో కూడా. కౌటిల్యుని భారతదేశంలో వ్యాపారుల గుంపు ఏదో ఒక ఆర్థిక వ్యవహారంలో ఆరితేరిన వృత్తి విద్యాకారులు శ్రేణి లేదా కోఆపరేటివ్ సంస్థలుగా ఏర్పడ్డారు. దాని భావన, నేటి సంస్థలు లేదా కార్పొరేషన్లకి వాళ్ళు తొలి రూపు నిచ్చినవాళ్ళు. రెండు సంస్థల మధ్య ఒప్పందాన్ని కౌటిల్యుడు సాగనిచ్చాడు. 'ఏ శ్రేణి (సంఘం) లోని సభ్యులైనా తమలో తాము ఒప్పందాలు చేసుకుంటే, ఆ ఒప్పందాలను ప్రైవేటుగా చేసుకున్నాకూడా, అవి చెల్లుతాయి.' వ్యాపారుల మధ్య లేదా వ్యాపార సంఘాల మధ్య గొడవలు ఏర్పడవచ్చని కూడా కౌటిల్యుడు నొక్కి వక్కానించాడు. సంఘటితంగా చేపట్టాల్సిన వాటికి లేదా కలిసి చేయాల్సిన వాటికి చేసుకునే ఒప్పందాలకి కూడా చట్టాలు ఏర్పరచాడు కౌటిల్యుడు.

నిజానికి 'ఒప్పందం' అన్న భావన, అందులోకి జేరగల వ్యక్తుల పరిధి పెరిగింది. పైన చెప్పబడిన నియమాలు (అంటే ఒప్పందం యొక్క నియమాలు) దేశాలకు, కులాలకు, కుటుంబాలకు, సంఘాలకు కూడా వర్తిస్తాయి. ఇది ఆశ్చర్యకరంగా పొందు పరచబడిన భావన. ఒప్పందానికి వచ్చిన పార్టీల్లో వ్యక్తులను, సంస్థలని, సంఘాలని, చివరకు దేశాలను, రాష్ట్రాలను కూడా కలిపే సమగ్రమైన ఆలోచనకి మొట్టమొదటిగా శ్రీకారం చుట్టింది కౌటిల్యుడు.

ఒప్పందాలు సరిగా అమలులో ఉన్నాయో లేదో చూడటానికి కేసు విచారణలు, తీర్పుల తతంగానికి అర్థశాస్త్రములో ఎంతో ప్రాముఖ్యత నివ్వబడింది. వీలున్నంత ఎక్కువ సమాచారంతో కేసులను సరిగా నమోదుచేయాలని నొక్కి వక్కాణించాడు కౌటిల్యుడు. అలాగే తప్పుడు సమాచారం యిచ్చినవాళ్ళకి భారీ జరిమానాలనూ, కఠిన శిక్షలనూ సిఫారసు చేసాడు కౌటిల్యుడు.' ఒప్పందం జరిగిన సంవత్సరం, ఋతువు, మాసం, పక్షం, రోజు, రీతి, ప్రదేశం, బాకీ ఉన్న సొమ్ము, దాంతోపాటు దేశం యింటి చిరునామా, కులం, గోత్రం, పేరు, వృత్తి వాద ప్రతివాదులిద్దరిదీ. ఇద్దరికీ కేసువేసి వాదించుకునే సమర్థత గలిగి ఉండాలి. (కృతసమర్థతావస్థయ) ముందుగా నమోదు చేసాక, రెండు పార్టీల నుంచి వివరాలు తీసుకుంటారు. ఎవరిదగ్గర ముందుఅన్న విషయం కేసుని బట్టి ఉంటుంది దాని తర్వాత వాళ్ళు చెప్పిన వివరాలను కూలంకషంగా పరీక్షిస్తారు.' కేసు విచారణ తీర్పు విషయాల్లో పారదర్శకత నిలపటం కోసం కౌటిల్యుడు మరో దావా వేయటాన్ని ఒప్పుకోడు. ద్వంద్వ యుద్ధాలు, దొంగతనాలు, వ్యాపారులు లేదా వ్యాపార సంఘాల మధ్య గొడవల కేసులు తప్ప తక్కినవాటిలో ప్రతి వాది, వాదికి వ్యతిరేకంగా మరో దావా వేయకూడదు.' కౌటిల్యుని పద్ధతిలో కేసుని వాయిదా వేసేందుకు ఏర్పాటు ఉంది. దాని వల్ల ప్రతివాది తన తరుపున ఏర్పాట్లు చేసుకోవచ్చు. ఇది ఆధునిక తీర్పు విధానానికి దగ్గరగా ఉంది. కౌటిల్యుడు చెప్పాడు-ప్రతివాదికి మూడు లేదా ఏడు రాత్రులు యివ్వచ్చు అతని నిర్దోషిత్వాన్ని నిరూపించుకోవటానికి. ఒకవేళ ఆ కాల పరిమితి లోపు అతను సాక్ష్యాలతో సిద్ధంగా లేకపోతే అతనికి శిక్షగా జరిమానా విధించాలి. మన ప్రస్తుత న్యాయస్థానంలో లక్షలాది దావాలు తీర్పులు లేకుండా మూలుగుతున్న తరుణంలో ఇలా ఖచ్చితంగా సమయానికి కట్టుబడి ఉండే ప్రమాణాలను పాటించవచ్చు.

కౌటిల్యుని తీర్పు పద్ధతి అనేక రకాల తగాదాలను గుర్తించి, వాటిని అనేక శీర్షికల కింద విభజించి, తగాదా స్వభావమేమిటి దానిని ఎలా తేల్చాలి అన్న అంశాలపై వివరంగా సూచనలిచ్చింది అర్థశాస్త్రము, భవంతుల విషయాల్లో తగాదాలు, భవంతుల అమ్మకాలు, సరిహద్దు తగాదాలు, సరిహద్దు నిర్ణయించటంలో ఏర్పడిన తగాదాలు, భూమి, నీటి వనరుల విషయంలో

తగాదాలు, ఒప్పందాల ప్రకారం చేయకపోవటం, ఋణాలను తీర్చటం, డబ్బు విషయంలో, కోఆపరేటివ్ పనుల విషయంలో తగదాలు, వ్యాపారులు, వ్యాపార సంఘాలకి సంబంధించిన తగాదాలు, అమ్మకం కొనుగోలుల రద్దు. హక్కులేకుండా అమ్మటం, అధికారము, హక్కులు, అపకీర్తికి సంబంధించిన తగాదాలు లాంటి వాటిని గుర్తించింది **అర్థశాస్త్రము.**

ప్రభుత్వ మధ్యవర్తిత్వం

కౌటిల్యుడు ప్రభుత్వం మధ్య వర్తిత్వం వహించాల్సిన అనేక రంగాలని గుర్తించి దేశ ఆర్థిక జీవనం సాఫీగా సాగటానికి అధికారులని నియమించాడు. ఆ వివరాలు

1. గొడ్ల సంహారాల సూపరింటెండెంట్
2. వేశ్యల సూపరింటెండెంట్
3. ఓడల సూపరింటెండెంట్
4. పాస్‌పోర్టుల సూపరింటెండెంట్
5. నగర సూపరింటెండెంట్ ఆఫీసు

కౌటిల్యుని పాస్‌పోర్టు భావన దేశాలకి వెళ్ళటానికి ఉపయోగించే ఈ పత్రానికి ఉన్న ఆధునిక అర్థానికి సరిపోలుతుంది. బహుశ ఇది పాస్‌పోర్టుల వ్యవహారంలో నిబంధన ఏర్పరచిన మొట్టమొదటి సందర్భమేమో. ఇది సరిహద్దుల దగ్గర నిరాటంకంగా ప్రజలు తిరగకుండా అరికట్టుతుంది.

కౌటిల్యుడు అన్నాడు 'ఎవరికైతే పాస్ యిస్తారో, అతనికి దేశంలోకి రావటానికి లేదా దేశం నుంచి బయటికి వెళ్ళటానికి స్వేచ్ఛ ఉంటుంది. ఎవరైనా ఈ దేశస్థుడయి, పాస్ లేకుండా దేశంలోకి వచ్చినా బయటికి వెళ్ళినా 12 పణాలు

జరిమానా చెల్లించాలి. తప్పుడు పాస్ చూపించినందుకు అతనికి మొదటి రకం శిక్ష పడుతుంది. అదే తప్పు విదేశీయుడు చేస్తే అతనికి విధించే శిక్ష యింకా ఎక్కువ ఉంటుంది.

అక్రమ వర్తక పద్ధతులను ముందే అడ్డగించుట

వాణిజ్య కార్యక్రమాలు చట్టాన్ని అతిక్రమించకుండా లేదా వినియోగదారునికి నష్టం కలిగించకుండా ఉండేలా చూడాల్సిన బాధ్యత ప్రభుత్వానిదే నని కౌటిల్యుడు గుర్తించాడు. ఒక వేళ ప్రభుత్వం ప్రవర్తనా నియమావళిని ఏర్పరచి పాటించాలని గట్టిగా చెప్పకపోతే, అది లావాదేవీల ధరలను పెంచుతుంది. నమ్మకలోపం నాణ్యత లోపం ఉంటే అవి వాణిజ్యాన్ని తగ్గించి వాణిజ్య వ్యవహారాలు చేసే ఏజెంట్లని వెతకటం, తనిఖీ చేయటం లాంటి ఖర్చులను పెంచుతుంది. కౌటిల్యుడు స్పష్టంగా చెప్పాడు, 'ధాన్యాలు, నూనెలు, ఆల్కలీలు, ఉప్పు, సుగంధ ద్రవ్యాలు, మందులను, శ్రేష్ఠమైనవి కాకుండా, చూడటానికి అచ్చం అలాగే ఉన్న విలువలేని వస్తువులు అమ్మితే జరిమానా విధించ బడుతుంది.' వినియోగదారుడు లేదా కొనుగోలుదారుడుకి రక్షణ నిస్తున్నాడు కౌటిల్యుడు అంటే 'కలప, ఇనుము, మెరిసేరాళ్ళు, తాళ్ళు, చర్మాలు, కుండలు, దారాలు, నారబుట్టలు ఉన్ని దుస్తులను నిజంగా నాసిరకంవి అయినా శ్రేష్ఠమైనవిగా అమ్మజూపినా, తాకట్టు పెట్టబోయినా జరిమానా చెల్లించే శిక్షబడుతుంది.'

వృత్తి విద్యలు చేసే వారికి కూడా అంటే నేతగాళ్ళు, చాకలి, సారంగి, ఓడ వర్తకులు చివరికి వేశ్యలకు కూడా కౌటిల్యుడు మార్గదర్శకాలను ఏర్పరచటానికి ప్రయత్నించాడంటే ఆశ్చర్యకంగా ఉంటుంది. ఆధునిక దేశాలు అలాంటి క్లిష్టమైన 'వృత్తి పరమైన' మార్గదర్శకాలను యివ్వటానికి యింకా కొట్టుమిట్టాడు తున్నాయి. అలాంటి పరిస్థితిలో దానిమీద కౌటిల్యుని ప్రయత్నంచూస్తే చరిత్ర తొలిరోజుల్లోనే అతని దూరదృష్టి ఎంత విశాలంగా ఉందో తెలుస్తుంది. కౌటిల్యుడు స్పష్టమైన

మార్గదర్శకాలు వైద్య వృత్తికి కూడా నెలకొల్పాడు. చూస్తే అతను చెప్పిన భావాలు ఆశ్చర్యకరంగా ఆధునికత సంతరించుకున్నాయి. అంటే 'వైద్యం చేసే డాక్టర్లు, రోగం యొక్క ప్రమాదకరమైన పరిస్థితి గురించి (ప్రభుత్వానికి) చెప్పకుండా వైద్యం చేస్తే ఒకవేళ రోగి మరణిస్తే అతనికి మొదటి రకం శిక్ష విధిస్తారు. ఒక వేళ వైద్యం అందుకుంటున్న రోగి, వైద్యంలో జరిగిన నిర్లక్ష్యం వల్ల మరణిస్తే, ఆ డాక్టరును మధ్యరకం శిక్షతో శిక్షిస్తారు. డాక్టరు యొక్క నిర్లక్ష్యం వల్ల కాని కర్మవాదం (పట్టించుకోకపోవటం) వల్లగాని రోగం పెరుగుతే ఆ డాక్టరు ప్రవర్తనని దౌర్జన్యం చూపినట్టు వ్యవహరిస్తారు.'

కౌటిల్యుని దృష్టిలో ప్రభుత్వ సంక్షేమం, ఆ ప్రభుత్వానికి చెందిన ప్రజల సంక్షేమం చాలా ముఖ్యం. ధరల పెరుగుదల, ద్రవ్యోల్బణం నుంచి వినియోగదారులని రక్షించటానికి కౌటిల్యుడు మార్గాలను సూచించటం సహజం. దానికి కౌటిల్యుడు చూపే పరిష్కారం మార్కెట్‌ని గట్టిగా అదుపులో ఉంచటం, ధరలని ఆకాశానికంటించే విషయంతో సహా. ఆ విధంగా కొన్ని సందర్భాలలో కౌటిల్యుడు స్వదేశీ వ్యాపారంలో ధరలను అదుపులో పెట్టాలని సూచించాడు. దురదృష్టవశాత్తూ కొందరు ప్రజలు దీన్ని ప్రణాళిక వేసిన లేదా అదుపులోపెట్టిన ఆర్థిక వ్యవస్థ అని అర్థం లాగారు. నిజానికి, కౌటిల్యుని పాలసీలు, సమగ్రంగా గమనిస్తే, అవి వ్యాపారికి అనుగుణంగానూ కళాకారుని పక్షంగానూ ఉంటాయి. ప్రభుత్వం సహాయకారి పాత్ర పోషిస్తూ వాణిజ్య పరమైన ఇష్టాలను కాపాడుతుంది. కాని కౌటిల్యుని ప్రభుత్వం ఆధునిక ప్రభుత్వం లాగే ప్రజల సంక్షేమానికి పెద్దపీట వేసింది. అందువల్ల ఏకస్వామ్య ప్రవర్తన నుంచి రక్షణ, ధరలు పెరగకుండా చూడాల్సిన జాగ్రత్తలు మధ్యలో రాక తప్పవు.

కౌటిల్యుడు కుట్రలు, ఏకస్వామ్య ప్రవర్తనలు బాగానే గ్రహించగలడు. అందుకే వాటి దుష్ఫలితాలనుంచి మార్కెట్టుని వినియోగదారులని కాపాడటానికి రక్షణ కవచాలని ఏర్పాటుచేసాడు. కౌటిల్యుడు స్పష్టంగా చెప్పాడు, 'వ్యాపారస్థులు వస్తువుల అమ్మకాన్ని ఆపటానికి చూసినా లేదా ఎక్కువ ధరలకు వస్తువులను అమ్మటానికి లేక కొనటానికి ప్రయత్నాలు చేసినా, వాళ్ళకి జరిమానా విధించాలి.'

వినియోగ దారులు, వ్యాపారస్థులకి సరియైన ధర ముట్టేందుకు వీలుగా, కౌటిల్యుడు చెప్పాడు, సూపరింటెండెంట్ ఆఫ్ కామర్స్ దేశీయ వస్తువుల ధరల మీద ఐదు శాతం లాభం వచ్చేటట్టు, విదేశీ వస్తువుల మీద పదిశాతం లాభం వచ్చేటట్టు ధరలని నిర్ణయించాలి. ఏ వర్తకుడైనా ఆ ధరని పెంచినా, పైన నిర్ణయించిన ధరకన్నా ఆ వస్తువుయొక్క అమ్మకంలోనో, కొనుగోలు లోనో, కేవలం సగంపణా అంత లాభం పొందినా, అతనికి జరిమానా విధించే శిక్ష వేస్తారు.' కాని ప్రభుత్వ అధికారికి మార్కెటు విలువని సరిగా అంచనా వేసే మేధస్సు లేకపోవచ్చనే అవగాహన, పట్టువిడుపు ఉంది. కౌటిల్యునికి అందుకని అతను చెప్పాడిలా, 'నిర్ణయించిన ధరకి పోగడిన వస్తువులని మొత్తం అమ్మటంలో విఫలమయితే ధరని మార్చవచ్చు.'

వాణిజ్య కార్యక్రమాలకు హానికలగజేసేటంతగా ధరల్లో మార్పులు అధికంగా ఉండకుండా చూడాల్సిన బాధ్యత ప్రభుత్వానిదేనని కౌటిల్యుడు భావించాడు. డిమాండ్, సప్లై సూత్రాన్ని, అతిగా నింపటం వల్ల కలిగే హానికరమైన ఫలితాలను చాలా చక్కగా అర్థం చేసుకున్నాడు కౌటిల్యుడు (ఇలాంటి సిద్ధాంతాలను చర్చించిన మొట్టమొదటి ఉద్గ్రంథం కౌటిల్యుని **అర్థశాస్త్రమే** అని మళ్ళీ గట్టిగా చెప్పాల్సిన అవసరం ఉంది యిక్కడ. ఆ విధంగా కౌటిల్యుడు ఆర్థిక శాస్త్రానికి పితామహుడు). మార్కెట్‌లో అతిగా నింపే పరిస్థితి ఎదురైనప్పుడు కలుగజేసుకునే పాలసీని సిఫారసు చేసాడు కౌటిల్యుడు, అంటే, 'ఎప్పుడైతే వస్తువుల సప్లై అధికంగా ఉందో, అప్పుడు సూపరింటెండెంట్ దాని అమ్మకాన్ని కేంద్రీకరించి, కేంద్రీకరించిన వస్తువు అమ్ముడు పోయే లోపు అటువంటి వస్తువుల అమ్మకం వేరే చోట అమ్మకుండా నిరోధిస్తాడు.'

4

మంచిపరిపాలనని సిద్ధాంతీకరించటం

కౌటిల్యుని **అర్థశాస్త్రము** రాజనీతి, ఆర్థిక శాస్త్రము, పరిపాలన దక్షత మీద జ్ఞానాన్ని పెంపొందించే ముఖ్యమైన మూలము. కాని, ఈ ముఖ్యమైన పుస్తకాన్ని కొన్ని శతాబ్దాలు మర్చిపోయారు. శ్యామశాస్త్రి పుణ్యమాని, ఆ అఖండమైన మెదడులోంచి వచ్చిన ఊహలను తెలుసుకోగలిగాము. శ్యామశాస్త్రి మొట్టమొదటగా 1909 లో ఇంగ్లీషులో ముద్రించిన పుస్తకంలో అర్ధశాస్త్రంలోనూ, రాజకీయశాస్త్రంలోనూ కౌటిల్యుని ఆలోచనలను విశ్లేషించాడు. అప్పటినుంచీ, తూర్పు, పడమర దేశాల మేధావులు అనేకులు ఈ పుస్తకాన్ని ఔపాసన పట్టి, ప్రాచీన భారతీయ రాజకీయ పద్ధతులకి, ఆర్థిక అంశాలకి, ప్రభుత్వరంగం, ప్రైవేటు రంగాల పరిపాలనకీ అద్భుతమైన ఆధారమని కనుగొన్నారు.

కౌటిల్యుడు ఫలాని కాలానికి చెందినవాడనీ, అతను నందుల దుర్మార్గపు రాజ్యానికి ముగింపు పలికి, చంద్రగుప్త మౌర్యుని కొత్త పరిపాలన రావటానికి ప్రధానమంత్రిగా అతను చక్రం తిప్పాడనీ, ప్రపంచంలోని మేధావులందరూ నొక్కి వక్కాణించారు. కౌటిల్యుని **అర్థశాస్త్రము** ప్రాథమికంగా ఏలుబడి మీద రాయబడింది. మంచి ఏలుబడికి రాజకీయ పరిపాలన, ఆర్థిక పరిపాలన ముఖ్యఅంశాలు. కాని ఈ పుస్తకంలో మరెన్నో అంశాలున్నాయి. సాంఘిక, రాజకీయ, ఆర్థిక అంశాలకు

సంబంధించినవి. అది అనేక అంశాలు పెనవేసుకున్న ఒక సృష్టి. అందులో అనేక అధ్యాయాలున్నాయి, 6000 సంస్కృత శ్లోకాలున్నాయి.

అర్థశాస్త్రము ఏదో సిద్ధాంతాలను ఏర్చికూర్చినదనేకన్నా రాజులకు ఆచరణీయ మార్గదర్శి అనవచ్చు. రాజు ఎలా పరిపాలించాలి, ఏ లక్ష్యాలకోసం పాటుపడాలి అని సూచించే ఒక పెద్ద సంపుటము **అర్థశాస్త్రము**. పరిపాలన దక్షత లేని రాజు లోటుపాట్లు తెలుసు కౌటిల్యునికి. భారతదేశంలో అప్పుడూ, తర్వాతా ఉన్న బలమైన రాజ్యాలు పర్షియను, గ్రీకుల దాడులకు తేలిగ్గా లొంగిపోవటానికి ప్రాథమిక కారణం, పరిపాలనా దక్షత లేకపోవటమేనని అతనికి తెలుసు. ఒక బలమైన ఏకఛత్రాధి పత్యాన్ని, ప్రజల మేలుకొఱకు ఏర్పాటు చేయాల్సిన ఆవశ్యకతను గ్రహించాడు. పరిపాలనా దక్షత లేని చోట, బలమైన పరిపాలన ఎలా ఉండాలో అతను ఊహించగలడు. ఉన్నతమైన రాజు, చంద్రగుప్త మౌర్య, పరిపాలనలో ఉన్నతమైన రాజ్యాన్ని సృష్టించటంలో కృతక్రుత్యుడయ్యాడు. రాజ్యాన్ని ప్రధాన మంత్రిగా పాలించి, రాజుకి మార్గదర్శకంగా నిలవటానికి **అర్థశాస్త్రము**ని రచించాడు.

కౌటిల్యుని **అర్థశాస్త్రము** నేటి భారతదేశానికి, నిజానికి, యావత్ ప్రపంచానికి ఎంతగానో అన్వయించవచ్చన్న విషయాన్ని ఏ మాత్రమూ సందేహించనవసరం లేదు. ఈ పుస్తకానికి ఎన్నో విధాలుగా ప్రస్తుతంతో సంబంధం ఉంది. ఉదాహరణకి మామూలుగా పరిపాలన, ప్రత్యేకంగా మంచి పరిపాలన అత్యంత ముఖ్యఅంశాలు. మంచి పరిపాలన గురించి నిరంతర శోధన చేసే వాళ్ళకి **అర్థశాస్త్రము**లో ఒక నిధి దొరుకుతుందని ఆశించవచ్చు. ఎందరో ఆధునిక మేధావులు, హాబ్స్ నుంచి రాల్స్ వరకూ, గాంధీ, మార్క్స్ తో సహా అందరూ ఒకటే నమ్మారు. ప్రజలు ప్రభుత్వానికి పెద్దపీట వేసి, వాళ్ళకి బలమైన అధికారం యివ్వటానికి కారణం, మంచి పరిపాలన దక్కుతుందన్న ఆశతో. ప్రభుత్వం నడిచే రీతి, పరిపాలనా దక్షత, రాజుల, మంత్రుల, అధికారుల ధర్మాలు, రాజనీతి గురించి వివరించిన కౌటిల్యుని గ్రంథం మంచి పరిపాలనకి మార్గదర్శి.

రాజు ఋజువర్తన కలిగి ఉండాలి. **'తన ప్రజల ఆనందంలోనే రాజు ఆనందం ఉంది. వాళ్ళ సంక్షేమంలోనే తన సంక్షేమం ఉంది. తనకి వ్యక్తిగతంగా ఏది తృప్తినిస్తుందో, దాన్ని మంచిదిగా పరిగణించకూడదు, తన ప్రజలకు ఏది ఆనందాన్నిస్తుందో, దాన్నే అతను మంచిదిగా పరిగణించాలి.'**

ఇంకోచోట కౌటిల్యుడు అంటాడు, 'రాజు తన ప్రజలకు కొన్ని సదుపాయాలను ఏర్పాటుచేయటం ద్వారా వాళ్ళకి శారీరక సౌఖ్యాలు కలిగి, పనిచేయాలన్న ఉత్సాహాన్ని వాళ్ళలో చొప్పించిన వాడవుతాడు. అతను ఋజువర్తనని, సంపద మార్గమును తప్పి చరించరాదు. ఆ విధంగా తన ఉద్యోగులని చూడటమే కాక, వాళ్ళ పరిజ్ఞానము, పని తీరుని బట్టి వాళ్ళ జీవనాధారాన్ని, వేతనాలని పెంచాలి.'

కౌటిల్యునికి, **అర్థ** (సంపద), **ధర్మాన్ని** (సత్యాన్ని) వెనువెంటే ఉంటుంది. **అర్థముకి** చాలా విశాలమైన అర్థము ఉంది. కేవలం సంపదకాదు; ప్రాపంచిక సంపద అందులో కేవలం ఒక భాగము మాత్రమే.

కౌటిల్యుని దృష్టిలో మంచి పరిపాలన ప్రజల సంక్షేమానికి ప్రాముఖ్యత నిచ్చేది. మంచి పరిపాలనా సూత్రాలు కౌటిల్యుని అర్థశాస్త్రములో బాగా వివరింపబడ్డాయి. రాజుకి ప్రత్యేక ఉనికి లేదు. అతని ధర్మాలు అతని వ్యక్తిత్వంలో పెనవేసుకుపోతాయి. అతను కూడా ప్రజల్లో ఒకడే, కాకపోతే అతను అత్యంత ప్రముఖుడైన వ్యక్తి. అర్థశాస్త్రములో, రాజనీతి, సంఘం ఒకదానితో ఒకటి పెనవేసుకుపోయాయి. రెండూ అదుపులోనే ఉన్నాయి.

మంచి పరిపాలనలో, ప్రభుత్వం యొక్క లక్ష్యాలు నెరవేరబడి, సాధింపబడాలి.. ఇది చక్కగా నడుస్తున్న, మంచి సలహాలు పాటిస్తున్న పరిపాలనలోనే సాధ్యం. ఈ సూత్రం నేటి కాలానికీ వర్తిస్తుంది. ఒక ప్రభుత్వం మంచిది అవుతుంది, అది సరిగా పాలన చేస్తే. మంచి పరిపాలన విపరీత ధోరణిలో నిర్ణయాలుగాని, విపరీత ధోరణిలో చర్యలు గాని చేయకూడదని కౌటిల్యుడు సూచిస్తాడు.

మృదువైన చర్యలు (సామ, దాన), తీవ్రమైన చర్యలు (దండోపాయము) అవసరాన్ని బట్టి తీసుకోవాలి. అచ్చం ఆధునిక యుగంలో మాట్లాడుతున్నాడా అనిపించేటట్టుగా, కౌటిల్యుడు తన అభిప్రాయాన్ని చెప్పాడు, 'తక్కిన వాళ్ళ సహాయ సహకారాల వల్లే ప్రభుత్వాధికారం సాధనమవుతుంది. సవ్యంగా సలహా సంప్రదింపులు జరిపాకే, తక్కిన పరిపాలనా కార్యక్రమాలు చేపట్టాలి.' రాజు, మంత్రులు చక్కటి క్రమశిక్షణ పాటించాలి. కౌటిల్యుడు తనకి, తన అధికారులకి కఠినమైన నియమావళి సూచించాడు. ఇదే నియమావళి నేటి వాణిజ్య వేత్తలకి కూడా వర్తిస్తుంది.

2400 ఏళ్ళ క్రితమే, రాజుది, అతని ఉద్యోగులది వేతనాలు ప్రభుత్వ రాబడిలో నాలుగోవంతుకి పరిమితమవ్వాలని కౌటిల్యుడు నొక్కి వక్కాణించాడు. మంచి పరిపాలనా దక్షత కోసం, అందరు అధికారులనూ, రాజుతో సహా, ప్రజలకి సేవకులుగా భావించాలి. వాళ్ళకి జీతం యిస్తున్నది వాళ్ళు చేస్తున్న సేవకి కాని, వాళ్ళేదో స్వంతం చేసుకోవటానికి కాదు. దీన్ని నేటి ప్రభుత్వ ఉద్యోగుల మీద పెట్టే ఖర్చుతో పోల్చి చూడండి. అది ప్రభుత్వ రాబడిలో 50% పై నే ఉంది. కొన్ని రాష్ట్రాలలో, జీతాలమీదా, వేతనాల మీదా, ఫించనుమీదా రాష్ట్ర రాబడిలో 80 % కూడా ఖర్చు అవుతోంది.

సంఘంలో శాంతి భద్రతలను నెలకొల్పి, జీవితానికి, స్వేచ్ఛకు, ఆస్తిపాస్తులకు భద్రతనివ్వాల్సిన బాధ్యత రాజుది. ఈ బాధ్యతని సరిగా నిర్వర్తించకపోతే, రాజు సంపదలోంచి నష్టపరిహారం చేయాలి. నేటి కాలంలో, శాంతి భద్రతలు నెలకొల్పటం కష్ట సాధ్యమవుతుంది. వ్యక్తిగత స్వేచ్ఛని కాపాడటం అన్ని వేళలా సాధ్యం కావటం లేదు. పైపెచ్చు దానికి ఎప్పుడూ, ఎన్నడూ నాయకుని స్వంత ఆస్థిలోంచి నష్టపరిహారం చెల్లించింది లేదు. ప్రభుత్వ డబ్బులో అధిక భాగం శాంతి భద్రతలు నెలకొల్పటంలో ఖర్చవుతోంది. శాంతి భద్రతలని నెలకొల్పకపోతే ఉన్నతి, ఎదుగుదల సాధ్యం కాదు.

మంత్రులు, సెక్రటరీలు పరిపాలన విషయంలో ప్రత్యక్షంగా బాధ్యత ఉన్నవాళ్ళు. అందుకని వాళ్ళని చాలా జాగ్రత్తగా ఎన్నుకోవాలి. వాళ్ళని ఎన్నుకునే ముందు వాళ్ళ సామర్థ్యాలని పరీక్షించాలి. వాళ్ళకి అప్పచెప్పేపనులను దృష్టిలో ఉంచుకుని, వాళ్ళని పరీక్షించాలి. అడుగడుగునా వాళ్ళ సామర్థ్యాలని, వాళ్ళ నిజాయితీని పరీక్షిస్తూనే ఉండాలి. ఈ జాగ్రత్తలన్నీ నేటి పరిపాలనలో ప్రజానాయకులకి వర్తిస్తుంది.

కౌటిల్యుడు అవినీతి సమస్యని కూడా వదలలేదు. నిజానికి ప్రభుత్వ నిధులని అపహరించేవిషయంలో కనీసం 40 మార్గాలు ఎత్తిచూపాడు. కాని కౌటిల్యునిలో ఈ చెడునడతని పరిష్కరించటానికి చాలా సహజమైన అవగాహన ఉంది. ఒక అధికారి నిజాయితీ పరుడో కాదో తెలుసుకోవటం కష్టమంటాడతను. కౌటిల్యుని ఉద్దేశంలో మంచి పరిపాలనకోసం అవినీతి పరులైన ప్రభుత్వ ఉద్యోగులను శిక్షించేందుకు ముందు జాగ్రత్త చర్యలు, కఠిన శిక్షలు అమలులో పెట్టాలి.

మంచి పరిపాలన, నిలకడ ఒకదానితో ఒకటి పెనవేసుకుని ఉంటాయి. పరిపాలించేవారు బదులు పలికి, బాధ్యతవహించి, జవాబుదారీగా ఉండి, వాళ్ళని అవసరమైతే తీసివేయగలిగి, మళ్ళీ పెట్టుకోగలిగినట్టయితే నిలకడ ఉంటుంది. లేకపోతే అస్థిరంగా ఉంటుంది. నేటి ప్రజాస్వామ్య పరిపాలనా పద్ధతిలో ఇది చాలా ముఖ్యం. కౌటిల్యుని రాచరికపు పద్ధతిలోలాగా, మన పాలకులు, అధికారులలో కూడా అలాంటి లక్షణాలు కావాలి.

అర్థశాస్త్రము రాజకీయ పరిపాలనని ఆర్థిక పరిపాలనతో సమానం చేస్తుంది. రాజకీయ పరిపాలన మార్గం అయితే, ఆర్థిక పరిపాలన గమ్యం. కాని రాజకీయ లక్ష్యాలు లేనిదే, ఆర్థిక లక్ష్యాలను చేరుకోలేము కాబట్టి, రాజకీయ పరిపాలన గమ్యంగానూ, ఆర్థిక పరిపాలన మార్గంగానూ మారుతాయి. కౌటిల్యునిది, మాకియవెలిది సిద్ధాంతం యిది. 'గమ్యం నిర్దేశిస్తుంది మార్గాన్ని.' కౌటిల్యుని దృష్టిలో రాజకీయ అధికారం, ప్రాపంచిక సంపద-పరిపాలనకి మార్గం, గమ్యం.

మంచి పరిపాలన-రాజకీయమైనా, ఆర్థికపరమైనదైనా-సాంఘిక, ఆర్థిక, రాజకీయ పరిస్థితులను మార్గాలుగానూ, లక్ష్యాలుగానూ సమాధానపడిన దానిమీద ఆధారపడి ఉంది. కౌటిల్యుడి దృష్టిలో పాలన అంటే ప్రాధమికంగా మంచి పరిపాలన; పరిపాలనా విషయంలో భారతదేశంలో రోజుకొకటి చొప్పున వెలుగులోకి వస్తున్న అనేక పుకార్లని బట్టి చూస్తే, మన నాయకులకి-రాజకీయ, కార్పరేట్ యిద్దరికీ **అర్థశాస్త్రము** చదివి, దాని సూత్రాలను వంటబట్టించుకోవటం అత్యంత ప్రముఖ కర్తవ్యంగా తోస్తున్నది.

5

ప్రజాపాలన

భాగం I : ఆర్థిక కార్యనిర్వహణ

సూత్రాలు

కౌటిల్యుని అర్థశాస్త్రములో ఈ క్రింది విధంగా ఆర్థిక కార్యనిర్వహణ యొక్క ముఖ్యసూత్రం వివరించబడింది. 'సంపదకి మూలం ఫలవంతమైన ఆర్థిక కార్యకలాపం, అది లేకపోతే ప్రాపంచిక నష్టాన్ని తీసుకువస్తుంది. ఫలవంతమైన ఆర్థిక కార్యకలాపం లేకపోతే, ఇటు ప్రస్తుత సంపద, అటు భవిష్యత్తులో ఎదుగుదల రెండూ నాశనమయ్యే ప్రమాదంలో ఉన్నాయి, ఖాళీ ప్రదేశాల మీద కొత్త పల్లెటూర్లని సృష్టించో లేక వదిలివేయబడిన పల్లెటూర్లని పునరుద్ధరించో పల్లెటూర్ల జనాభాని పెంచాలి రాజు.'

పల్లెటూర్ల ఆర్థిక వ్యవస్థ ప్రాముఖ్యత

అటు కౌటిల్యుడు పల్లెటూరి జనాభాని పెంచాలని రాజుని ప్రోత్సహిస్తే, దురదృష్టవశాత్తూ, నేడు మన భారతదేశంలో, దానికి భిన్నంగా జరుగుతోంది. పల్లెటూర్లనుంచి ప్రజలు పట్నవాసాలకి తరలిరావటం వల్ల, అధిక సంఖ్యలో మురికి వాడలు పుట్టుకొచ్చి, నేరం, వేశ్యావృత్తి, మత్తుమందుల అమ్మకాలు,

రోగాలు వగైరాలకు పుట్టినిల్లుగా మారింది. భారత ప్రభుత్వం (రాష్ట్ర ప్రభుత్వాలు) కౌటిల్యుని సలహాలను పాటించి, పెద్ద పట్టణాలను క్రిక్కిరిసి ఉండకుండా ఉండేటట్టు చేయాలి. అందువల్ల మన భారతదేశపు ఒకప్పటి అధ్యక్షుడు డాక్టర్ ఎపిజె అబ్దుల్ కలామ్ మొదలెట్టాలని సూచించిన ప్రాజెక్ట్, పల్లెటూర్లలో పట్నవాసపు సౌకర్యాలని ఏర్పాటుచేయటం చూస్తే, అది అచ్చం, కౌటిల్యుని ఆలోచనల మేరకు సరితూగింది. రాజీవ్ గాంధీ యొక్క గ్రామీణ విద్యుదీకరణ యోజన కూడా 'పల్లెటూర్లలో ప్రజలు' ఉండటానికి ఉత్సాహానిస్తుంది.

కౌటిల్యుడు, తన పుస్తకంలో కొన్ని చాలా లాభదాయకమైన సలహాలనిచ్చాడు. ఉదాహరణకి సాగుచేయగలిగే భూమిని, పన్నులు కట్టేవారికి వాళ్ళ జీవితకాలానికి యివ్వాలన్నాడు. భూమిని పొంది కూడా, దానిని దున్నని వాళ్ళనుంచి ఆ భూమిని స్వాధీనం చేసుకుని, వేరేవాళ్ళకి యివ్వాలి. భూమిని దున్నకపోవటం వల్ల ప్రభుత్వానికి వాటిల్లిన నష్టాన్ని, దాన్ని ప్రస్తుతం చూసుకుంటున్న వ్యక్తి భూడ్చాలి. వ్యవసాయాన్ని పెంపొందించటం కోసం, భరించలేని జరిమానాలతోనూ, పన్నులతోనూ, శ్రామికుల కోరికలతోనూ, రైతులను వేధించకుండా కూడా రాజు చూసితీరాలని కౌటిల్యుడు నిబంధన పెట్టాడు. రాజు వర్తకాన్ని, వాణిజ్యాన్ని పెంచాలి. దాని కోసం మార్కెట్లు, అటు భూమి మీదా ఇటు నీటి మీదా వర్తక మార్గాలను ఏర్పరచాలి. అతను నీటి వనరులని, జలాశయాలని దేశమంతటా ఏర్పరచి, విశాలమైన రహదారులని నిర్మించాలి. వ్యాపార మార్గాల్లో తన రాజ ఉద్యోగులు, అధికారులు, దొంగలు లేదా రహదారి కాపలాదారులు వేధించకుండా కాపాడాలి. నేడు భారతదేశంలో, రాష్ట్రాల మధ్య రాష్ట్రాలలోనూ వ్యాపారం చేసే వర్తకులు, బాగానే అధికారుల వేధింపులకు గురి అవుతున్నారు. పని నిర్విరామంగా సాగటానికి అధిక లంచాలు యివ్వాలన్నది జగమెరిగిన సత్యం.

మిశ్రమ ఆర్థిక వ్యవస్థ భావన, ప్రభుత్వరంగం

మిశ్రమ ఆర్థిక వ్యవస్థ భావన ఉండాలని ప్రతిపాదించిన రాజకీయ ఆర్థిక వేత్తలో మొట్టమొదటి వ్యక్తి కౌటిల్యుడు. అతని దృష్టిలో ప్రభుత్వం విభిన్న ఆర్థిక లావాదేవీలను చురుగ్గా, సమర్థవంతంగా తెలివిగా, లాభదాయకంగా నడపాలి. ఉదాహరణకి ఏ అధికారియైనా భూముల సేద్యం విషయాల్లో తగినంత లాభాలు చేకూర్చలేకపోతే అతన్ని 'సేద్యగాళ్ళ శ్రమను దోచుకున్నాడన్న' నేరం మీద శిక్షించేవారు. ప్రభుత్వ వర్తకాల ముఖ్య అధికారికి (ఛీఫ్ కంట్రోలర్ ఆఫ్ స్టేట్ ట్రేడింగ్)కి కఠినమైన ఆజ్ఞ యివ్వబడింది. అతను, 'లాభాలను సమకూర్చి, నష్టాలని అరికట్టాలి.' ఇది మన రాజకీయ నేతలు చదివి, అర్థం చేసుకుంటే ఎంత బాగుండు అనిపించక మానదు.

ప్రైవేటు వర్తకులు ప్రభుత్వ వస్తువులను అమ్మేటప్పుడు వాళ్ళు నష్టపరిహారం కింద కొంత సొమ్ము చెల్లించాలి ప్రభుత్వానికి. వీళ్ళు అడుగిడకపోతే ప్రభుత్వమే వీటిని ప్రత్యక్షంగా అమ్ముకుని సొమ్ము చేసుకునేది కదా అందుకు. దీన్ని బట్టి చూస్తే, కౌటిల్యునికి వ్యాపారంలో 'లాభం' అన్న పదం కేవలం ఆంక్ష విధించటం కాదు, వచ్చితీరాలి అని తేటతెల్లమవుతోంది. ఒక వేళ, భారతదేశంలో, స్వాతంత్ర్యం వచ్చాక వెలసిన ప్రజాస్వామ్యం, లాభాలను చిన్నచూపు చూడకుండా ఉండి ఉంటే ప్రభుత్వరంగం యొక్క ఆర్థిక ఆరోగ్యం, ముఖ్యంగా దానికి ద్రవ్యం సమకూర్చటానికి పెద్దమొత్తాలు అప్పులు తీసుకునే ప్రభుత్వ ఆరోగ్యం, ఎన్నో రెట్లు బ్రహ్మాండంగా ఉండేది.

కౌటిల్యుని దృష్టిలో, ప్రభుత్వ, ప్రైవేటు రంగాలకి వాళ్ళ బాధ్యత వాళ్ళకి ఉండేది. భూమి ప్రభుత్వరంగానికి చెందేది. భూములు, అడవులు, నీటి వనరులు అన్నీ ప్రభుత్వ అధీనంలో ఉండేవి. సాగుచేయ గలిగే భూమి అటు ప్రభుత్వరంగం, యిటు ప్రైవేటు రంగం యిద్దరి కిందా ఉండేది. గనులు తవ్వటం, చేపలు పట్టటం కూడా రెండు రంగాల అధీనంలోనూ ఉండేవి. ఉప్పును తయారు చేయటం, ఉప్పుమడులు-పట్టాదారుల చేతిలో ఉన్నా, ఉప్పుకి అధికార ప్రతినిధి

దాన్ని అమ్మేముందు సొమ్ము వసూలు చేసేవాడు (ఉప్పును కూడా ఎగుమతి చేసేవారు). మాదక ద్రవ్యాలను తయారు చేసి అమ్మటం, జూదమాడటం, వేశ్యావృత్తి చేయటం, పందెం వేయటం పూర్తిగా ప్రభుత్వ ఏకస్వామ్యము. అదికాక బంగారం, వెండి, విలువైన రత్నాల లావాదేవీలు ప్రభుత్వ అధికారంలో ఉండేవి.

దేశీయ, విదేశీ వర్తకం

అటు ప్రైవేటు వర్తకులూ, ఇటు ప్రభుత్వం, ఇద్దరూ దేశ, విదేశీయ వర్తకాలు రెండింటిలోనూ పాలు పంచుకునేవారు. దేశీయ, విదేశీయ సరుకులను, అత్యధిక నిల్వలున్న (బఫర్‌స్టాక్‌ను) సరుకులను, ముఖ్యభూముల వస్తువుల అమ్మకాలను, ప్రభుత్వ పంపిణీలను నిష్పక్షపాతంగా చూడాల్సిన బాధ్యత వర్తకుల ముఖ్యఅధికారిది. (ఛీఫ్ కంట్రోలర్ ఆఫ్ ట్రేడింగ్) ప్రైవేట్ వ్యాపారుల ముఖ్య అధికారి (ఛీఫ్ కంట్రోలర్ ఆఫ్ ప్రైవేట్ ట్రేడింగ్ వర్తకుల మీద ఒక కన్నేసి ఉంచేవాడు, వాళ్ళ తూనికలు, కొలతలు అప్పుడప్పుడూ తనిఖీ చేస్తూ, వాళ్ళు ఏమీ దాచుకోలేదు, మోసం చేయలేదు లేదా అదనపు కొలతలు పెట్టలేదని నిర్ధారణ చేసుకునేవాడు.

జనపథాలు, ఆర్థిక కార్యక్రమాలు

ఉత్పత్తినిచ్చే ఆర్థిక కార్యక్రమాలు ఎక్కువగా జనపథాల్లోగాని లేదా స్వయం ప్రపత్తి ఉన్న పల్లెటూళ్ళలో గాని జరిగేవి. కౌటిల్యుని దృష్టిలో 'శక్తి పల్లెటూర్లనుంచి వస్తుంది అది అన్ని కార్యక్రమాలకి ఆధారం.' ఒక ఆదర్శమైన జనపథం అనేక రకాల వస్తువులను పెంపొందించగలిగి ఉండాలి, తన ప్రజలనూ, బయటనుంచి వచ్చిన కాందిశీకులనూ పోషించటానికి. ప్రజలు అతిముఖ్యంగా రైతులు, కళాకారులు, వృత్తి విద్యలో ఆరితేరినవారై ఉండాలి. వాళ్ళు పనికి అంకితమై

ఉండాలి. విశ్వాసంగా, తెలివిగలవారిగా ఉండాలి. తక్కిన ఆర్థిక కార్యకలాపాలు-వర్తకం, కోటలు, జలాశయాలు కట్టటం, గనులు తవ్వటం, ఉత్పాదకతలు చేయటం. వస్త్రపరిశ్రమలను కూడా ప్రోత్సహించేవారు. నూలు వడకటానికి వికేంద్రీకరణ చేసేవారు. స్త్రీలు చేసేవారు ఈ పనిని. మగ్గం నేసేపని అటు నేతగాళ్ళకి, వస్త్రానికింత ధరచొప్పున కాంట్రాక్ట్ యిచ్చేవాళ్ళు, యిటు ప్రభుత్వం కూడా తన అజమాయిషీలో కొన్ని ప్రత్యేకరకమైన వస్త్రాలను, ప్రత్యేకంగా కట్టబడిన మగ్గాలలో నేయించేది. ఉప్పుతయారీ పూర్తిగా ప్రభుత్వ అధీనంలో ఉండేది. చట్టానికి వ్యతిరేకంగా ఎవరైనా ఉప్పును తయారు చేస్తే వాళ్ళకి శిక్ష కఠినంగా ఉండేది.

కౌటిల్యుడు కార్మికులని, ఉద్యోగస్థులని వదిలివేయలేదు లేదా నిర్లక్ష్యం చేయలేదు. అటు ప్రభుత్వరంగాల్లోనూ, యిటు ప్రైవేటు రంగాల్లోనూ స్త్రీలు, పిల్లలు ప్రత్యేక పాత్ర వహించేవాళ్ళు ఉద్యోగవిషయాల్లో. కార్మికులని నియమించే విషయంలో ఒక ఆసక్తికరమైన అంశం ఏమిటంటే **ఆర్థిక వ్యవస్థలో కొన్ని రంగాల్లో జీతం ఉత్పాదకతని బట్టి ఉంటుంది.** ఒక నియమిత జీతానికి పనిచేసే ఎక్కువ కార్మికుల సంఖ్య ప్రభుత్వ రంగంలో ఉంది. కాని మొత్తం జీతాల బిల్లు, మొత్తం రాబడిలో నాలుగవ వంతును మించకూడదు. ఈ భావాలను మన ఫైనాన్స్ కమిషన్ చూస్తే ఎంత బాగుండును! స్వయం ఉపాధి పథకం కింద వృత్తి విద్యలు చేపట్టేవారు. **శ్రేణీలు** అనే పేరుతో సంఘాలుగా ఏర్పడ్డారు. జీతాల గురించి, డబ్బు చెల్లించటం గురించి వాళ్ళకి వేరే నిబంధనలు, సూచనలు ఉన్నాయి. జీతాలను, వేతనాలని, ఉత్పాదకతతో ముడిపెట్టటం అన్నది ఆదర్శకర సూత్రం. ఇది వాడుకలో పెడితే, యిది చాలా దూరమే వెళ్ళి, ఖర్చులు తగ్గించి, కార్మికులు-ఉత్పాదకత నిష్పత్తి మీద సానుకూల ప్రభావం చూపుతుంది, ముఖ్యంగా పరిశ్రమల్లో.

బడ్జెట్ అకౌంట్లు, ఆడిట్ : రాబడి బడ్జెట్ వేయటం

బడ్జెట్ ప్రతిపాదించే అధికారి, ముందుగా పన్ను విధించే సంవత్సరానికి రాగల రాబడిని అంచనా వేయాలి, అనేక అంశాలనుంచి. ఒకొక్క రంగం నుంచి రాగల రాబడిని నిర్ధారించుకొని, వాటిని ఆ కార్యక్రమం జరిగే ప్రదేశాలతో కూడిక వేయాలి పూర్తి మొత్తం కూడిక రావటానికి. రాజు గురించి అయ్యే వ్యయాలను తగ్గించేవారు. తక్కిన వారికి నియమిత ఆహారదినుసులకి, రాజు చేత లిఖితపూర్వక లేదా నోటిమాటగా యిచ్చిన రాయితీలు తగ్గించాలి. బాకీ ఉన్న రాబడికి, కట్టబడుతున్న భవంతులను లెక్కలోకి తీసుకోవాలి, వాటి నుంచి రాబడి అవి పూర్తి అయ్యాకే వస్తుంది. అలాగే కట్టని జరిమానాలు, వసూలవని చెల్లింపులు, అధికారులు తిరిగి తీర్చాల్సిన ఎడ్వాన్సులు. నికరాదాయాన్ని కౌటిల్యుడు లెక్కకట్టే పద్ధతి ఏమిటంటే - ఆదాయం నుంచి ఖర్చుని తీసివేయాలి. వాయిదా చెల్లింపులను కూడా పరిగణలోకి తీసుకుని. చూస్తుంటే పైన వివరించిన కౌటిల్యుని పద్ధతులలో బడ్జెట్ అంచనాలు వేయటానికి, తిరగతోడిన అంచనాలకి, నిజమైన వాటికి అవకాశం యిచ్చినట్టు లేదు, మన ఆర్థిక మంత్రులు నేడు యిచ్చినట్లుగా!

నేడు ఆధునిక భారతదేశంలో ఈ పద్ధతి తిరగబడింది. రాజకీయ ఒత్తిడివల్ల విభిన్న రంగాల్లో అనేక రాయితీలు యివ్వాల్సిన పరిస్థితి ఏర్పడుతోంది. ముఖ్యంగా వోటు బ్యాంకులకి. ముందు వ్యయాన్ని నిర్ణయిస్తారు. దాని తర్వాత ఉన్న ఆధారాలనుంచో లేదా కొత్త ఆధారం నుంచో ఆదాయం పెంచటానికి మార్గాలు అన్వేషిస్తారు. అర్థశాస్త్రములో ప్రతిపాదించినట్టుగా, ప్రాథమిక సూత్రాలకు వెళితే అది మంచి పద్ధతి అవుతుందేమో.

పద్దు పుస్తకాలను పెట్టటం

పద్దు పుస్తకాలలో, ప్రతి పద్దులోనూ రసీదు వైపు లావాదేవీ జరిగిన తేదీ వేయాలి.

రాబడిని ముఖ్యశీర్షికల పద్దులకు తగ్గట్టుగా విభజించాలి. ఉదాహరణకు కొన్న ధర, భాగము (షేర్) వైజీ (లావాదేవీ పన్ను) ఏకస్వామ్యము పన్ను, నిర్ణీత పన్నులు, ఉత్పాదక ధర, జరిమానా చెల్లింపులు. ఖర్చుల విషయానికొస్తే, ఖర్చులని 11 పెద్ద శీర్షికల కింద విభజించాడు. దానాలు రాజు ప్రాసాదంలో ఖర్చులు, కార్యనిర్వహణ, విదేశీ వ్యవహారాలు, ధాన్యపు కొట్టుల నిర్వహణ, ఆయుధాల స్థావరాలు, గిడ్డంగులు, ఉత్పాదక ఖర్చులు, కార్మికుల ఖర్చులు, రక్షణ, పశువులు, పశుగ్రాసము, తక్కిన తినే వస్తువులు. జమాఖర్చుల తనిఖీ ఖచ్చితంగా ఉండాలని చెప్పాడు. ఇవాళ కేవలం అనేక సియేజీ రిపోర్టులు చూస్తే చాలు, భారతదేశంలో ప్రభుత్వ ప్రతినిధులు ఎంత దారుణంగా జమాఖర్చుల చిట్టా నిర్వహిస్తున్నారో తెలుస్తుంది. ఆడిటర్ల బాధ్యతని ప్రత్యేకంగా చూపాడు. అర్థశాస్త్రములో నిబంధనలకి కట్టుబడకపోతే అది ఒక శిక్షింపదగిన నేరం. అకౌంట్సు ఆఫీసరు తనిఖీకి వచ్చినప్పుడు ఆడిటర్ సంసిద్ధంగా ఉండాలి. అలా కాని పక్షంలో, అతను శిక్షింపబడతాడు.

ఉన్నతాధికారులు, వాళ్ళు పనిచేసే రంగంలో లెఖ్ఖలు, ఏమీ విరుద్ధంగా లేకుండా చూపించాల్సిన బాధ్యత ఉంది. ఎవరైనా అబద్ధాలు చెప్పినా, పరస్పర విరుద్ధమైన వ్యాఖ్యానాలు చేసినా, వాళ్ళు భారీ పరిహారం చెల్లించాల్సి ఉంటుంది. పరిహారం సొమ్ము 12 పణాల నుంచి 200 పణాల దాకా ఉంటుంది. అలాగే కొందరు అధికారుల చర్యలవల్ల ప్రభుత్వానికి నష్టం వాటిల్లినా, తప్పుడు లెఖ్ఖలు చూపించినా, జమా ఖర్చుల చిట్టాలో పద్దులు మోసంచేసినా, ఆడిట్‌కి అందుబాటులో లేకపోయినా, లెక్కల్లో పరస్పర విరుద్ధమైన పద్దులు చూపించినా ఆ అధికారులు భారీ నష్టపరిహారం చెల్లించాల్సి ఉంటుంది. తీవ్రమైన శిక్ష పడుతుందన్న భయం నీతితప్పిన బాధ్యతా రహితమైన ఆడిటర్లు, వాళ్ళ ఆడిట్ రిపోర్టులు తయారు చేసేటప్పుడు, ఒళ్ళు దగ్గరపెట్టుకుని చేసేటట్టు చేస్తుంది.

భాగం II : పరిపాలన

కార్యనిర్వహణ : రాజు పాలన

కౌటిల్యుని అర్థశాస్త్రములో కార్యనిర్వహణ గురించిన భాగం ప్రభుత్వ యంత్రాంగం తీరుతెన్నులను వివరిస్తూ, ప్రతి ముఖ్యమైన అధికారి యొక్క ధర్మాలను, బాధ్యతలను శాంతి భద్రతలను నెలకొల్పటంలోనైనా, పన్నులు వసూలు చేయటంలోనైనా ఆజ్ఞాపిస్తున్నది. అది ప్రజాప్రతినిధుల ధర్మాన్ని, ప్రజల సాంఘిక బాధ్యతలను పాటించటాన్ని కూడా వివరించింది. చట్టం, న్యాయంలో సివిల్, క్రిమినల్ లాలు రెండింటినీ వివరించింది. ప్రాథమికంగా పీనల్ కోడ్‌లో చాలా వివరంగానూ, స్థాయీ బేధంలోనూ పరిహారాలని, జరిమానాలని విధించటంలో రెండు లక్ష్యాలున్నాయి. ఒకటి, అధికారులు ధర్మం తప్పకుండాచూడటం, రెండు, ప్రభుత్వానికి రాబడిని ప్రోగేయటం.

ప్రభుత్వాన్ని ఏలేది రాజు. తన సలహాదారులు, మంత్రుల సహాయంతో మూడు పద్ధతుల ద్వారా పాలిస్తాడు. అంటే రాజు తన కళ్ళారా చూసిన దాన్ని బట్టి, తన కిచ్చిన రిపోర్టు ద్వారా తను పరోక్షంగా తెలుసుకున్నదాన్ని బట్టి, చేసిన పనిని గురించి తెలుసుకున్న దాన్ని ద్వారా చేయని పని గురించి తాను గ్రహించిన దాన్ని బట్టి. తన మంత్రిగా ఎవరినన్నా నియమించుకునేముందు రాజు సమగ్రంగా అతని లక్షణాలన్నిటి గురించీ పరిశోధిస్తాడు. రాజు, ప్రతిరోజూ సూర్యోదయం అవగానే, తన ప్రజలకు గంటన్నర సేపు అందుబాటులో ఉంటాడు. తను కొలువు తీరి ఉన్నప్పుడు గుమ్మం దగ్గర బాధితులనెవరినీ ఆపడు. (తనే స్వయంగా వాళ్ళ విషయం విచారిస్తాడు). కౌటిల్యుడు స్థిరంగా చెప్పాడు, రాజు తన ప్రజలకి అందుబాటులో లేకపోతే, వాళ్ళు శత్రువులతో చేతులు కలుపుతారని.

ఇంతకు ముందే చెప్పినట్టుగా పరిపాలన ఆధారపడిన ప్రాథమిక సూత్రం, 'తన ప్రజల ఆనందంలోనే రాజు ఆనందం ఉంది, వాళ్ళ సంక్షేమంలోనే, తన సంక్షేమం ఉంది.' కౌటిల్యుడు రాజుకి విధించిన బాధ్యతకి విరుద్ధంగా ఉంది

నేడు భారతదేశంలో. మన పాలకులు, అంటే, మంత్రులు, రాజ్యసభ సభ్యులు శాసన సభ సభ్యులు చివరికి జిల్లా కలెక్టర్లు కూడా **ఆమ్ జనతా** కి తేలిగ్గా అందుబాటులో లేరు. దాని ఫలితంగా దళారీలు బాగా సొమ్ము చేసుకుంటున్నారు, ప్రజల వేదనలు తీర్చే నెపంతో. హతవిధీ! నేటి ఆధునిక భారతదేశంలో ఎన్నుకోబడిన రాజ్యసభ సభ్యుల్లో మూడవ వంతువారికి నేర చరిత్ర ఉంది. అందులో కొందరు అతి దారుణమైన నేరాలు చేసారు. వాళ్ళు శిక్షింపబడకుండా (మన న్యాయశాస్త్రం నెమ్మదిగా నడిచేటట్టు పేరెన్నికగన్న నత్తనడక కన్నా మందంగా నడుస్తుంది) కేవలం నిందితులుగా ఉన్నంతకాలం, వాళ్ళు ఎన్నుకోబడ్డ దేశ ప్రతినిధులుగా కొనసాగవచ్చు. అలా, కౌటిల్యుని భూస్వామ్యవిధానం. అంటే ప్రజల సంక్షేమాన్ని రాజు పెంపొందించాలన్న సిద్ధాంతం మీద ఆధారపడినదాన్ని, ప్రజాస్వామ్యానికి మలచుకోవచ్చు.

పాలన యంత్రాంగం

ప్రజా పాలన చేసే ఒక పెద్ద యంత్రాంగానికి అధినేత రాజు. కార్య నిర్వాహక అధికారులు కోశాధికారి, ఛాన్సలర్, ఛీఫ్ కంట్రోలర్, ఆడిటర్. ఛాన్సలర్ కింద సరిహద్దు గవర్నర్లు, ప్రాంతీయ గవర్నర్లు, న్యాయాధికారులు. ప్రాంతీయ గవర్నర్ల కింద మాజిస్ట్రేట్లు. చీఫ్ కంట్రోలర్, ఆడిటర్ కింద సిటీ కమాండర్, సిటీ అడ్మినిస్ట్రేటర్లు, మంత్రులు, ఉత్పాదక సంస్థల అధికారులు, సిటీ గవర్నర్ జనరల్‌లు ఉంటారు. మంత్రుల కింద ఫారెస్ట్ కమాండర్లు, **దండపాలవ్‌లు,** చీఫ్ ఫారెస్ట్ ఆఫీసర్లు, హెడ్స్ ఆఫ్ డిపార్ట్‌మెంట్లు. ఈ చివరి వాళ్ళు ప్రత్యక్షంగా ఛీఫ్ కంట్రోలర్, ఆడిటర్ అధీనంలో ఉంటారు.

ప్రభుత్వ అధికారులు

నిజాయితీ, సామర్థ్యం, అనుభవం ఉన్న ప్రభుత్వ విధానం (బ్యూరాక్రసీ)

ఉండితీరాలి సమర్థవంతమైన, సమానమైన, న్యాయబద్ధమైన పరిపాలన చేయటానికి. కొందరు ప్రభుత్వ అధికారులకి ప్రభుత్వ సొమ్ముని తినాలన్న దుర్బుద్ధి ఉంటుందని కౌటిల్యుడు గ్రహించాడు. అందుకే, ఏ అధికారులైతే రాజు సొమ్ముని సంగ్రహించకుండా దాన్ని న్యాయమైన మార్గాల్లో పెంపు చేస్తారో, వాళ్ళనే ప్రభుత్వ పదవుల్లో శాశ్వతం చేయాలని సిఫారసు చేసాడు కౌటిల్యుడు. ఏ అధికారి అన్నా తన విధుల్లో నిర్లక్ష్యంగా గాని అజాగ్రత్తగా గాని ఉంటే, అతని జీతానికి అతను కలగజేసిన నష్టానికి రెట్టింపు జరిమానా విధించి, ఏ అధికారి అన్నా తనకి నిర్దేశించిన పనిని పూర్తి చేసినా, అంతకన్నా మెరుగ్గా చేసినా, అతనికి పదోన్నతి యిచ్చి, ప్రతిఫలం యిస్తారు.

జీతాలు, వేతనాల ఏర్పాటు

అనేక రంగాల్లోని ప్రభుత్వ ఉద్యోగులకు ఎంతెంత జీతాలివ్వాలో కౌటిల్యుని అర్థశాస్త్రము ప్రత్యేకించి చెప్పింది. ప్రభుత్వం యొక్క మొత్తం జీతాల బిల్లు పట్నం, పల్లెల సామర్థ్యాన్ని బట్టి ఆధారపడి ఉంది. అది ప్రభుత్వానికి వచ్చే రాబడిలో నాలుగవ వంతు కన్నా ఎక్కువ ఉండకూడదు. కోశాగారంలో జీతానికి సరిపడా డబ్బు లేకపోతే, జీతాలను కొంత సొమ్ము రూపేణా కొంత వస్తురూపేణా యివ్వవచ్చు. ధాన్యాన్ని సొమ్ము జీతాలకి బదులుగా యివ్వవచ్చు. ఈ సూత్రం ప్రకారం 60 పణాల ఒక ఏడాది జీతం ఒక రోజుకి ఒక అడక ధాన్యంతో సమానం. భారతదేశంలో ఈ మధ్య వెలిసిన పనికి ఆహారం పథకం లాంటిది ఇది. ప్రభుత్వ రాబడిలో నాలుగోవంతుని మించి మొత్తం జీతం లేదా వేతనాల బిల్లు ఉండకూడదు అన్నది అటు కేంద్ర ప్రభుత్వానికీ, యిటు ఎన్నో రాష్ట్రప్రభుత్వాలకీ కూడా ఆదర్శంగా ఉండాల్సింది. ఎందుకంటే అవి ఇప్పుడు వాటి ఆదాయంలో 50% జీతాల మీద, పెన్షన్‌ల మీద ఖర్చు పెడుతున్నాయి.

మోసాలు, శిక్షలు

కౌటిల్యుని అర్థశాస్త్రము రాజు కొలువులో చేసే ఉద్యోగుల జీతాల ఏర్పాటుని వివరంగా యిస్తుంది. అత్యధిక జీతం 48,000 పణాలు ఏడాదికి (సలహాదారులు, లేఖకుడు, రాజు పురోహితుడు అందుకునేది). కోశాధికారికి, ప్రధమ న్యాయాధిపతికి 24,000 పణాలు ఏడాదికి. పట్టణపు గవర్నర్ జనరల్ రాష్ట్రపాలకుడుకి, 12,000 పణాలు ఏడాదికి. కనిష్ఠ జీతం 60 పణాలు ఏడాదికి. ప్రభుత్వ ఉద్యోగులు చేసే మోసాలు తెలుసు కౌటిల్యునికి. వాళ్ళు రెండు అక్రమ మార్గాల్లో డబ్బు సంపాదించగలరని గమనించాడు. ప్రభుత్వాన్ని మోసం చేయటమో లేదా ప్రజలను స్వలాభానికి వాడుకోవటమో చేస్తారు. అతను ఈ రెండు రకాల మోసాలకీ శిక్షని సూచించాడు. ప్రభుత్వ ధనాన్ని 'దొంగిలించే' మార్గాలు 40 పేర్కొన్నాడు.

ప్రభుత్వాన్ని అధికారులు మోసం చేయటం గురించిన కొన్ని ఉదాహరణలు- వ్యక్తిగత లాభాల కోసం ప్రభుత్వ సొమ్ము ఉపయోగించి కట్టడాలు కట్టటం. ఆదాయం వచ్చిన తేదీని తప్పుగా మార్చటం, ప్రభుత్వ ఆస్తులని దుర్వినియోగం చేయటం వగైరా.

వినియోగదారుల రక్షణ

అర్థశాస్త్రములో వినియోగదారుల రక్షణకి, ప్రజల సంక్షేమానికి ఏర్పాట్లున్నాయి. కళాకారులకు, శిల్పులకు, కంసాలివానికి, వ్యాపారస్థులకి ఎంత జీతాలివ్వాలో ఆజ్ఞాపించింది. వినియోగదారులని రక్షించటం కోసం, అన్ని త్రాసులు, తూనికలు, తూనికల కొలతల ప్రధాన అధికారి (ఛీఫ్ సూపరింటెండెంట్ ఆఫ్ వెయిట్స్ అండ్ మెజర్స్) నుంచే కొని తీరాలని నిర్బంధించారు. వినియోగదారులని ఎన్ని రకాలుగా వ్యాపారస్థులు మోసం చేస్తారో కూడా అందులో వివరించబడింది

ఉదాహరణకి, తూకంలో మోసం, అసలు వస్తువులనో లేక సరుకులనో మాయం చేసి నకిలీ సరకు పెట్టటం.

కౌటిల్యుడు వీళ్ళందరికీ ఎంతెంత జీతాలివ్వాలో కూడా పట్టిక వేసాడు. లోహపు పనివాళ్ళు, కళాకారులు, శిల్పులు చాకలివాళ్ళు, దర్జీలు, డాక్టర్లు, హాస్యగాళ్ళు. ఉద్యోగుల గురించి, జీతాలు, వేతనాల గురించి సూక్ష్మమైన వివరాలతో వర్ణించిన తీరు చూస్తే, నిరుద్యోగ పర్వం మరియు బిచ్చమెత్తుకోవటాన్ని రాజ్యం నుంచి పారద్రోలలేకపోయారన్నది తేటతెల్లమవుతోంది. నిజానికి, కౌటిల్యుడు బిచ్చగాళ్ళని, హాస్యగాళ్ళని, సన్యాసిలను వర్షఋతువులో బయటికి తిరగటం నిషేదించాడు. ఎవరైనా ఈ నిబంధని ఉల్లంఘిస్తే, ఇనపకఱ్ఱతో కొడతారు.

రాజ సభలో కొలువుతీరిన అధికారులు పొందిన రకరకాల అక్రమ సంపాదనలు, చేసిన మోసాలు చూస్తే శతాబ్దాలు గడిచినా మానవ నైజంలో కనబడేమార్పు ఏం రాలేదని అర్థమవుతుంది మనకి. కాని రెండింటికీ మధ్య ఒక తేడా ఉంది. నేటి భారతదేశంలో ఎన్నోసార్లు ప్రభుత్వఅధికారి చేసిన తప్పులకు శిక్షపడకుండా తప్పించుకు తిరుగుతాడు కాని పూర్వకాలంలో తప్పుడు అధికారుల మీద శిక్ష తీక్షణంగా ఉండేది. దానికి పడే శిక్ష-'డబ్బు జరిమానా' నుంచి కఠిన శిక్ష దాకా ఉంటుంది. కొన్ని చోట్ల, నలుగురిలో నగుబాటు చేయటం ఉండేది. ఉదాహరణకి మొహం మీదా శరీరం మీదా పేడకొట్టి, తప్పుచేసిన అధికారిని పుర వీధుల్లో ఊరేగించటం లేదా వీళ్ళ జుట్టు గొరిగించి, గుండు గీయించటం. భారతదేశంలో ఇప్పుడు ఇలాంటి శిక్షలను విధించగలమా? పార్లమెంటులో ఒక చట్టం పెట్టినా దాన్ని కోర్టులో సవాలు చేస్తాడు నిందితుడు. చట్టాలని తయారు చేసే వారిలో కొందరు నేరం ఆరోపించబడినవారైతే, వాళ్ళు చట్టపరిధిలో శిక్షలు విధించాలని నిబంధనలు విధిస్తారనుకోవటం వల్ల.

III ముక్తాయింపు

కౌటిల్యుని అర్థశాస్త్రము నేడు భారతదేశానికి పనికివస్తుందా? తన గ్రంథంలో కౌటిల్యుడు ఉటంకించిన ఆదర్శరాజ్యం భూస్వామ్య ఏకస్వామ్యం. అందులో తన రాజ్యానికి రాజు ఒక్కడే అధికారి. కాని నేటి ప్రజాస్వామ్యపు భారతదేశంలో సమాఖ్యావిధానము (ఫెడరల్ పాలిటీ), కేంద్రంలో, రాష్ట్రాలలో ప్రభుత్వాలు ఉన్నాయి ప్రజలచేత ఎన్నుకోబడి ఏర్పడినవి. ఎన్నో అంశాలమీద రాష్ట్రానికి స్వంతంగా ప్రవర్తించే హక్కులేదు, దానికి అర్థశాస్త్రములో సూచించిన పద్ధతులు, జాగ్రత్తలు తీసుకోవాలన్న కోరిక ఉన్నాకూడా.

ప్రజాస్వామ్యంలో చట్టములను ఏర్పరచు అధికారులు, న్యాయవిచారణ, అధికారులు, ప్రజాభిప్రాయము (వార్తా పత్రికలకి స్వేచ్ఛ) నాలుగు స్థంభాలు. కొన్ని అడ్డంకులు ఉన్నా కూడా, భారతదేశము అర్థశాస్త్రములో పొందుపరిచిన కౌటిల్యుని జ్ఞానం నుంచి లబ్ధిపొందవచ్చు. అతను (కౌటిల్యుడు) ఆర్థిక వ్యవస్థని కేవలం కార్యనిర్వహణ లేదా రాజ్యాల (దేశాల) మధ్య సంబంధ బాంధవ్యాలను చర్చించినప్పుడు, మనం అతని జ్ఞానం నుంచి నేర్చుకోవచ్చు. కౌటిల్యుని రాజ్యం ధర్మ సూత్రం (ఋజు వర్తన) మీద నడుస్తుంది.

కౌటిల్యుడు పల్లెటూర్ల ఎదుగుదలకి యిచ్చిన ప్రాముఖ్యత, వ్యవసాయానికి వేసిన పెద్దపీట, వస్త్రపరిశ్రమల వికేంద్రీకరణలను నేటి పరిస్థితులతో పోలిస్తే, ఈ రంగాలు నేడు నిర్లక్ష్యం చేయబడుతున్నాయని తెలుస్తుంది. కౌటిల్యుని రాజ్యంలో రాజు తన ప్రజలకి ప్రతిరోజూ అధమ పక్షం ఒకటిన్నర గంటలు అందుబాటులో ఉంటే, ఇవాళ, భారతదేశంలో ప్రజలు కోరితే, ప్రభుత్వం నించి ఒక మాట వినటానికి కూడా ఎన్నో రోజులు పడుతుంది.

ఆర్థిక నిర్వహణ విషయంలో కూడా, భారతదేశం **అర్థశాస్త్రము** నుంచి ఎంతో నేర్చుకోవాల్సి ఉంటుంది. ప్రభుత్వ సంస్థల్లో పనిచేసే అధికారులు నష్టాలు కలగజేస్తే వాళ్ళకి కఠినమైన శిక్షలను, లాభాలు చూపించిన వారికి ప్రతిఫలాలను

సిఫారసు చేస్తాడు కౌటిల్యుడు. ప్రభుత్వ సంస్థలు నడిపే విధానంలో ప్రభుత్వానికి లాభం వచ్చి తీరాలి, కౌటిల్యుని పథకంలో. అది ఇప్పటి పరిస్థితులకి భిన్నంగా ఉంది.

కౌటిల్యుని అర్థశాస్త్రము క్రీ.పూ. మూడవ శతాబ్దంలో లిఖించబడినా, అది 21వ శతాబ్దంలో కూడా భారతదేశానికి సరిపోతుంది. అందులో పేర్కొనబడిన నిబంధనలు, జాగ్రత్తలు, ముఖ్యంగా బడ్జెట్‌కి, ఎక్కౌంట్లకి, ఆడిట్లకి సంబంధించిన విషయాలు ఇవాళ్టికి కూడా, భారతదేశ పరిస్థితులకు పనికి వస్తాయి. సియేజి రిపోర్టులో పేర్కొన్న అనేక మోసాలను చూడండి. కౌటిల్యుని రాజ్యంలో, తప్పుదారి పట్టిన అధికారుల మీద వాళ్ళెంత పెద్ద పదవిలో ఉన్నా కూడా చర్య తీసుకుని, వాళ్ళని కఠినంగా శిక్షించగలడు రాజు. భారతదేశంలో జాయింట్ సెక్రటరీ హోదాలో యింకా పై హోదాలో ఉన్న ఐ ఏ యస్ ఆఫీసర్లని, ఉన్నతాధికారుల నుంచి అనుమతి లేనిదే అరెస్టు చేయలేరు, యాంటీ కరప్షన్ బ్యూరో లేదా సిబిఐ చేతిలో తప్పుచేస్తూ పట్టుబడిపోయినా కూడా.

అర్థశాస్త్రము ప్రకారం ఆడిటర్లు ఏదైనా తప్పుచేస్తే శిక్షార్హులు అవుతారు. హెచ్చు జరిమానాలు చెల్లించాల్సి రావచ్చు. వాళ్ళు రాజుకి జవాబుదారీ కాకుండా తప్పించుకోలేరు. అలాంటి చర్యలను భారతదేశం అమలులో పెట్టవచ్చు, ప్రభుత్వరంగం, ప్రైవేటు రంగ సంస్థల్లో ఆడిటింగ్‌ని పటిష్ఠం చేయటానికి. ముక్తాయింపుగా, పరిపాలన విషయానికొస్తే, నేడు భారతదేశంలో కౌటిల్యుని అర్థశాస్త్రముని ఈ విధంగా అమలులో పెట్టవచ్చు.

- ముందుగా, కౌటిల్యుని రాజ్యంలో మిశ్రమ ఆర్థిక వ్యవస్థని పాటిస్తారు. అంటే ప్రభుత్వరంగం, ప్రైవేటురంగం, ప్రభుత్వ ప్రైవేటురంగాలు రెండూ కలిసిన ఉమ్మడి రంగం పక్కపక్కనే పనిచేస్తాయి. నేడు, భారతదేశంలో ఇలాంటి ఆర్థిక వ్యవస్థే ఉంది. కొన్ని సంస్థల్లో ప్రభుత్వానికి ఒక భాగం (తరచు పెద్ద భాగం) ఉండటంతో, మూడు రకాల ఆర్థిక వ్యవస్థ ఉంది.

ప్రభుత్వరంగ సంస్థల్లో లాభం చేకూర్చటాన్ని ముఖ్య లక్ష్యంగా చేసితీరాలి భారతదేశం.

• రెండోది, కౌటిల్యుడు సూచించినట్టుగా వ్యవసాయానికి, జలాశయాలకి, రహదారులు వేయటానికి, వనాల పెరుగుదలకి పెద్ద పీట వేయాలి.

• మూడోది, ప్రభుత్వ ఉన్నతాధికారులతో మొరపెట్టుకునేందుకు వీలుగా వాళ్ళు ప్రజలకి తేలిగ్గా అందుబాటులో ఉండాలి. ప్రజలను పన్నులు వసూలు చేసేవారు, కస్టమ్స్, పన్నుల అధికారులు వేధించకూడదు. ప్రజలని వేధించే అధికారులని తీవ్రంగా శిక్షించాలి.

• నాలుగోది, పట్టణాలలో జనాభా విపరీతంగా పెరిగి ఉక్కిరి బిక్కిరి చేయకుండా ఉండటానికి, పల్లెటూర్లని అభివృద్ధి చెందించాలి. పరిశ్రమలని వికేంద్రీకరణ చేసి, ఉద్యోగ సమస్యని ముఖ్యంగా స్త్రీల ఉద్యోగాలని, ముందుగా పరిశీలించాలి. పల్లెటూర్లు సుభిక్షంగా ఉంటే దేశం సుభిక్షంగా ఉంటుందని కౌటిల్యుడి పరిశీలన, ఈ విషయంపై గాంధీజీ భావాలను ప్రతిధ్వనిస్తుంది.

• ఐదోది, ఆడిటర్లు వాళ్ళ ధర్మాన్ని నిర్వహించటంలో విఫలమైతేనూ, వాళ్ళు చేసిన లొసుగులు ప్రభుత్వానికి నష్టం వాటిల్ల జేస్తేనూ, వాళ్ళని కఠినంగా శిక్షించాలి.

• చివరగా పదవిలో ఏ రాజకీయ పార్టీ ఉన్నా కూడా కేంద్రంలోనూ, రాష్ట్రంలోనూ అధికారంలో ఉన్న ప్రభుత్వం, ప్రజల సంక్షేమం కోసమే ప్రభుత్వం ఉందికాని, ప్రభుత్వానికి పూజలు చేయటానికో, అణిగిమణిగి ఉంటానికో ప్రజలు లేరు అన్న విషయాన్ని గ్రహించాలి.

కౌటిల్యుడు ఈ పరిజ్ఞానాన్ని నొక్కి వక్కాణించాడు **అర్థశాస్త్రములో**.

6

వ్యవసాయం

కౌటిల్యునికి అమోఘమైన బుర్ర ఉంది. అది సహజంగానూ, అంతర్వాణిగానూ కూడా పనిచేస్తుంది. అది వ్యవసాయాన్ని నిర్వహించటానికి అతను వాడిన పద్ధతిలో తేటతెల్లమవుతోంది. ఆర్థిక వ్యవస్థలో ముఖ్య కార్యక్రమాలు వ్యవసాయము, పశుసంరక్షణ, వాణిజ్యము అని చెప్తుంది అర్థశాస్త్రము. ఈ మూడింటిలో, చాణక్యుడు వ్యవసాయాన్ని ఆర్థిక వ్యవస్థకి అత్యంత ముఖ్య భాగంగా భావించాడు. వ్యవసాయం యొక్క ప్రాముఖ్యత మీద కేంద్రీకరించిన అర్థశాస్త్రము ఆర్థిక అభివృద్ధి పెరుగుదల మీద తమ తెలివికి పదునుపెట్టున్న నేటి భారతదేశానికి, ఒక ప్రేరణని, జ్ఞానాన్ని యివ్వగలదు తప్పకుండా. ప్రభుత్వం యొక్క బాధ్యత కేవలం పెట్టుబడులను సరిగా ప్రణాళిక వేసి వాటికి పంచటంతో సరిపోదనీ, తగిన విలువలు, పద్ధతుల ప్రకారం పాలసీలను సరిగా నిర్వహించి, ఆచరణలో పెట్టున్నారా లేదా కూడా చూడాలనీ చెప్తుంది అర్థశాస్త్రము. కౌటిల్యుని ఉద్దేశంలో రాజుకి కూడా వ్యవసాయం గురించి తెలిసి ఉండాలి.

ఇదే సూత్రం మొత్తం ప్రభుత్వరంగానికి కూడా వర్తిస్తుంది, ప్రాంతాలు, రాష్ట్రాలు, మున్సిపాలిటీలు, కేంద్ర ప్రభుత్వ సంస్థలతో సహా. ఈ పని వికేంద్రీకరణ జరిగినచోట కార్యనిర్వాహకుల లోపం, ఆడిట్ లోపం కూడా జతకూడితే కష్టమవుతుంది.

పల్లెటూర్లస్థాయిలో ప్రభుత్వం గట్టి ఆర్థిక నిర్వహణ పద్ధతులను, ఏజన్సీల దగ్గర, సంస్థలలోనూ పెట్టి తీరాలని కౌటిల్యుడు అభిప్రాయపడ్డాడు. ఈ రెండూ ప్రభుత్వ ప్రైవేటు రంగాలతో లావాదేవీలు నడుపుతాయి. ఇలాటి పద్ధతులు ప్రభుత్వ నిబంధనలకు కట్టుబడి ఉంటే ప్రభుత్వ సంస్థలకు కూడా ఉండాలి. ఇలా చెప్పటం వల్ల, వీటన్నిటిల్లో పటిష్టమైన, నమ్మకమైన పరిపాలన ధర్మాలు అక్ఖరలేదని తీసిపారేయటం లేదు.

అర్థశాస్త్రములో ఎక్కువభాగం వ్యవసాయరంగంలో పౌరుల పాత్ర గురించి వివరణ ఉంది. అది ఒక ప్రత్యేక అధికారి ఉండాలని సూచించింది. అతన్ని **సీతాధ్యక్షుడు** లేదా వ్యవసాయ సూపరింటెండెంట్ (రాజు అధీనంలో ఉన్న క్రౌన్ భూములకు) అంటారు. ఆ పుస్తకంలో రైతులకు సంబంధించిన సమాచారం కూడా ఉంది. ఎందుకంటే క్రౌన్ భూముల ఉత్పాదకత పెంచటానికి తగ్గ వార్తలు, సలహాలు సూపరింటెండెంట్‌కి యివ్వటానికి. కౌటిల్యుని కాలంలో, వ్యవసాయం, పశుపోషణ, వ్యాపారం మూడింటినీ వర్త అనే వర్గము కింద పరిగణించేవారు.

ప్రభుత్వ అధికారుల వద్దనుంచి వ్యవసాయం పాలసీని నిర్వహణ అండని పొందాలని సూచించాడు కౌటిల్యుడు. పంటలు పండించటానికి, మంచి విత్తనాలు కొనటానికి, తక్కిన కొనుగోలు వ్యవహారాలకి, సొమ్ము ఏర్పాటు శ్రామికులు చేయాలి. యంత్రాంగం, పనిముట్లు, ఎద్దులు లాంటి తక్కిన వనరులు అందుబాటులో ఉండేటందుకు తోడ్పడాలి. అనావృష్టి గాని, అతి వృష్టిగాని లాంటి యాదృచ్ఛికమైన సంఘటనలు జరిగినప్పుడు, వేరే పంటలు పండించటానికి అగంతుక ప్రణాళికలు వేయాలి. నీటి వనరులు ఉన్న ప్రతిచోటా నీటిపారుదలకి ఏర్పాట్లు చేసేవారు. పంటలని సంరక్షించటానికి పొలాన్ని దున్నటానికి, దిగుబడిని జాగ్రత్తగా నిలువచేయటానికి ఏర్పాట్లు చేసేవారు.

వ్యవసాయంని నిర్వహించటం, వర్షాన్ని కొలవటం, జ్యోతిశ్శాస్త్రము,

వ్యవసాయానికి సంబంధించిన ఖగోళ శాస్త్రము, వ్యవసాయానికి సంబంధించిన వాతావరణ అంశాలు, పంటల రకాలు, కొన్ని ప్రత్యేక పంటలు పండించటంలోని లాభాలు, పంటలు పండించటం, విత్తనాల జాగ్రత్తలు, ఎరువులు వేయటం, పొలం దున్నటం మీద ఎంతో విలువైన సమాచారం ఉంది **అర్థశాస్త్రములో**.

పన్నుల వ్యవహారం కూడా బాగా వివరించబడింది.

> "వ్యవసాయమనే శాస్త్రం, నీటి నిర్వహణ, పంటలను, చెట్లని నిర్వహించే తీరు గురించిన జ్ఞానంతోనో, లేదా అలాంటి శాస్త్రాల్లో శిక్షణ పొందినవారి సహకారంతోనో, వ్యవసాయపు సూపరింటెండెంట్ తగు సమయానికి అన్ని రకాలైన ధాన్యాలు, పువ్వులు, పండ్లు, కూరగాయలు, విత్తనాలు దుంపల వేళ్ళు, తీగల పండ్లు, మందార, పత్తిలాంటి పీచు పదార్థాల మొక్కలను సేకరించాలి."

కౌటిల్యుని కాలంలో సూపరింటెండెంటుకి స్పష్టంగా ఉత్తర్వులివ్వ బడ్డాయి. రైతులు, శ్రామికుల పనులకి ప్రతిబంధకం ఏర్పడకుండానూ వాళ్ళ పనికి ఏ యిబ్బందీ కలగకుండానూ చూడాలని.

> "నాగలికాని వేరే ఏదైనా పనిముట్లుగాని లేదా ఎద్దులు కాని లేకపోవటం చేత పైన చెప్పబడిన మనుష్యుల పని కుంటుపడకూడదు. అంతేకాదు వాళ్ళకి తోడ్పడే కమ్మరివాడు, వడ్రంగి, బుట్టలమ్మేవాళ్ళు, తాళ్ళు నేసేవాళ్ళు, పాములని పట్టేవారు, అలా అవసరమైన వాళ్ళని వాళ్ళకి అందజేయటంలో కూడా ఏ విధమైన ఆలశ్యం ఉండకూడదు. ఈ మనుష్యులు దొరక్క పంటలో ఏదైనా నష్టం వాటిల్లితే, ఆ నష్టానికి సరిపడ పరిహారం చెల్లించాల్సి ఉంటుంది.'

వాతావరణ సూచన

కౌటిల్యుని కాలంలో కూడా, వాతావరణ సూచనకి కీలకమైన స్థానం ఉండేది. ప్రజలకి వాతావరణ అంశంపై పరిజ్ఞానం మెండుగా ఉండేది.

> 'మూడు మేఘాలుంటే ఏడు రోజులకి విడవకుండా వానకురుస్తుంది, అవి ఎనభయి ఉంటే చిన్న చినుకులా రాల్తుంది, సూర్యకాంతితో పాటు అరవయి ఉంటాయి. దీన్ని వర్షం అంటారు. ఎక్కడ, గాలి లేకుండా సూర్యకాంతితో కలవని వానకురుస్తుందో, అక్కడ మూడు సార్లు పొలం దున్నటానికి అవకాశం ఉండటంతో, అక్కడ మంచి పంటలు పండి తీరుతాయి.'

గ్రహాల గతులని గమనించటం ద్వారా వర్షపు గమనాన్ని చెప్తారు. ఉదాహరణకి జూపిటర్ యొక్క స్థానము, కదలిక మేఘావృతమైన తీరుని బట్టి, వీనస్ యొక్క ఉదయం, అస్తమయం, కదలికని బట్టి, సూర్యుడు కనిపించటంలో కలిగే మార్పులని బట్టి చెప్తారు. వ్యవసాయం పూర్తిగా వర్షాల మీదే ఆధారపడిన ప్రాంతాల్లో భూమిని మెట్ట పంటలకి సరిపోయినదిగా భావిస్తారు, అక్కడ వర్షం ఏడాదికి షుమారు 16 ద్రోణాలు (షుమారు 25 అంగుళాలు) కురిస్తే. అలాగే మాగాణి పంటలకి సరిపోయినదిగా భావిస్తారు వర్షం దానికి 1 1/2 రెట్లు కురిస్తే (ఏడాదికి షుమారు 37 1/2 అంగుళాలు). మంచి వర్షాకాలమంటే ఏడాదిలో పడాల్సిన వానల్లో మూడవవంతు ఋతువు మొదట్లో (శ్రావణ జూలై / ఆగష్టు), వర్షఋతువు చివర్లో (కార్తీక అక్టోబర్ / నవంబర్) కురిసి, మూడులో రెండు వంతులు మధ్యలో (ప్రౌష్టపద ఆగష్టు / సెప్టెంబర్ మరియు ఆశ్వీయుజ సెప్టెంబరు) లో కురవాలి. ఆస్మాకస్ దేశంలో షుమారు 13 1/2 ద్రోణాలు; అవంతిలో 23 ద్రోణాలు; పడమర దేశాల్లో, హిమాలయా సరిహద్దులో అత్యధిక ప్రమాణాల్లో వ్యవసాయంలో నీటి వనరులు ఏర్పరచిన దేశాల్లో (కుల్యావాసానామ్) (అపరాన్తానామ్)

భూస్వామ్యం

ప్రాచీన భారతదేశంలో భూమికి ప్రైవేటు వ్యక్తులు హక్కుదారులు ఉండేవారన్న విషయంలో మేధావులు ఏకాభిప్రాయానికి రాలేదు. కాని అర్థశాస్త్రము వరకు తీసుకుంటే, అది భూమికి ప్రైవేటు వ్యక్తులు హక్కుదారులుగా ఉండటాన్ని గుర్తిస్తుంది, ప్రభుత్వ అధీనంలో ఉన్న భూములు లేదా క్రౌన్ భూములు ఉన్నాయని చెప్పినా ఎవరూ ఆక్రమించని భూమి అంతా ప్రభుత్వానికే చెందుతుంది. ఆక్రమించని భూమిని పల్లెటూర్లకి యిచ్చేవారు. వ్యవసాయపు భూమిని రైతులకు జీవితకాలం మాత్రమే యిచ్చేవారు, అంటే రైతులకు పూర్తి అధికారం లేదు. కాని సీతాధ్యక్షుడు గురించిన వర్ణన, ఉనికి చూస్తే, ప్రభుత్వ పొలాలు ఉన్నట్టు నిరూపిస్తుంది. కాని, సీతాద్యక్షుడి అజమాయిషీలో లేని భూములు ప్రైవేటు వ్యక్తులకు చెందుతాయి. పల్లెటూర్లలో వ్యవసాయ సంబంధిత, తదితర ఆస్తుల వివరాలను గోపోలు, మరియు స్థానికులు నమోదు చేసేవారు. వాళ్ళు సమహర్తుల కింద పనిచేసేవారు. వాళ్ళకీ, సీతాధ్యక్షులకీ ఏమీ సంబంధం లేదు. అది కాక, క్షేత్రికుడు అంటే భూస్వామి వేరు, ఉపవాసుడు, అంటే కౌలుకు తీసుకున్నవాడు వేరు. రెండు పొలాల సరిహద్దుల గురించిన గొడవల్లో, ఏ పొలం హక్కుదారుడూ దాన్ని నిరూపించలేనప్పుడు, గొడవల్లో ఉన్న సరిహద్దుప్రాంతాన్ని రాజుకి అప్ప చెప్పాలి. అలాగే, ఏ భూమికన్నా హక్కుదారుడెవరో తెలియకపోతే, ఆ భూమిని రాజు చూసేవాడు. అర్థశాస్త్రములో భూమిని పూజారులకు, గురువులకు, తక్కినవారికి కానుకలుగానూ, బ్రాహ్మణులకు భుక్తికి యివ్వటం గురించి వస్తుంది. ఆ విధంగా కౌటిల్యుని కాలంలో, ప్రైవేటు వ్యక్తులు కూడా భూస్వాములు ఉండేవారు, గనులు ప్రభుత్వానిక చెందినా.

పంటల విధానం

అర్థశాస్త్రములో గుప్పెడు విత్తులను నీటిలో తడిపి, ముందు నాటాలని, ఈ

కింది మంత్రాన్ని పఠించాలనీ ఉంది.

ప్రజాపత్యే కశ్యపాయ దేవాయ నమః
సదా సీతా మేధ్యతామ్ దేవీ బీజేషు చ
ధనేషు చ చందవాతా హే'

దీని అర్థం, 'ప్రజాపతి కశ్యప దేవునికి ప్రణామములు. వ్యవసాయం ఎప్పుడూ వర్థిల్లుగాక. దేవి విత్తనాల్లోనూ, సంపదలోనూ ఉండుగాక. **చందవాతే హే.'**

రకరకాల పంటలను పండించటంలోని లాభాలను చూపించాడు కౌటిల్యుడు రైతులకు. అది ఇవాల్టికి కూడా ఉపయోగకరంగా ఉంది.

> 'వరి పంటలు, అటువంటివి అన్నిటికన్నా శ్రేష్ఠం. కూరగాయలు మధ్యస్థం. చెఱకు, కనిష్ఠం (పండించటం చాలా కష్టం). ఎందుకంటే అది చాలా అవస్థలకు గురిచేస్తుంది. దాని మీద ఎక్కువ దృష్టి పెట్టాలి, పండించటానికి ఖర్చు ఎక్కువ పెట్టాలి.'

అతని మాటలు నేడు భారతదేశంలోని రైతులకు, రాష్ట్ర వ్యవసాయ భాగానికి కూడా ఎంతో ఉపయోగకరము, ఎందుకంటే వాళ్ళు ఈ సలహాని వాళ్ళ లాభానికి వీలుగా వాడుకోవచ్చు. నిజానికి, ప్రపంచంలోని అత్యంత అధిక చెఱకు ఉత్పాదకత భారత దేశంలో ఉంది. అత్యంత కనిష్ఠ బావినీటి వనరులుండటంలో ఆశ్చర్యమూ లేదు!

ఎవరైనా కొత్త భూమిని సాగుచేయటం మొదలెడితే అతను వ్యవసాయపు శిస్తును రెండేళ్ళ వరకు కట్టనక్కరలేదని **అర్థశాస్త్రము** చెప్తుంది. రాజ్యాంగాన్ని కఠినంగా అమలు పరచాలని కౌటిల్యుడు రాజుకి సలహాయిచ్చినా, భూమ్మీద చెట్లు, జంతువులు అంటే జాలిగుండె ప్రదర్శించేవాడు. నాలుగు కాళ్ళ జంతువులకి హాని కలగజేసినా, లేత కొమ్మలని నరికినా శిక్షింపబడే నేరాలకింద పరిగణించేవారు. పూసే, కాసే చెట్లు ప్రభుత్వ ప్రత్యేక పరిధిలో ఉండేవి.

అర్థశాస్త్రములో అనేక అధ్యాయాలు జంతుజాలం గురించి ఉన్నాయి. కౌటిల్యుడు అనేక రకాల జంతువుల గురించి వివరించాడు. వాటిని ఎక్కడ ఉంచాలి, ఎలా పెంచాలి, ఎలా శిక్షణనివ్వాలి ఎలా గుర్తు పట్టాలి, ఎలా ఆహార మివ్వాలి. ఎలా పాలు పితకాలి అని. నిజానికి, ప్రభుత్వం అధీనంలో ఉన్నాయి ఎన్నో పశువుల మందలు. కాని కొన్ని పశువులను ప్రైవేటు వ్యక్తులు కూడా పెంచేవారు. గోధ్యక్షుడు (పశువుల సూపరింటెండెంట్) ప్రభుత్వానికి చెందిన అన్ని రకాల పశువుల వివరాలు పూర్తిగా నమోదు చేసేవాడు.

నీటిపారుదల

జలాశయాలు, ఆనకట్టలు కట్టటానికి నిబంధనలను విధించింది కౌటిల్యుని అర్థశాస్త్రము. వర్షపు నీటి మీద ఆధారపడ్డ పొలాలకన్నా నీటిపారుదల ఉన్న పొలాలకి అధిక విలువ ఉంటుందని పేర్కొంది. నీటి పారుదల సౌకర్యాలు ఏర్పరచటానికి లేదా మెరుగుపరచటానికి, ఈ క్రింది సందర్భాల్లో నీటి ఖరీదులు కట్టనవసరం లేకుండా మినహాయింపులు మంజూరు చేసింది అర్థశాస్త్రము.

● కొత్త ట్యాంకులు, గట్టులు - ఐదు ఏళ్ళు

● పాడుబడిన లేదా వదిలి వేసిన నీటి ప్రాంతాలని బాగుచేయటం-నాలుగు ఏళ్ళు

● కలుపు మొక్కలు వెర్రిగా పెరిగిన నీటి ప్రాంతాలని బాగుచేయటం - మూడుఏళ్ళు

ఎవరైనా ఏదైనా నీటి వనరుని కొంతకాలానికి తీసుకున్నా, అద్దెకి తీసుకున్నా, పంచుకున్నా, దాన్ని వాడే హక్కుతో పాటు తాకట్టుకింద తీసుకున్నా, దాన్ని మంచి స్థితిలో పెట్టాల్సిన బాధ్యత ఉంది. యజమానులు నీటిని తక్కిన వారికి యివ్వవచ్చు. (కాలువలు తవ్వి లేదా అనువైన ఆకారాలు కట్టి). దానికి బదులుగా

పొలాల్లో, పార్కుల్లో తోటల్లో పెరిగిన పంటల్లో కొంత భాగాన్ని కోరవచ్చు హక్కు దారుడు. లేని పక్షంలో సంఘసేవ చేసే వ్యక్తులు గాని, గ్రామ ప్రజలందరూ ఏకమయిగాని ఈ వనరులని పరిరక్షించాలి.

దురదృష్టవశాత్తూ, స్వాతంత్ర్యం వచ్చాక భారతదేశం తన నీటి వనరులని పూర్తిగా వినియోగించుకోవటం లేదు. స్వాతంత్ర్యం వచ్చాక జనాభా సంఖ్య రెట్టింపు అయినా కూడా, పెద్ద పంటలను వేయటానికి అనువుగా భూమి మాత్రం కేవలం 10 శాతం పెరిగింది. గోధుమ ఒక్కటినే మినహాయించవచ్చు. ఎందుకంటే దాని పంటకి అందుబాటులో ఉన్న స్థలం రెట్టింపు అయింది. ప్రస్తుతం 27 మిలియన్ హెక్టార్ల భూమిలో గోధుమ పంట పండుతోంది. పంటలు పండించటానికి పాత పద్ధతులు, పాత రకాల విత్తనాలు, పాత పద్ధతిలో ఉత్పాదకత ప్రస్తుత పరిస్థితులకు చాలదు. సరియైన పద్ధతికాదు. ఒక బిలియన్ ప్రజలకి ఆహారం అందించాలంటే మనకి మెరుగైన పంటల రకాలుండాలి, ఉత్పాదకత పెరగాలి, నీటిపారుదల పథకాలు పెంచాలి. నీటి ఎద్దడినీ అరికట్టాలి. పాతకాలపు నీటి పారుదల పథకాలలో కొన్ని లొసుగులున్నాయి, అవి అన్నప్పుడూ అతివృష్టి, అనావృష్టిలని అదుపులో పెట్ట లేకపోయేవి. అది కాక సాంఘిక సమస్యలు కూడా ఉండేవి. ఎప్పుడూ కులాల పట్టింపులుండేవి. ఒక పల్లెటూరికి చెందిన పెద్దకులస్థులైన భూస్వాములు, ఎవరికీ చెందని ట్యాంకుల మీద కూడా పెత్తనం చెలాయించేవారు. అర్థశాస్త్రములో అభివర్ణించినట్లుగా, వాననీటి మీద ఆధారపడ్డ పొలాలకన్నా, నీటిపారుదల ఉన్న పొలాలు వ్యవసాయపు ఉత్పాదకతను పెంచటంలో మరింత ఎక్కువ ఉపయోగపడ్తాయని ప్రభుత్వం గుర్తించాలి.

వ్యవసాయపు శిస్తులు

అర్థశాస్త్రము అతిగా పన్నులు విధించకూడదని నిషేదించింది. వాటిని ఎటూ లాగకూడదని చెప్పింది. అంటే అసలే పన్ను విధించకుండానూ ఉండకూడదు లేదా మితిమీరిన పన్నులూ విధించకూడదు. రైతులకు శిస్తులు వాళ్ళ పరిస్థితులని

బట్టి వాళ్ళ పంటలో 1/6 వంతు, 1/8 వంతు, 1/10 వంతుల మధ్యలో ఉండేవి. ఈ శిస్తుల పద్ధతి పెరుగుతూ పోదుకాని ఆదాయం హెచ్చుతగ్గుల కనుగుణంగా ఉండేది. అదనంగా లాభాలమీద శిస్తుకూడా వసూలు చేసేవారు.

లాభాల శాతం

అర్థశాస్త్రములో వ్యాపారులకు లాభాల శాతాన్ని ఈ విధంగా సూచించబడింది.

1 - 5% దేశీయ సరకులకి

2 - 10% విదేశీ సరకులకి

అనువైన ధర

అర్థశాస్త్రములో చెప్పబడింది, ఒక వస్తువుయొక్క డిమాండ్ కన్నా దాని సప్లై ఎక్కువగా ఉంటే, రాష్ట్ర వర్తక ముఖ్య అధికారి, మార్కెట్ ధరకన్నా ఎక్కువ ధర కట్టి, అత్యధిక నిల్వలని దాచి ఉంచాలి. మార్కెట్ ధర అనువుగా ఉన్నప్పుడు, అతను పరిస్థితికి తగ్గట్టుగా ధరని మారుస్తాడు.

భవిష్యత్తు

అలాగే ఏ వస్తువు ధరనన్నా నిర్ణయించే ముందు దాని మీద పెట్టిన పెట్టుబడిని, అందజేయాల్సిన సరకు పరిమాణాన్ని, దాని మీద ఉన్న పన్నులు, వడ్డీ, అద్దె ఖర్చు, తదితర వ్యయాలను దృష్టిలో పెట్టుకోవాలి.

జీవనాధారమైన వ్యవసాయం

జీవనాధారమైన వ్యవసాయం గురించి మాట్లాడేటప్పుడు ఈ కింది పలుకులు పనికొస్తాయి. 'ధాన్యపు విత్తనాలని పొగమంచు వేడిలో ఏడు రాత్రులు ఉంచాలి, అలాగే కోసీ విత్తనాలను (పెసలు, మినుములు వగైరా) మూడు నుంచి ఐదు రాత్రులు ఉంచాలి, చెఱకు వంటి వాటి విత్తనాలకు ఒకవైపు గంటుపెట్టి, తేనె, పంది కొవ్వు, నెయ్యి, ఆవు పేడల మిశ్రమంతో కట్టుకట్టాలి. దుంపకూరల విత్తనాలకి తేనె, నెయ్యితో, పత్తి మరియు గట్టి విత్తనాలకి ఆవుపేడతో, చెట్లకి తవ్విన గోతులను కాల్చి, ఎముకలను, ఆవుపేడని అనువైన సందర్భాలలో ఎఱువులుగా వేయాలి.'

కౌటిల్యుని **అర్థశాస్త్రము** అనేక విభిన్న అంశాల మీద, వ్యవసాయంతో సహా, శాస్త్రీయ పరిజ్ఞానాన్ని పొందుపరచిన ఒక విజ్ఞానఖని. ఇప్పుడు వ్యవసాయ రంగంలో అభివృద్ధిని కలుపుకోకుండా, భారతదేశంలో దీర్ఘకాలపు ఆర్థిక ఎదుగుదల పథకం సాధ్యం కాదన్నది జగమెరిగిన సత్యం. మనం కౌటిల్యుని వ్యవహార దక్షత ముఖ్యంగా భారతదేశపు వ్యవసాయానికి, ప్రస్తుత కాలానికి అన్వయించే ముందు, మనం భారతదేశపు వ్యవసాయం నేటి కాలమాన పరిస్థితుల్లో ఉన్న తీరు తెన్నులను అర్థం చేసుకోవాలి.

భారతదేశంలో నేటి వ్యవసాయపు తీరుతెన్నులు

భారతీయ ఆర్థిక ఎదుగుదలకి వ్యవసాయ రంగం కీలకమైన పాత్ర వహిస్తుంది. ఎందుకంటే అది దేశపు మొత్తపు దేశీయ ఉత్పాదన (గ్రాస్ డొమెస్టిక్ ప్రాడక్ట్-జిడిపి) లో 22% ఉంది, దేశ జనాభాలో 58 % కి జీవనాధారాన్ని కలిగిస్తుంది. దేశపు ఎగుమతుల్లో ఆరవవంతు విలువ దానికుంది. ఇప్పుడు ఏర్పడుతున్న ప్రపంచ ఆర్థిక పద్ధతిలో (వరల్డ్ ఎకనామిక్ ఆర్డర్-డబ్లూటివో), భారతదేశం వ్యవసాయరంగంలో లబ్ధిపొందుతుందని అంచనా. భారతదేశం

ప్రపంచంతో ఢీకొని, భారతదేశం సమర్థవంతంగా ఆడిగెలవగల రంగం ఇది. డబ్ల్యుటివో నియమ నిబంధనలు ఎగుమతి, దిగుమతుల సుంకముల పట్టీ ధరని నిర్ణయించటానికీ, ప్రపంచ దేశాలమధ్య మార్కెట్ పెంచటానికీ దృష్టి పెట్టింది కాని వ్యవసాయపు ఎగుమతులు పెంచాలంటే, పల్లెటూర్లలో చాలినంత మౌళిక సదుపాయాలు, సౌకర్యాలు ఏర్పాటు చేయాల్సి ఉంటుంది.

భారతదేశంలో నాలుగవ పంచవర్ష ప్రణాళిక నుంచే వ్యవసాయ రంగానికి పెద్దపీటవేసి, ప్రణాళికల్లో పెట్టుబడులు రెట్టింపు చేసారు. వ్యవసాయ రంగానికి ఆర్థిక సహాయం అందించేది పోయి, రాజకీయాల వల్లా, రాజ్యాంగంలో రాష్ట్ర అంశం కావటం వల్లా, దీని ఎదుగుదల తెలివితక్కువగా కుంటుబడింది. ఇది అనేక అసమర్థతలకి దారితీసింది. వస్తువులను పక్క రాష్ట్రాలకు పోనివ్వకపోవటం, కొన్ని రకాల ఎఱువులకి అత్యధిక రాయితీలు యివ్వటం, దాని వల్ల వాటిని అతిగా వాడటం, అనువైన ధరల పద్ధతి పెట్టి మార్కెట్‌తో సంబంధం లేకుండా పంటల పద్ధతులని ప్రోత్సహించటం లాంటివి.

దీని ఫలితంగా పోటీతత్వం, అభివృద్ధి వెనుకంజ వేసాయి. పల్లెటూర్లకి రవాణా పరిస్థితులు పెంచకుండా ఏళ్ళ తరబడి నిర్లక్ష్యం చేయటం జరిగింది. భారతీయ వ్యవసాయాన్ని ప్రపంచంతో పోటీ పడటానికి తీసుకురావాలంటే ఇది చాలా ముఖ్యం. రహదారులు దారుణంగా ఉండటం చేత, శీతల గిడ్డంగులు లేకపోవటం చేత రవాణాలో మూడవవంతు పండ్లు, కూరగాయలు పోతున్నాయని అంచనా. ప్రపంచంలో భారతదేశం ఉత్పాదకత విషయంలో అట్టడుగున ఉంది అనటంలో ఆశ్చర్యమేముంది.

పెట్టుబడులు, వ్యవసాయ మూలధనము, దేశం మొత్తానికి పూర్ణ మూలధనం శాతం చూస్తే బాగా తగ్గింది. కొన్నేళ్ళక్రితం 15 % ఉంటే ఇప్పుడు కేవలం 8 % కన్నా తక్కువ ఉంది. సమానంగా అదనపు నీటిపారుదల సౌకర్యాల విషయానికి కూడా అట్టే ప్రాముఖ్యత నివ్వలేదు. పదేళ్ళుగా సంస్కరణలు వచ్చినాకూడా ఈ రంగం వర్షబుతువు దయాదాక్షిణ్యాల మీద ఆధారపడాల్సి రావటం

విచారకరమైన అంశం. దీని దెబ్బ వ్యవసాయపు పంటల విషయంలో కనబడింది. 1991 (సంస్కరణలు ప్రారంభమైన తొలిదశ) నుంచి నాలుగు ఆర్థిక సంవత్సరాలలో ఉత్పాదకత పడిపోయింది. 1996 కన్నా ముందు, వ్యవసాయపు ఎదుగుదల ఏడాదికి సగటున 3.3 % ఉంది, 1980 నుంచి 1995కి మధ్యన. కాకపోతే భారతదేశం ఆహారధాన్యాల ఉత్పాదకతలో స్వయం ప్రపత్తి సాధించిందన్న నిజం మనకి గర్వకారణం. కాని వ్యవసాయపు దినుసులని ఎగుమతి చేసే విషయంలో అది తనకున్న పూర్తి శక్తి సామర్థ్యాలను యింకా వినియోగించుకోవటం లేదు.

అందువల్ల, భారతీయ వ్యవసాయం మీద ప్రపంచీకరణ ప్రభావాన్ని అధ్యయనం చేయాల్సిన అవసరం కనబడుతోంది. మన బలాలు, మనలోటుపాట్లు ఏమిటో సమగ్రంగా అధ్యయనం చేసి, ఉత్పాదకతను, ఎగుమతులను ప్రోత్సహించే పాలసీలను ఏర్పరచే అవసరం ఏర్పడుతోంది, కేవలం రాజకీయ నియామకుల సముదాయాన్ని రక్షించుకోవటమే కాక.

భారతదేశపు వ్యవసాయ పంటలు ఎక్కువగా ఎగుమతి కాకపోవటానికి మూడు పెద్ద కారణాలను అన్వయించవచ్చు.

- నాణ్యత ప్రమాణాలు
- పోటీధర
- దానికి ప్రత్యామ్నాయంగా ప్రోత్సహించిన దిగుమతికున్న నియమ నిబంధనలు.

ఇప్పుడు రైతులను సేంద్రీయ వ్యవసాయ పద్ధతులకి మారమని నచ్చచెప్తున్నారు. దానివల్ల రసాయన ఎఱువులు వాడకుండా మానవచ్చు. సేంద్రీయ పద్ధతిని అత్యంత గొప్ప పర్యావరణ దోహదకారిగా వాడాలి, పర్యావరణ మరింత దిగజారకుండా. క్రిమినివారణ మందులు తరచు వాడటం వల్ల వాతావరణంలోని ప్రాథమిక వాయువులని కలుషితం చేయటమేకాక, మనుష్యుల, పశువుల

ఆరోగ్యాన్ని కూడా పాడుచేస్తుంది. ఉదాహరణకి ఎండోసల్ఫాన్‌ని జీడిపంటలమీద చల్లటం వల్ల, కేరళలోని కాసరగాడ్‌లో దాని చుట్టు పక్కల ఉన్న ప్రజలకి మానసిక అనారోగ్యాలు కలిగాయి.

స్టేట్ మార్కెటింగ్ బోర్డుల ద్వారా ప్రభుత్వం ఈ రంగాల్లో ప్రముఖ పాత్ర వహించాలి-ప్రమాణత్వాన్ని పెంపొందించటం, గ్రేడులివ్వటం, నాణ్యతని దృఢీకరించే పత్రాన్నివ్వటం, మార్కెటు పన్ను, అమ్మకానికి సంబంధించిన వ్యవహారాల్లో రైతులకు, మార్కెట్ అధికారులకు శిక్షణ నివ్వటం. భారతీయ వ్యవసాయంలో ఆహార ధాన్యాల పంటలకీ, ద్రవ్యం వచ్చే పంటలకీ మధ్య పొంతన కుదరటం లేదు. గోధుమ పంటతప్ప. తక్కిన వన్నీ ఒక హెక్టేరుకి తక్కువ పంటలు పండటం, పండినవి హరించుకుపోవటం, ప్రాంతానికీ, ప్రాంతానికీ మధ్య ఉత్పాదకతలో హెచ్చుతగ్గులు ఉండటం జరుగుతోంది. దేశంలో పండుతున్న పప్పుదినుసులు, నూనెగింజలూ యిప్పటికీ దేశంలో అవసరమైన దానికన్నా తక్కువగా ఉండటంతో ఆ భర్తీని పూడ్చటానికి భారతదేశం పప్పుదినుసులని, వంటనూనెలని దిగుమతి చేసుకుంటోంది. ప్రభుత్వ పాలసీ వరి, గోధుమ పంటలకి ఒక కనిష్ఠ ధరని హామీ యిచ్చింది రైతులకి. ఇలా చేయటం వల్ల రైతుల పట్ల పక్షపాతం వహించి, మార్కెట్ నిర్ణయించాల్సిన పద్ధతిని మార్చివేసింది. ఒక్కోసారి ఈ పాలసీల ఫలితంగా ఆహారధాన్యాలు చాలా ఎక్కువగా ఉండిపోతాయి వాటిని నిలవ చేసుకునే సౌకర్యాలు సరిగ్గా లేకపోవటం వల్ల. ఆహార రాయితీలవల్ల లబ్దిపొందినది భారతీయ ఎలుకలు! భారతీయ రాజ్యాంగం ప్రకారం, వ్యవసాయపు పంటలు రాష్ట్రానికి చెందినవి. అందువల్ల వాటి రవాణా కూడా అదుపులో పెట్టబడటంతో, భారతీయ రైతు సహజంగా పెద్ద దేశీయ మార్కెటుని నష్టపోతున్నాడు.

అన్వయం

ఆశ్చర్యకంగా వ్యవసాయసంబంధిత రంగం యొక్క అన్వయం, ప్రాముఖ్యత నేడు కూడా కొనసాగుతోంది. ఈ విషయాలు కౌటిల్యుడు 2400 ఏళ్ళ క్రితమే

పేర్కొన్నాడు. చూస్తుంటే భారతదేశంలోని అనేక సమస్యలకి అర్థశాస్త్రములో జవాబులున్నట్టున్నాయి. ముందుగా చెప్పాలంటే అర్థశాస్త్రము వ్యవసాయానికి ఒక సూపరింటెండెంట్ పదవిని సృష్టించమని సూచించింది. దేశానికి వ్యవసాయం యొక్క ప్రాముఖ్యతని గుర్తించింది. ఈ పుస్తకం రాజుకి వ్యవసాయంలోని సూక్ష్మ విషయాలు అవగాహన ఉండాలని వాదిస్తుంది. వ్యవసాయాన్ని వాణిజ్య పరంగా చేయాలంటే, ముఖ్యంగా పెద్ద పొలాలనిని, వృత్తిపరంగా శిక్షణ పొందిన మేనేజర్లు కావాలి. వాళ్ళు ప్రపంచీకరణలో ధరల పరిస్థితిని, ఆధునిక వ్యవసాయ పద్ధతులను, శాటిలైట్ ఫార్మింగ్ లాంటి టెక్నాలజీల వాడుకలని అధ్యయనం చేసి ఉండాలి. పొలాల నిర్వహణ మీద కోర్సులు దశదిశలా వ్యాపించాలి. అలాగే వ్యవసాయానికి బొత్తిగా శిస్తులు లేవు భారతదేశంలో. బ్యాంకుల నుంచి అప్పులు తీసుకునే విషయంలో వ్యవసాయ రంగం మొట్టమొదట ఉంటే, శిస్తులు చెల్లించే విషయానికి వచ్చేసరికి అట్టడుగుకి వెళ్ళిపోయింది. దీనికి విరుద్ధంగా, **అర్థశాస్త్రము** వ్యవసాయం మీదా, దాని అనుబంధిత కార్యకలాపాల మీద పన్నులు వేయటం యొక్క విలువని పెంచి చూపింది (రాష్ట్ర సంక్షేమానికి పాటుపడే పెద్ద రంగాల్లో ఒకటి అయినాకూడా).

ధనవంతులైన రైతులకు హెచ్చు పన్నులు విధించాలని నొక్కి వక్కాణించింది **అర్థశాస్త్రము**. ఇప్పుడు ఫైనాన్స్ మినిష్టరు జిడిపికి పన్ను నిష్పత్తిని పెంచటానికి మార్గాలు వెతుకుతున్నప్పుడు, బహుశ యిలా చేసితీరాలేమో.

నీటిపారుదల ప్రాముఖ్యతని గురించి సౌకర్యాలను ఏర్పరచటం వెనువెంటనే చేపట్టాలి. అంతర్జాతీయ మార్కెట్టుతో పోటీ పడాల్సిన ఆర్థిక వ్యవస్థ ఇప్పటికీ వర్షఋతువు దయాదాక్షిణ్యాల మీద ఆధారపడి ఉంది. భారతదేశంలో నీటి పారుదల ఉన్న ప్రాంతం ప్రపంచంలోనే రెండవ స్థానం లోఉన్నా, నీటిపారుదల ఖచ్చితంగా సాగుతున్న ప్రాంతం గాని కనిష్ఠ డ్రైనేజీ ఉన్న ప్రాంతం గాని సరిపడా లేదు. కొంత సారవంతమైన భూమి దాని సారాన్ని కోల్పోయింది. ఎందుకంటే అవసరమైనన్ని ఎఱువులులేక లేదా సరియైన ఎఱువులు వాడక లేదా , సరియైన కొలతలలో లేకపోవటం వల్ల. యూరియా (నైట్రోజెన్ ఎఱువులు) మీద దీర్ఘకాలపు

రాయితీలు ఉండటం వల్ల వచ్చిన ఫలితం యిది. ఫాస్ఫేట్ , పొటాషియమ్ ఎఱువులకి అలాంటి రాయితీలు యివ్వకపోవటం వల్ల, దొరికిన దాన్ని రైతులు అతిగా వాడటం జరిగింది. ఫలితం? నేలయొక్క సారమంతా శాశ్వతంగా పోయింది. ఆ విధంగా రైతులకి మేలు చేకూరుద్దామని ఏర్పరచిన రాయితీ, నిజానికి వాళ్ళకి శాశ్వత నష్టాన్ని కలగజేస్తోంది.

రసాయన ఎఱువులు వాడనవసరం లేని సేంద్రీయ పద్ధతిలో వ్యవసాయం చేయాలని పట్టుపడటం, స్పష్టమైన ప్రత్యామ్నాయం. సేంద్రీయ ఎఱువులకి ఉన్న కొద్ది సహజ కార్ఖానాల్లో ఒకటి భారతదేశం ఉందన్న సత్యం తెలిస్తే, మరి సేంద్రీయ పద్ధతిని ఎందుకు సరిగా పట్టించుకోవటం లేదని ఆశ్చర్యపోక తప్పదు. ఇది పశు సంహారాన్ని ఆపుతుందికూడా. పశువులతో వాణిజ్యపరంగా లాభం లేకపోయేసరికి వాటిని సంహరించివేస్తున్నారు. కాని, వాటి పేడ వల్ల రైతుకు లాభం చేకూరితే, రైతు వాటిని సంహరించటానికి యిష్టపడడు. కౌటిల్యునికి ఉన్న భూతదయతో ఈ విషయం ఒప్పుకుంటాడు. కౌటిల్యుని రాజ్యంలో పాటించిన క్రమ పద్ధతిలో పంటలను పండించటం, నీటి పారుదల పథకాలు-నేటి అనుభవజ్ఞులు పాటించాల్సిన అవసరం ఉంది. అన్ని వ్యవసాయ ఉత్పాదకతలనూ పర్యావరణానికి అనువైన పద్ధతులనూ, దాన్ని పోషించే పద్ధతులనూ వాడితే రైతులూ వినియోగదారులూ లబ్ధిపొందుతారు.

వ్యవసాయ వస్తువుల ధరలను నిర్ణయించి, మార్కెట్లో అమ్మటం, దానికి తగ్గ అన్ని హంగులూ అమర్చటం కూడా ఎంతో ముఖ్యమైన అంశాలే. అన్నిటినీ మించి, ఉత్పాదక ఖరీదు చాలా ముఖ్యంగా పరిగణింపబడాల్సిన కారకం. ఎందుకంటే అది వస్తువు ధరని నిర్ణయిస్తుంది. అలా నిర్ణయించటంలో అది అన్ని రకాల డిమాండ్లని దృష్టిలో పెట్టుకుంటుంది. ముగింపు పలికే ముందు, **అర్థశాస్త్రములో** చెప్పినకొన్ని సూచనలు విలువైనవి, ఆచరణీయమైనవని ఖచ్చితంగా చెప్పవచ్చు. వాటిని అమలులో పెట్టి పరీక్షించి చూస్తే, నేటి రైతులకి ఉపయోగకరంగా ఉంటాయి.

7

విదేశీవర్తకం

ఉపోద్ఘాతము

కౌటిల్యుని **అర్థశాస్త్రము** విదేశాలతో నడిపిన వర్తక, వాణిజ్య విశేషాలను, అలాంటి వర్తకాన్ని పెంపొందించటంలో మౌర్య సామ్రాజ్యం తీసుకున్న చురుకైన శ్రద్ధని వివరించింది. చీనా, సిలోన్ తదితర దేశాలనుంచి వస్తువులను దిగుమతి చేసుకునేవారు. తమాషా ఏమిటంటే, ఈ వర్తకం, సుంకాలకు అతీతంగా ఉండేది కాదు. **వర్తనమ్** పేరుతో సుంకాలను వసూలు చేసేవారు, దేశానికి దిగుమతి చేసుకున్న అన్ని విదేశీ వస్తువులమీదా సంబంధిత వ్యాపారవేత్తలు, అన్నిరకాల ఫెర్రీ ఫీజులు కట్టాక, అదనంగా **ద్వారోదయ** అనే సుంకం కట్టేవాళ్లు. దీని వల్ల సుంకం రుసుము బాగా వచ్చేవి. కాకపోతే పన్నులను బంగారు కడ్డీల రూపంలోనో, నాణేల రూపంలోనో కట్టేవారు. కౌటిల్యుడు తన ఉద్గ్రంథంలో గనుల నుంచి ఖనిజాలను ఎలా వెలికి తీసేవారో, నాణేలను ఎలా తయారు చేసేవారో వర్ణించాడు. వెండి నాణేలకు **కర్షపణాలు** అన్న పదాన్ని వాడాడు.

విదేశాలకు చెందిన నాణేలు కూడా రాజ్యంలో చెలామణి అవుతుండేవి. అలా ఎంతో కాలం అంటే వెయ్యేళ్ళ పైచిలుకు భారతీయ విదేశీ వ్యాపారం 'అధికదశ'లో ఉండేది. మన భారతీయ వస్తువులను కొనటానికి విదేశీ వర్తకులు నాణేలు లేదా కడ్డీల రూపంలో బంగారాన్ని నిరంతరం వెదజల్లటం వల్ల, మన భారత

దేశం 'సువర్ణభూమి' లేదా 'బంగారపు నేల' గా రూపు దిద్దుకుంది. గ్రీకు నాణేలు ఒక ప్రత్యేకమైన గుర్తుతో, మన ద్రవ్యంగా చెలామణి అయ్యేవి. తర్వాత బంగారు, వెండితో తయారైన రోమను నాణేలను తెచ్చారు వర్తకులు. రోమ్ సామ్రాజ్యంతో వర్తకం క్రీ.పూ. ఒకటవ శతం నుంచీ విరాజిల్లింది. రోమ్ నుంచి, రసాయనాలు, మాదక ద్రవ్యాలు, ఉన్నత రకమైన కుండలు, కొన్ని ఖనిజాలు, నాణేలు, కడ్డీల రూపంలో వెండి, బంగారాలను భారతదేశం దిగుమతి చేసుకుంది. పట్టు వస్త్రాలు, పట్టు వస్తువులు, సుగంధ ద్రవ్యాలు, విలువైన రత్నాలు, నగలు మొదలైనవి ఎగుమతి చేసింది. ఈ వర్తకం భారతదేశానికి చాలా అణువుగా ఉండేది సాధారణంగా.

కౌటిల్యుడు ఒక మేధావి, రాజకీయ చతురుడేకాక, కొన్ని ధర్మాలను-నీతి శాస్త్రం-పొందుపరిచాడు, సంఘంలో ప్రతి వ్యక్తీ ఆచరించాల్సిన ఉన్నత మార్గాన్ని సూచిస్తూ. అతను చెప్పిన విదేశీ వర్తక సూత్రాలను నేటికీ విశ్వవిద్యాలయాల్లో బోధిస్తున్నారు, వ్యత్యాసం విలువలు తెలుసుకోవటానికి. అతని రాజకీయ చతురత దేశవ్యాప్తంగా పేరుపొందింది. దాన్ని రక్షణ విషయాల్లో, వ్యూహరచనల్లో, విదేశీ వ్యవహారాల్లో వాడతారు.

భూమి రాబడిని వచ్చిన పంటలో 1/6 వ భాగంగా నిర్ణయించారు. ఎగుమతి, దిగుమతుల సుంకాలు నిజమైన కిమ్మత్తుని బట్టి నిర్ణయించేవారు. విదేశీ వస్తువుల మీద దిగుమతి సుంకాలు వాటి ధరకు షుమారుగా 20% ఉండేవి. ఆశ్చర్యకరంగా భారతదేశంలో ఈ మధ్యకాలం వరకు దిగుమతి సుంకాలు 100 % ని అధిగమించి పోయేవి కాని ఇప్పుడు 20 % స్థాయికి చేరింది. అలాగే టోల్, రోడ్డురవాణా ధరలు, ఫెర్రీ ధరలు, తక్కిన సుంకాలు అన్నీ నిర్ణయించబడ్డాయి. సుంకాల విషయంలో కౌటిల్యుని సిద్ధాంతం ఆధునిక పన్నుల పద్ధతికి ఇంచు మించు దగ్గరగా ఉంది. అతను పన్నులు విధించే పద్ధతి అన్ని విధాల సమానంగా, న్యాయబద్ధంగా ఉండేది.

రాబడిని పెంపొందించే వర్తకం

వర్తకాన్ని ఎక్కువగా ప్రభుత్వం నడిపేది, ప్రభుత్వానికి ఏకస్వామ్యం లేని ప్రాంతాల్లో ప్రైవేట్‌గా వర్తకం నడపటానికి అనుమతి ఉండేది. వర్తకం వల్ల వచ్చిన రాబడి సైన్యానికి పెట్టుబడి కిందా, రాజ్యాన్ని విస్తరింపచేయటానికీ కొంత భాగం వెళ్ళేది.

వర్తకం మీద అజమాయిషీ, అదుపు

వర్తకం మీద సమర్థవంతమైన అదుపు ఉండటానికి, ఉండాలనుకున్న 34 డిపార్ట్‌మెంట్లలో 7 పర్యవేక్షణ చేసేవి. ప్రతి విభాగం యొక్క అధికారిని **అధ్యక్షుడు** అనేవారు లేదా నేటి పరిభాషలో ప్రధాన అధికారి అనేవారు. (ఛీఫ్ కంట్రోలర్) వ్యాపార లావాదేవీలను పర్యవేక్షించి, అజమాయిషీ చేసే ఏడు విభాగాలు యివి. 1) ప్రభుత్వ వర్తకం 2) ప్రైవేటు వర్తకం 3) కస్టమ్స్, శుల్కాలు 4) రేవులు 5) తూనికలు , కొలతలు 6) ఓడలు, ఫెర్రీలు 7) సర్వేయరు, టైము కీపరు.

ఆ రోజుల్లో అటు విమానాలు గాని, యిటు రైళ్ళు కాని లేకపోవటంతో కేవలం ఓడలు, ఫెర్రీలగురించే చెప్పటం జరిగింది. ప్రభుత్వ వర్తకంలో ప్రభుత్వానికి పూర్తి అధికారం ఉన్న వస్తువుల అమ్మకం, **వ్యాజీ** (లావాదేవీల పన్ను), క్రొను వస్తువుల ఎగుమతిపై పన్నులు విధించటం ముఖ్యమైన పని. ప్రైవేటు వర్తకంలో ప్రధాన అధికారి అమ్మకాలు క్రమపద్ధతిలో జరుగుతున్నాయో లేదా నిర్ధారించుకుని, వర్తకులు అత్యధిక లాభాలు చేసుకోకుండా చూసేవాడు. వినియోగదారుల సంరక్షణ బాధ్యత కూడా అతనిదే.

ఆ పైన **శుల్కం** విధించేవారు, అంటే ఎగుమతి, దిగుమతుల మీద కస్టమ్స్ వారు విధించే పన్నులు. ఈ శుల్కాన్ని సరిహద్దు ప్రాంతంలో విధించేవారు కాదు. కోటగోడలున్న పట్టణాలలో, ముఖ్యంగా రాజధానిలో, కోటగుమ్మం దగ్గర

వసూలు చేసేవారు. విదేశీ వస్తువులే కాదు, పల్లెటూర్ల నుంచి పట్నానికి వచ్చే స్వదేశీ వస్తువులకు కూడా శుల్కం విధించాలని చెప్పాడు కౌటిల్యుడు.

అవిధంగా శుల్కాలకి, కస్టమ్స్ విధించే పన్నులకి ఏమీ తేడాలేదు. ఆ రోజుల్లో బహుశ అప్పుడు రాజ్యం యొక్క విస్తీర్ణం తక్కువగా ఉండటం వల్ల నేమో. శుల్కం పట్టణ ద్వారంలో విధించేవారు కాబట్టి, పల్లెటూర్లలో వస్తువుల అమ్మకానికి ప్రభుత్వం కలగజేసుకోనవసరం లేదు కాని, ప్రభుత్వం వస్తువుల ఉత్పాదకత జరిగిన చోట అంటే గనులు, పొలాలు, తోటల దగ్గర అమ్మకాలు జరగకుండా అదుపులో పెట్టింది. ఉత్పాదకత జరిగిన చోట అమ్మకాలు జరగకూడదన్న నిషేదానికి వ్యతిరేకంగా జరిగితే శిక్షలు విధింపబడేవి, అవికూడా చాలా కఠినంగా ఉండేవి. అమ్మకాలు నియమిత మార్కెట్లలో మాత్రమే జరిగేవి. అక్కడ ప్రైవేటు వర్తకులు, ప్రైవేటు వర్తకుల ప్రధాన అధికారి పరిధిలో, అదుపులో జరిగేవి. ఓడలు, ఫెర్రీల ప్రధాన అధికారికి అనేక బాధ్యతలు ఉండేవి. అవి తక్కిన వాటితో పాటు సముద్రతీరాన్ని, వస్తువులని కాపాడటం, ఓడల వ్యవహారం చూడటం, ఓడలను, పడవలను నావికులతో పాటో, నావికులు లేకుండానో ఏర్పాటు చేయటం, ఫెర్రీలను ఏర్పాటు చేయటం, విదేశీ వ్యాపారస్థుల రాకపోకలను అదుపులో పెట్టటం, రవాణా పన్నులు, కస్టమ్స్ డ్యూటీ, ఫెర్రీల ధరలు లాంటి రాబడిని వసూలు చేయటం, ఫెర్రీలను పనికిరానివారెవరూ వాడకుండా చూడటం ద్వారా భద్రతా చర్యలను చేపట్టటం.

వస్తువుల దిగుమతి

ప్రజలకి సేవలందించే పథకం వల్ల, వీలున్నన్ని ప్రాంతాల్లో దిగుమతి చేయబడిన వస్తువుల అమ్మకాలు ఏర్పాటు చేయబడ్డాయి. దాని వల్ల పల్లెల్లోనూ, పట్టణాలలోనూ ప్రజలకి అవి తేలిగ్గా అందుబాటులో ఉంటాయి. నిజానికి, దేశంలో అవసరమైన విదేశీవస్తువుల దిగుమతిని ప్రోత్సహించటానికి సహాయం అందించబడింది. ఇంకోవిధంగా చెప్పాలంటే, వస్తువుల దిగుమతి మీద ప్రజలకి

ఈ వస్తువులు కావాల్సివస్తే ఎటువంటి ఆక్షేపణలు లేవు. ఎందుకంటే వస్తువులు దొరక్క వాళ్ళని అణచిపెట్టినట్టు వాళ్ళు భావించకూడదు.

వర్తకులకి రెండు ప్రేరకాలు యిచ్చేవారు :

(i) దేశీయ వ్యాపారస్థులు, విదేశీ వస్తువులను కారవాన్ల ద్వారాగాని, నీటి మార్గాల ద్వారా కాని తెస్తే, వాళ్ళకి పన్నుల మినహాయింపు ఉండేది, వాళ్ళు లాభాలు చేసుకునేందుకు వీలుగా. ఇది కార్యనిర్వహణలో ప్రాథమిక సూత్రాన్ని చూపిస్తుంది. అంటే వ్యాపారదక్షతని ప్రోత్సహించటానికి, వస్తువులని దిగుమతి చేయటానికి ప్రయాణంలోని ప్రమాదాన్ని ఎదుర్కొన్న వ్యాపారస్థులని, పన్ను మినహాయింపు ద్వారా, ప్రోత్సహించేవారు.

(ii) విదేశీ వ్యాపారస్థుల మీద డబ్బు వ్యవహారాల్లో కోర్టు కేసులు వేయకూడదు. వాళ్ళకి మన దేశంలో చట్టపరమైన స్థానం ఉంటే తప్ప, కాని వాళ్ళ పార్టనర్లమీద వేయవచ్చు. ఆ విధంగా ఎప్పుడూ బాధ్యత పౌరుల మీద ఉండేది. దాని వల్ల న్యాయంగా వ్యాపారం సాగి, వినియోగదారులకి మెరుగైన వస్తువులు అందుబాటులో కొస్తాయని. ఆ విధంగా ఆ వ్యవస్థలో అటు విదేశీవ్యాపారం చేయటానికి ఒక ప్రేరకమూ ఉండేది. ఇటు న్యాయబద్ధంగా చేయటానికి కఠిన పద్ధతులూ, శిక్షలూ ఉండేవి. లాభం శాతం ఎంత మేరకు ఉండాలో కూడా సూచించబడింది. వ్యాపారస్థులకి ఈ విధంగా లాభం ఉండేది.

- 5 % దేశీయ సరకుల మీద
- 10 % విదేశీ సరకుల మీద

ఒక వస్తువు అధికంగా సప్లై చేయబడితే, ప్రభుత్వ వర్తకపు ప్రధాన అధికారి మార్కెటు ధరకన్నా అధికధరకి కొని అత్యధిక నిల్వలు ఏర్పాటుచేస్తాడు. కాని, మార్కెట్ ధర దాని మొదటి ధరకి చేరుకున్నాక, అధికారి ఆ ధరని మార్చి. ఒక పద్ధతిని ప్రణాళిక వేయవచ్చు. అదికాక, ధర నిర్ణయించేటప్పుడు, పెట్టుబడిని,

అందజేయాల్సిన సరుకుని, రోజుని, వడ్డీధరని, తక్కిన ఖర్చులని దృష్టిలో పెట్టుకుని నిర్ణయించాలి.

ప్రభుత్వ ఖాతాలో ఎగుమతులు

ఆ రోజుల్లో కాగితపు ద్రవ్యం అంటూ సరిగా ఉండేది కాదు కాబట్టి, వస్తు మార్పిడి పద్ధతి (బార్టర్ సిస్టమ్) ఉండేది. ప్రభుత్వ వర్తక ఆఫీసు నిర్ణయించేది, నిర్ణయించిన లాభం రావటానికి, వ్యయాలకి ఎంత తగ్గించాలో. ప్రాధమికంగా రెండు రకాల వ్యయాలుండేవి. ఒకటి కారవాన్లకి సంబంధించినది. అందులో కస్టమ్స్ డ్యూటీలు, రవాణా పన్నులు, ఎస్కార్ట్ ధరలు, సైనిక శిబిరాల దగ్గర కట్టవలసిన పన్ను, ఫెర్రీ ధరలు. వ్యాపారస్థులకి, వాళ్ళ సహాయకులకి రోజువారీ ఖర్చులు. రెండోది విదేశీ రాజుకి యివ్వాల్సిన భాగం. ఇవికాక, ఓడలని, పడవలని అద్దెకు తీసుకోవటానికి అయ్యే వ్యయము. ప్రయాణంలో దారి ఖర్చులు కూడా కలపాలి.

అర్థశాస్త్రము విదేశీ వర్తకం లాభం తెచ్చితీరాలని నొక్కివక్కాణిస్తూ, లాభం చేకూర్చని ప్రాంతాల్లో వర్తకం చేయకూడదని నిరుత్సాహ పరచింది. అందువల్ల కౌటిల్యుని కాలంలో ప్రమాదము, ఫలితము పద్ధతి ఖచ్చితంగా ఉందని తెలుస్తోంది. ఏదేమైనా, వర్తక లక్షణాలు కేవలం ఆర్థిక శాస్త్రం మీదే ఆధారపడి లేదు, తక్కిన ఎన్నో అంశాలమీద ఉంది. ఒక దేశానికి ఎగుమతి చేయాలన్నా, ఆదేశాన్నించి దిగుమతి చేసుకోవాలన్నా, రాజకీయాలు లేదా రాజకీయ లాభాలు దృష్టిలో పెట్టుకోవాలి వర్తకులు. ఇలాంటి రాజకీయ అవగాహన ప్రతిధ్వనులు ఇవాళ కూడా వినిపిస్తున్నాయి, పామ్ ఆయిల్ని మలేషియానుంచి నిరంతరం దిగుమతి చేసుకోవటంలో, టెక్నాలజీ పుణ్యమాని, అందులో మనకి స్వయం ప్రపత్తి ఉన్నాకూడా.

వ్యాపార విషయంలో, కొన్ని జాగ్రత్తలు సూచించబడ్డాయి :

(i) భూమి మీద వస్తువులను సరఫరా చేస్తున్నప్పుడు, ప్రధాన అధికారి తేల్చుకోవాల్సిన విషయం ఆవస్తువుల్లో నాలుగవ వంతుకన్నా ఎక్కువభాగం మరీ ఎక్కువ ఖరీదులో ఉండకూడదని. బహుశ మొత్తం విలువైన వస్తువులన్నీ దొంగిలింపబడకుండా ఉండటానికి ముందు జాగ్రత్త చర్య కాబోలు.

(ii) అనేక అధికారులను అంటే సరిహద్దు అధికారులను, గవర్నరులను సంప్రదించేవారు, రవాణా జరుగుతున్నప్పుడు వస్తువులు జాగ్రత్తగా చేరుతున్నాయని తెలుసుకునేందుకు.

(iii) కారవాన్లో ఎక్కువ విలువున్న వస్తువులు ఉంటే, అధిక జాగ్రత్తలు తీసుకోవాల్సి వచ్చేది.

(iv) ఒక వేళ కారవాన్ అనుకున్న గమ్యం చేరలేకపోతే, అది ఆ సమయంలో ఎక్కడ విడిది చేస్తే అక్కడే వస్తువులని అమ్మవచ్చు.

వస్తువులని నీటిమార్గంలో రవాణా చేసేటప్పుడు, వాతావరణంలోని మార్పులను దృష్టిలో పెట్టుకోవాలి, ఎటువంటి నష్టం వాటిల్లకుండా.

8

దేశీయవర్తకం

ఉపోద్ఘాతము

వ్యవసాయం, ఉత్పాదకత తర్వాత వర్తకం మూడవ ముఖ్యమైన కార్యక్రమంగా గుర్తింపబడింది. వర్తకాన్ని, వాణిజ్యాన్ని పెంపొందించాల్సిన బాధ్యత రాజుది. దానికోసం అతను భూమీ్మద, సముద్రం మీద వర్తక మార్గాలు ఏర్పరచి, వాటికి మార్కెట్లు, టౌన్లను రేవులతో సహా ఏర్పాటు చేయాలి. ఈ వర్తక మార్గాల్లో రాజసభలో అధికారులు, ప్రభుత్వ అధికారులు, దొంగలు, సరిహద్దు కాపలాదారులు ఎవరూ వేధించకుండా చూడాలని, పశువుల మంద ఈ మార్గాలని పాడుచేయకూడదనీ స్పష్టంగా ఉంది. వేరే విధంగా చెప్పాలంటే వ్యవసాయ ఆర్థిక రంగంలో పశుపోషణ పెద్ద భాగం వహించినా, అది ఏ విధంగానూ వర్తక మార్గాల్లో అడ్డుపడకూడదు.

I వర్తక మార్గాల సంరక్షణ

వ్యాపార మార్గాలను వాడే వాళ్ళను రాజసభలో అధికారులు, ప్రభుత్వ అధికారులు, దొంగలు, సరిహద్దు కాపలాదారుల వేధింపుల బారి పడకుండా రాజు సంరక్షించాలి. పోయిన వస్తువులను సంపాదించాలి, సరిహద్దు

కాపలాదారులు. ఎలాగైతే నాలుక చివర తేనెకాని, విషం కాని ఉంటే దాని రుచి చూడకుండా ఉండలేమో, అలా ప్రభుత్వ నిధులతో వ్యవహారం నడిపించేవారు కూడా, కనీసం కొంతైనా రాజు సంపదని రుచి చూడకుండా ఉండలేరని కౌటిల్యుడు భావించాడు.

ఇది ఒక శక్తివంతమైన వాఖ్యానం. ఇది రెండు నిజాలని సూచిస్తుంది. మొదటిది వర్తక మార్గాలు, ఆర్థిక పెరుగుదలకి ముఖ్యమన్న అవగాహన, అందువల్ల వాటి భద్రత చూసుకుతీరాలి. రెండోది వర్తక విషయాల్లో దాగి ఉన్న అక్రమాల గురించిన హెచ్చరిక. వర్తక మార్గాల భద్రతా చర్యలు చేపట్టాల్సిన అధికారులు ఎట్టి పరిస్థితుల్లోనూ అక్రమ సంపాదనకి దిగకూడదు. వాళ్ళు ప్రభుత్వ ఉద్యోగంలో ఉన్నామన్న కారణం చేత ప్రభుత్వ వనరులని ప్రైవేటు మనుష్యుల చేతుల్లోకి తరలించకూడదు. అంటే ఆ రోజుల్లో కూడా, రాజుకి కాని, ఆయన సలహాదారులకి కాని అధికారులు, సరిహద్దు కాపలాదారులు అక్రమ సంపాదనలోకి దిగే అవకాశముందని తెలుసన్నమాట.

II దేశీయ వర్తక పద్ధతి

కౌటిల్యుని కాలంలో 'విలువ పెంచటం' కన్నా పూర్ణ విలువ పద్ధతిని పాటించే వారు. వర్తకునికి వచ్చే పూర్ణ లాభం మరీ ఎక్కువగా ఉండకూడదని రాజు నియమించేవాడు. అలా అయితే వినియోగదారులకి అందుబాటులో నున్న వస్తువుల ధరలు సరసమైన ధరల్లో ఉండేవి. ఇప్పటి రోజుల్లోలాగ, మార్కెట్ నిర్ణయించేది కాదు లాభాల మార్జిన్. బహుశ, ఆ రోజుల్లో దయగల ప్రభువు ప్రజల సంక్షేమానికే విలువనిచ్చేవాడు, కాబట్టి కావచ్చు. ప్రభుత్వ వర్తక పద్ధతి బాగా నెలకొల్పబడింది. ఆ వర్తకం ఎలా నడపాలో దానికి నియమాలున్నాయి. కౌటిల్యుని అర్థశాస్త్రము అంటే, 'ప్రాపంచిక లాభం గురించిన విజ్ఞాన శాస్త్రము.' దాని ఉద్దేశం ప్రజలు లబ్ధిపొందాలన్న విషయంగా తేలతెల్లమవుతోంది.

శ్యామశాస్త్రి పరిభాషలో, సాధించాలనుకున్న ఉన్నత లక్ష్యానికి వెళ్ళే మార్గాలను సమర్థించుకోవచ్చున్న సిద్ధాంతాన్ని నమ్మే తత్త్వవేత్తల వాదనలకి చెందినవాడు కౌటిల్యుడు. ఆ లక్ష్యాన్ని విజయం కోరే వ్యక్తిగా ఎట్టి పరిస్థితుల్లో సాధించి తీరాలి కౌటిల్యుడు. కౌటిల్యుని దృష్టిలో అంతిమ లక్ష్యం చాలాముఖ్యం. దాన్ని మార్గం కన్నా ఎక్కువ స్థానంలో నిలబెట్టాడు.

ఆధునిక ఆర్థిక శాస్త్రం 'విలువ పెంచటం' సిద్ధాంతం గురించి మాట్లాడుతుంది. కౌటిల్యుడు ఆర్థిక పరిస్థితిని విశాలంగా మూడు రంగాల కింద విభజించాడు. (i) రాష్ట్రం / ప్రభుత్వం / రాజు (ii) ప్రైవేటు మరియు (iii) సేవలను అందించేవారు అంటే బ్యాంకులు, ఆర్థిక సహాయమందించే సంస్థలు. కౌటిల్యుని అర్థశాస్త్రము ఈ విభిన్న రంగాల ధర్మాలగురిచి చాలా స్పష్టంగా చెప్పింది కాని నిర్ణయం తీసుకునే అధికారం రాజుదే. ప్రైవేటు రంగం నడిపే వర్తకంలో కేవలం ఆ వర్తక మార్గాలను పరిరక్షించటం, ఏదైనా నష్టం వాటిల్లితే నష్టపరిహారం చెల్లించటం వరకే ప్రభుత్వం హామీ యిస్తుంది. గనుల కార్యక్రమాలనుంచి వచ్చిన అమ్మకాలు ప్రభుత్వానికి సంబంధించినవే. ఎందుకంటే భూమి దాని అధీనంలో ఉంటుంది కాబట్టి. ప్రైవేటు వర్తకం అంటే తయారయిన వస్తువులను ఇళ్ళకి అమ్మటం, ఒక వేళ ఆ వస్తువుల కొరత ఏర్పడితే వాటిని దిగుమతి చేసుకోవటం. ఎగుమతులను ధారాళంగా ప్రోత్సహించేవారు. వర్తక నియమావళి పద్ధతి స్పష్టంగా నిర్వచింపబడి, వివరించబడింది. విధించబడిన పాలసీల్లో ఒకటి, వస్తువులని ఎక్కడ అమ్మాలో ఆ నియమిత మార్కెట్లలోకి తెచ్చి అమ్మాలి కాని అవి ఉత్పత్తి అయిన చోట అమ్మకూడదు. ప్రభుత్వ వస్తువుల అమ్మకాలను అజమాయిషీ చేసే అధికారి ఆ అమ్మే వస్తువులను ఒక పెట్టెలో పెట్టి వాటిని భద్రపరచాలి. ఆ పెట్టెకి ఉన్న మూతకి ఒక్క కన్నమే ఉండాలి. అలాగైతే ఒకసారి భద్రపరిచాక ఆ పెట్టెలోని వస్తువులని సంగ్రహించలేరు. సాయంకాల మయ్యేసరికి, జమాఖర్చులు వేసి మిగిలిన సరుకు లెఖ్ఖ తేలాక, డబ్బు చెల్లించాలి. ఈ పాలసీని నియమించిన ఈ పద్ధతిని చూస్తే ప్రభుత్వ అధికారులు మోసాలకు పాలుపడే అవకాశముందని కౌటిల్యుడు పూర్తిగా అర్థం చేసుకున్నాడని తెలుస్తోంది.

III వివిధ రకాల ఆర్థిక కార్యకలాపాల వల్ల లాభాలు

• ఒక ఆదర్శ జనపథము అంటే చాలా ఉత్పాదకశక్తి ఉన్న భూమి. అందులో దున్న గలిగిన భూములు, గనులు, కలప వనాలు, ఏనుగుల వనాలు, పచ్చిక పొలాలు ఉంటాయి.

• వ్యవసాయం అత్యంత ముఖ్యమైన ఆర్థిక కార్యక్రమము. దున్న గలిగిన భూమి గనుల కన్నా ఎక్కువ విలువైనది. ఎందుకంటే గనులు కోశాగారాన్ని మాత్రమే నింపితే వ్యవసాయపు పంటలు అటు కోశాగారాన్ని, ఇటు గిడ్డంగులని కూడా నింపుతాయి.

• భారీ పనులో లేదా జరిమానాలో వేసి హింసించకుండానూ, పాలేర్లని డబ్బివ్వకుండా పనిచేయమని సతాయించకుండానూ, వ్యవసాయం విషయంలో రాజు కాపాడే బాధ్యత తీసుకోవాలి.

• కోటలు కట్టడం(సంరక్షణ చర్యలు) నీటి సదుపాయాలు, జలాశయాలు, పంటలకి మూలాలు.

• వర్తక మార్గాలు శత్రువు మీద పైచేయిగా ఉండేందుకు కూడా మార్గాలు. ఎందుకంటే ఈ మార్గాలద్వారా రాజు గూఢచారులని పంపించవచ్చు. ఆయుధాలు, తక్కిన యుద్ధపరికరాలు తెప్పించవచ్చు.

• ఎక్కువ విలువ ఉన్న వస్తువులను తక్కువ సంఖ్యలో ఉత్పాదన చేసేకన్నా, తక్కువ విలువ ఉన్న వస్తువులను ఎక్కువ సంఖ్యలో ఉత్పాదన చేయటం నయం.

• ఉత్పాదన వనాలు పెద్దవిగా ఉండాలి, దేశ సరిహద్దు దగ్గర ఉండాలి, అందులో నది ఉండాలి, హెచ్చు విలువ ఉన్న వస్తువులు ఉండాలి.

• ఎక్కువ సంఖ్యలో వర్తక మార్గాలుంటే మంచిది. అవి అన్నీ బ్రహ్మాండంగా లేకపోయినా ఫర్వాలేదు. వర్తక మార్గాలు ఏర్పరచటంలో కౌటిల్యుడు ఎంచుకున్న పద్ధతి; భూమి మార్గం, వీలున్నంత వరకూ దక్షిణం వైపుకి, నీటి మార్గం తీరం దగ్గరా, తీరానికి దూరంగా ఉన్న ప్రాంతాలు.

• నడక మార్గాల కన్నా యెడ్లబండ్లు, జంతువులు లాగే బండ్లు వెళ్ళే మార్గాలకి ప్రాముఖ్యత నిచ్చాడు. అంతకు ముందే చెప్పినట్టుగా ఆర్థిక వ్యవహారాల్లో వర్తకం మూడవ స్థంభం. **అర్థశాస్త్రము** వర్తకంలోని ప్రతిఅంశాన్ని విశదీకరించింది. వర్తకానికి కావాల్సిన మౌళిక హంగులను మెరుగుపరచటమే కాకుండా, వ్యాపార మార్గాలను రాజ సభలో అధికారులు, ప్రభుత్వ అధికారులు, దొంగలు, సరిహద్దు కాపలాదారులు వేధించకుండా చూడాల్సిన బాధ్యత ఉంది ప్రభుత్వానికి. చూస్తుంటే కౌటిల్యుడు వ్యాపారస్థులను అనుమానిస్తున్నట్టుంది. వాళ్ళకి యిష్టం వచ్చినట్టు ధరలు నిర్ణయించటానికి వర్తక సంఘాలుగా ఏర్పడి అత్యధిక లాభాలు చేకూర్చుకోవాలనే దొంగ మనస్థత్వం ఉందనుకోవటం, పైగా దొంగ సొమ్ముతో వ్యాపారం చేస్తారనుకోవటం విషయంలో. అతను భారీ జరిమానాలను సూచించాడు, అలాంటి తప్పులను వర్తకులు చేయకుండా ఉండటానికీ, వినియోగదారులను పరిరక్షించటానికి.

అదికాక, ప్రైవేట్ వ్యాపారస్థుల వ్యవహారంలో ఉన్న చట్టాలు:

(ఎ) ఏజెన్సీ ద్వారా అమ్మించటం.

(బి) వర్తకుల మధ్య ఒడంబడికలు ఉండకూడదు.

(సి) వర్తకులు కలిసి ప్రయాణం చేసి, వాళ్ళ వస్తువులను కలగలుపు కోవటం.

IV ప్రయాణంలో జాగ్రత్తలు

సరిహద్దు అధికారులు వ్యాపార వస్తువులు జాగ్రత్తగా వెళ్ళేలాగా చూడాలని, ఏదైనా నష్టం వాటిల్లితే ఆ నష్టాన్ని పూడ్చే బాధ్యత కూడా వాళ్ళదేనని చెప్పటమయింది. వర్తకులకి జరిగిన నష్టాన్ని పూడ్చే బాధ్యత గ్రామ అధికారి మీద ఉంది. కాకపోతే దొంగతనం జరిగిన వాటికి లేదా పంపించి వేసిన వాటికి లేదు. పైగా, ఏ వర్తకుని యొక్క వస్తువన్నా, పల్లెటూర్ల మధ్య ప్రాంతంలో ఎవరైనా తీసుకెళ్ళినా, దానికి బాధ్యత వహించాల్సింది పచ్చికపొలాల ముఖ్య అధికారి (చీఫ్ సూపరింటెండెంట్ ఆఫ్ పాస్టర్స్-సియస్‌పి). సియస్‌పి అధీనంలో లేని ప్రాంతాల్లో బాధ్యత వహించాల్సింది చోరరాజు. చివరికి ఏ ఒక్క అధికారి మీద బాధ్యత పెట్టలేని పరిస్థితిలో ఏ పల్లెటూరి పరిధిలో అయితే నష్టం వాటిల్లిందో ఆ పల్లెటూరి ప్రజలు మూకుమ్మడిగా బాధ్యులవుతారు దానికి. దీన్ని బట్టి కౌటిల్యుడు వర్తకుల ప్రాముఖ్యతని, అలాగే ఏ నష్టం వాటిల్లినా నష్టపరిహారం చెల్లించాలన్న చట్టం పెట్టటం వల్ల చట్ట నిబంధనల ప్రాముఖ్యతనీ గుర్తించాడని తెలుస్తోంది. అదే సమయంలో వర్తకులు ప్రజలను అణగద్రొక్కకుండా చూసేవారు. రాజుకి ప్రజల సంక్షేమం అన్నిటికన్నా ముఖ్యమన్న విషయం యిది స్పష్టంగా తెలుపుతోంది.

అనుబంధం : ప్రైవేటు వర్తకం యొక్క ముఖ్యఅధికారి

(ఎ) బాధ్యతలు

(i) కొత్త, పాత వస్తువుల అమ్మకం నిజాయితీగా జరిగేలాగా చూడటం.

(ii) పాత వస్తువుల అమ్మకం / తాకట్టుని-అమ్మకం దారు / తాకట్టు పెట్టవాడు తానే యజమాని అని నిరూపించుకున్నాకే ఒప్పుకోవటం

(iii) వర్తకులు వాడే తూనికలు, కొలతలను తనిఖీ చేయటం, వాళ్ళు మోసం చేయకుండా ఉండటానికి.

(బి) వ్యాపారస్థులతో ఒప్పందాలు

(i) స్వదేశీ వస్తువుల మీద 5 % లాభం, విదేశీ వస్తువుల మీద 10 % లాభం సరిగ్గా పాటిస్తున్నారా లేదా చూడటం.

(ii) నిర్ణయించిన ధరలకే వస్తువులను అమ్ముతున్నారో లేదో చూడటం

(iii) వ్యాపారస్థులు దొంగ సరుకులను అమ్మట్లేదని తెల్సుకోవటం.

(సి) వ్యాపారస్థులకి సహాయం

(i) వ్యాపారస్థుల వస్తువులు అనుకోని కారణాల వల్ల పాడయితే, వాళ్ళకి తదనుగుణమైన నివారింపులివ్వటం.

(డి) బ్రోకర్లు, మధ్యవర్తులు

(i) వ్యాపారస్థులు వాళ్ళ లాభాల శాతంని లెక్కించేటప్పుడు వాళ్ళు మధ్యవర్తులకి చెల్లించిన ద్రవ్యాన్ని కూడా వాళ్ళ ధరల్లో కలపలేదుకదా అని నిర్ధారించుకోవటం.

(ii) బ్రోకర్లకి అధికారం ఉన్నంత మేరకు, వాళ్ళు ధాన్యాన్ని, తక్కిన వస్తువులని నిలవవుంచుకోవటానికి అనుమతినివ్వటం.

(iii) ఏ బ్రోకరు దగ్గరన్నా అధికారం ఉన్నంతకన్నా ఎక్కువ మేరకు సరుకు ఉంటే, దాన్ని తాను హస్తగతం చేసుకుని, రాష్ట్ర వర్తకానికి ముఖ్య అధికారికి, అతను ప్రజలకి అమ్మటానికి వీలుగా, అప్పచెప్పటం.

(ఇ) కొనుగోలు వ్యవస్థని నిబద్ధీకరించటం

అంతకు ముందు అందరు వ్యాపారస్థులూ కలిసి కొన్న వస్తువులు అమ్ముడు పోనంతవరకూ మళ్ళీ వస్తువులను వ్యాపారస్థులు ఉమ్మడిగా కొనటాన్ని ఆపటం.

9 ప్రభుత్వవిత్తం

అర్థశాస్త్రము అంటే 'సంపదని సృష్టించే విజ్ఞానశాస్త్రము'. కాని కౌటిల్యుడు ఆ పదాన్ని మరింత విశాలంగా వాడాడు. ఒక ప్రభుత్వం యొక్క అనేక కార్యకలాపాలను వివరించటానికి ఆర్థిక, రాజకీయ, సాంఘిక, సైనిక, తదితర అంశాలు ఏవైనా దాని సంపదని ప్రభావితం చేసేవి.. కౌటిల్యుని **అర్థశాస్త్రము** ముఖ్యంగా ఆ పుస్తకం రచించిన ఆ రోజులకి పనికివచ్చే ఒక ఉత్తమరచన. చూస్తుంటే అతనొక విజ్ఞాన సారస్వము లాగా ఉన్నాడు. ఒక ఏకస్వామ్యాన్ని పరిపాలించటానికి కావాల్సిన అనేక అంశాల పరిపూర్ణ జ్ఞానం ఉంది అతనికి. ఉదాహరణకి కార్యనిర్వహణ రాబడి, పన్నులు విధింపు, చట్టం, రాజనీతి, వ్యాపారం, వర్తకం, నాణేలు, వ్యవసాయం, భూమి విలువ, కార్మికులు, ప్రజలు, సంఘం వగైరా. ప్రభుత్వం తన ప్రజల నుంచి వసూలు చేసిన డబ్బుతో నడుస్తుందని కౌటిల్యుడు నొక్కివక్కాణించాడు. **అతని అంతిమ లక్ష్యం రాజుకి లాభం చేకూర్చటం కాదు. ప్రజలకు లాభం చేకూర్చటం ఒక బలమైన ఐశ్వర్యవంతమైన ఏకస్వామ్యము, తక్కిన రాజుల దాడినుంచి ప్రజలని కాపాడే పరిస్థితిలో ఉంటుందని భావించాడు.**

పన్నులు విధించే సూత్రాలు

కౌటిల్యుడు పన్నులు విధించే సూత్రాలు, రాబడి వచ్చే మూలాలు, వ్యయాల గురించి వివరించాడు, ప్రభుత్వ ద్రవ్యం గురించిన రాతపూర్వక మార్గదర్శిల్లో మొట్టమొదటి వాటిల్లో ఒకటని టూకీగా చెప్పవచ్చు. అతను వచ్చే రాబడిని అనేక తెగల కింద విభజించి, ఆడిట్ ఎలా చేయాలో కొన్ని పద్ధతులు ప్రవేశపెట్టాడు. వాటిని నేటి పద్ధతులతో పోల్చవచ్చు, కౌటిల్యుడు చెప్పాడు, 'ఇంతకు ముందే పెట్టిన వ్యయాలని తీసేసి రావాల్సిన రాబడిని మినహాయిస్తే వచ్చేది నికరాదాయము లేదా నివి (నెట్ బ్యాలెన్స్), అది అప్పుడే తేలినది లేదా ముందుకు తీసుకురాబడినది.' ఈ సిద్ధాంతం ఆధునిక పద్ధతియైన కోశాగారం లెఖ్ఖలు, ఆడిట్ పద్ధతులకి సరిపోలుతుంది. అలాంటి సిద్ధాంతాలని పరిపాలన, పాలసీల చట్రంలో బిగించినందుకు కౌటిల్యుని మెచ్చుకోవచ్చు.

పన్నుల సూత్రాలు

పన్నులు విధించటం మీద కౌటిల్యుని వాదనలు వింటే ఎన్నో సూత్రాలు అంతర్లీనంగా ఉన్నాయి. పన్నులు విధించే శక్తి ప్రభుత్వానికి తక్కువగా ఉండాలి. పన్నులు భారంగానో అదనంగానో అనిపించకూడదు, పన్నుల ధరలు నిదానంగా పెంచాలి, పన్నులని సరియైన ప్రాంతంలో, సమయంలో, రూపంలో విధించాలి, పన్నుస్థాయి సమానంగానూ, అర్థవంతంగానూ ఉండాలి. ఒక పాలకుడు తన యిష్టానుసారం పన్ను విధించకూడదన్నాడు కౌటిల్యుడు. అధికారుల నిరంకుశత్వం, దాని పర్యవసానంగా ప్రజల అసంతృప్తి ఈ రెండూ జరగకుండా అతను చాలా జాగ్రత్త వహించాడు. అతని దృష్టిలో 'కృతజ్ఞతలేని, పట్టించుకోని ప్రజలు బలవంతమైన రాజులను కూడా నాశనం చేయటానికి ప్రయత్నం చేస్తారు.' ప్రజలకు పన్నులు ఎలా విధించాలంటే, వాళ్ళు భవిష్యత్తులో బరువును మోయగలిగే, అవసరమైతే మరింత భారం తలకెత్తుకోగలిగే సామర్థ్యాన్ని

నిలుపుకోగలిగి ఉండాలి. ఐశ్వర్యంలో తులతూగుతున్నప్పుడు పన్నులు క్రమేపీ పెంచుతూ రావాలి.

ఈరోజుకి కూడా పన్నులు విధించటం మీద కౌటిల్యుని సామెతల్లో ఒకటి ప్రాచుర్యంలో ఉంది. ప్రపంచమంతటా ప్రభుత్వాలని పాటించమని కోరుతుంది. కౌటిల్యుని దృష్టిలో, 'పన్నులు విధించటం ప్రజలకి బాధాకరంగా ఉండకూడదు. పన్ను విధానాన్ని విధించేటప్పుడు కనికరం చూపి, జాగ్రత్త వహించాలి. ఆదర్శవంతంగా ప్రభుత్వాలు తేనెటీగ లాగా పన్నులు వసూలు చేయాలి. అది పువ్వునించి, సరిగ్గా దానికి కావాల్సినంత తేనెని గ్రోలుతుంది, రెండూ జీవించటానికి వీలుగా. పన్నులు చిన్న మొత్తాల్లో వసూలు చేయాలి తప్ప పెద్ద మొత్తాల్లో కాదు.' ఐశ్వర్యవంతులకి దానికి తగ్గట్టుగా ఎక్కువ పన్ను, భోగవస్తువులమీద ఎక్కువ సేల్స్‌టాక్స్ వేయాలని చెప్పాడు ఖచ్చితంగా. కాని రాజు తగినంత మూలధనం, ఏర్పాటుచేసి అభివృద్ధికి చేయూత నిచ్చితీరాలని, లేదా పన్ను రాయితీ ద్వారా ప్రోత్సహించాలనీ కౌటిల్యుడు అన్నాడు. అదికాక, రాజు లాభాలను చేకూర్చే పథకాలకు ఖర్చులు పెట్టాలి. ఆపదలు గాని, యుద్ధంగాని తక్కిన విపత్కర పరిస్థితులుగాని వస్తే ఎదుర్కోవటానికి తగినంత డబ్బు, ఆహారం, వస్త్రాలు, ఆయుధాలు దాచి ఉంచాలి. ఎన్నో సముదాయాలకు పన్ను రాయితీ యిచ్చారు. పన్ను కట్టలేని నిస్సహాయత వల్ల కావచ్చు (అంగవైకల్య పరిస్థితి) లేదా వాళ్ళు చేసే సేవల వల్ల కావచ్చు (పురోహితులు). భూమి శిస్తు వ్యాపారస్థుల నుంచి పన్ను, మామూలు స్థాయికన్నా ఎక్కువ లాభం ఉంటేనే వసూలు చేసేవారు. ఉత్పాదకత మీద, అమ్మకాల మీద పన్నులు విధించేటప్పుడు అనేక అంశాలు పరిగణలోకి తీసుకునే వారు. అది తయారు చేయటానికి అయిన ఖర్చు, మామూలు లాభాలు, ఆ వస్తువును అమ్మటానికి అవసరమయ్యే కాలపరిమితి, అమ్ముడు పోని స్థాయి, మార్కెట్లోని హెచ్చుతగ్గులు వగైరా. ప్రభుత్వం విధించే పన్ను, పన్ను కట్టే వ్యక్తి యొక్క నిలకడ సంక్షేమాన్ని తేల్చుకునే నిబంధనలకి ప్రాముఖ్యత నిచ్చేది. అనేక రకాల పన్నులు ఉన్నాయి. ప్రత్యక్ష, పరోక్ష అమ్మకాలు - ఎక్సైస్ పన్నులు, ఆదాయం - విలువ ఆధారిత పన్నులు.

పన్నులు చూస్తుంటే కౌటిల్యుడు వేసిన పన్నుల పథకంలో పన్నులు కట్టేవ్యక్తి త్యాగం, పన్నులు కట్టే వ్యక్తికి ప్రత్యక్ష లాభం, ఆదాయాన్ని తిరిగి పంచటం (ప్రభుత్వం పేదవారికి సహాయపడేది), కోరిన పెట్టుబడులకు పన్ను రాయితీలలాంటి అంశాలున్నట్టున్నాయి. అతని పన్నుల విధానంలో ప్రత్యేక అంశాల్లో ఒకటి, వ్యాపారాలకి పన్ను వసూలు చేసేముందు వాళ్ళకి కొంత సహజ లాభం కలగటానికి ఆస్కారం యిచ్చేవారు. కౌటిల్యుడు వర్ణించిన పన్నుల విధానం సమగ్రంగా ఉంది, ముఖ్యంగా ప్రాచీన కాలానికి తగినట్టుగా, కొన్ని పన్నులమీద అతను రాసిన కొన్ని భావాలు అతను కలం చేతబట్టకముందే భారతీయ సాహిత్యంలో పొందుపరచబడి ఉన్నాయి.

ప్రభుత్వ రాబడి విభజన

ప్రభుత్వానికి రాబడినిచ్చే మూలాల గురించిన ఒక పట్టిక సమగ్రంగా తయారు చేసాడు కౌటిల్యుడు. రాబడిని వసూలు చేసే పనిని ఏ విభాగానికి సంబంధించిన దానికి ఆ విభాగానికిచ్చాడు. కలెక్టర్ జనరల్ (అంటే రాబడి ప్రధాన అధికారి) అన్ని విభాగాలనుంచి వచ్చిన రాబడిని ప్రోగేసి కేంద్ర ఖజానాలో వేయాలి. ఆ విధంగా, రాబడిని వసూలు చేసేందుకు ఒక సంస్థ పద్ధతిని నెలకొల్పాడు. ఈ పద్ధతి నేడు ఆదాయం వసూలుచేసి, నిర్వహించే పద్ధతికి యించుమించు సమానంగా ఉంది. సొమ్ము వసూలు చేయటాన్ని వికేంద్రీకరణ చేస్తే దాన్ని ప్రోగేయటం ఆడిట్ వ్యవహారాలు చూడటాన్ని కేంద్రీకరించారు.

అర్థశాస్త్రములో పేర్కొన్న రాబడి మూలాలని వాటికి సరిపోలిన నేటి ఆధునిక రకాలతో పోల్చి ఈ కింది విధంగా చెప్పవచ్చు.

కార్పరేట్ పన్నులు : కార్పరేషన్ లేదా కళాకారుల చేతిపనివాళ్ళ సంఘాలు (కారుశిల్పిగణాలు)

పరోక్ష పన్నులు : మాదక ద్రవ్యాలు, పశు సంహరణ, దారాలు, నూనెలు, నెయ్యి, **క్షారము** (పంచదార) **సౌవర్ణికుడు** (ప్రభుత్వ కంసాలి), గిడ్డంగులు, నదులు, ఫెర్రీలు, పడవలు, ఓడలు, **వర్తని** (రోడ్‌సెస్) రజ్జు (తాళ్ళు), **చోరరజ్జు** (దొంగలని కట్టే తాళ్ళు) ఖనిజాల మీద పన్నులు.

భూమి, ఆస్తుల మీద పన్నులు: వాస్తుక (ఇళ్ళు , స్థలాలు), పచ్చిక స్థలాలు, వ్యవసాయపు పంటలు, పూలతోటలు, పండ్లతోటలు, కూరగాయల తోటలు, మాగాణి పొలాలు. వ్యవసాయం మీద పన్నులు ఎక్కువగా వస్తురూపేణా వసూలు చేసేవారు.

కస్టమ్స్ డ్యూటీ : అన్ని దిగుమతి చెందిన వస్తువుల మీద శుల్కాలని పట్టణపు ద్వారాల వద్ద వసూలు చేసేవారు. కస్టమ్స్ డ్యూటీని వసూలు చేసే పనిని శుల్కాధ్యక్షుడు అంటే కస్టమ్స్ సూపరింటెండెంట్ అజమాయిషీ చేసేవాడు.

రుసుము, ప్రభుత్వ సేవా ధరలు : టోల్ జరిమానాలు తూనికలు, కొలతలు **నాగరకుడు** (టౌన్ క్లర్క్), **లక్షణాధ్యక్షుడు** (సూపరింటెండెంట్ ఆఫ్ కాయినేజ్) ముద్రలు, పాస్‌పోర్టుల సూపరింటెండెంట్.

ఇన్‌కమ్‌టాక్స్‌లు : **సీతా** (క్రౌన్ భూముల నుంచి) దిగుబడి, భాగము (ప్రభుత్వానికి కట్టాల్సిన పంట భాగము)

వినోదం పన్నులు: వేశ్యల పన్నులు, జూదం పన్నులు.

ప్రభుత్వ వ్యయం

వ్యయాల వ్యవహారాలని 15 శీర్షికల కింద విభజించాడు. దీన్ని **'వ్యయ శరీరం'** అంటారు, 'ది బాడీ ఆఫ్ ఎక్స్‌పెండిచర్.' అధిక శాతం అంశాలు, ప్రభుత్వ వ్యయాలకి పోతాయి. కేవలం కొన్నిటినే రాజుగారి ధనాగార వ్యయాలకు

పరిగణించవచ్చు. బహుశ ఈ భాగంలో అత్యంత ముఖ్యమైన ప్రజాపాలసీ భావాలు ఉత్పాదకత లేని వ్యయం గురించీ ఉత్పాదకత ఉన్న వ్యయం మరియు మూలధనం వ్యయం గురించి కౌటిల్యుడు యిచ్చిన విశ్లేషణ వల్ల కావచ్చు. **అర్థశాస్త్రములో** రాబడి, పెట్టుబడులలో తేడా స్పష్టంగా చూపబడింది. అంటే మూలధనం వ్యయం, రోజువారీ వ్యయం. కౌటిల్యుని దృష్టిలో, రెండు రకాల వ్యయాలున్నాయి, అంటే రోజువారీ వ్యయం, లాభదాయకమైన వ్యయం. రోజువారీ వ్యయం ప్రజలకోసం నడిపేకొన్ని సేవలను, పనులను నడపటానికి ప్రభుత్వం పెట్టి తీరాల్సిన వ్యయం అంటే ఒక యంత్రాంగాన్ని నడిపేందుకు అయ్యే రోజువారీ వ్యయం. కౌటిల్యుని దృష్టిలో 'పక్షానికి ఒకసారి,' నెలకి లేదా ఏడాదికి ఒకసారి రాబడిని తీసుకువచ్చే వ్యయం లాభదాయకమైన వ్యయం. అలాంటి లాభదాయకమైన వ్యయం, రోజువారీ ఎకౌంటులోంచి పెట్టే వ్యయాన్ని అదుపులో పెడ్తుందని కౌటిల్యుడు అర్థం చేసుకున్నాడు. విక్షేపం (మూలధనం పెట్టుబడి), వ్యయ ప్రత్యయహం (వ్యయాన్ని) ఆపే ఒక మార్గం. మూలధనాన్ని వ్యయం చేయటంలోని ఆవశ్యకతని కౌటిల్యుడు గుర్తించాడు. దాని ద్వారా ప్రభుత్వానికి దీర్ఘకాలంలో రాబడిని సంపాదించి పెట్టగలదు, అతను చెప్పాడు, 'లాభదాయకమైన పనుల మీద వ్యయాలని తగ్గిస్తే, చివర్లో రాజు అవస్థపడాల్సి ఉంటుంది.'

ఖచ్చితమైన పద్ధతిలో ఆడిట్ జరగటం, రాబడి నిర్వహణని శ్రేష్ఠంగా నడపటం మీద యిచ్చిన ప్రాముఖ్యత అసాధారణం. దీని సారాంశం, కౌటిల్యుడు నిబంధనలు విధించటంలోనూ, కార్యనిర్వహణలోను ఏకాగ్రత చూపినట్టు తెలుస్తుంది.

రాబడి విభాగం చేయాల్సిన పనుల వివరాలను కౌటిల్యుడు ప్రత్యేకించి చెప్పాడు-'సంస్థానం (గవర్నమెంటు) బాగోగులు చూడటం, ప్రచారం (రోజువారీ పని), జీవితంలో అవసరమైనవి ప్రోగేయటం, అన్ని రకాల రాబడిని ప్రోగేసి, దాని లెక్కలు చూడటం, ఇవన్నీ చేతిలో ఉన్న పనులకింద వస్తాయి. కాశాగారంలో వేసిన విత్తం రాజు తీసుకున్నది, రాజధానికోసం పెట్టిన వ్యయం (రిజిష్టర్‌లో)

రాయనిది లేదా రెండేళ్ల క్రితం నుంచి కొనసాగింది, రాజశాసనం రాసియిచ్చినది లేదా రాయమని (రిజిష్టర్‌లో) నోటిమాటగా చెప్పినది, ఇవన్నీ చేసిన పనులకింద వస్తాయి. లాభదాయకమైన పనులకి ప్రణాళికలు వేయటం, వసూలవాల్సిన జరిమానాలు, నిలిపి ఉంచిన రాబడి కోసం బాకీ ఉన్నది యిమ్మని కోరటం, జమాఖర్చులని పరిశీలించటం, వీటిని కొంత భాగం మేరకు చేతిలో ఉన్న పని అంటారు.'

కౌటిల్యుని భాషలో 'తెలివైన కలెక్టరు జనరల్' బాధ్యత-ఆదాయాన్ని పెంపొందించి, వ్యయాలని తగ్గించటం,' నేడు ఖజానాల్లో లోటుబడ్జెట్‌ని తగ్గించాలన్న నేటి భావాలకి ఈ సామెత సరిపోలుతుంది.

ప్రభుత్వ ఉద్యోగులు, పరిపాలన

కౌటిల్యుడు స్పష్టంగా చెప్పాడు, ప్రజల, అందువల్ల ప్రభుత్వ, సుభిక్షత ప్రభుత్వ ఉద్యోగుల నడవడిక మీద ఆధారపడి ఉంటుందని. కౌటిల్యుడు పరిపాలన గురించి, సంస్థల గురించి పడే తాపత్రయానికి ఇది మరొక మచ్చు తునక. కౌటిల్యునికి ప్రభుత్వ యంత్రాంగం పెద్దదిగా ఉండటం ఇష్టంలేదు, '(మరీ ఎక్కువ మంది ఉన్న) ప్రభుత్వ ఉద్యోగులను తీసేస్తే... ప్రభుత్వ విత్తం పెరుగుతుంది.'

ప్రభుత్వ ద్రవ్యాన్ని అక్రమంగా దోచుకోవటంలో 40 విభిన్న పద్ధతులని కౌటిల్యుడు గుర్తించి, అలాటి నేరానికి అత్యంత కఠినశిక్ష సూచించాడు. 'పైన వివరించిన సందర్భాలలో (దుర్వినియోగం), దానికి సంబంధిత వ్యక్తులు, అంటే **నిధాయకుడు** (ట్రెషరల్) **నిబంధకుడు** (ప్రిస్క్రై బర్), **ప్రతిగ్రాహకుడు** (రిసీవర్) **దాయకుడు** (పేయర్) **దావకుడు** (డబ్బు యిచ్చినవాడు), **మంత్రి-వైయావృత్యకారుడు** (మినిస్టీరియల్ సర్వెంట్స్ ఆఫ్ ది ఆఫీసర్) అందరినీ విడివిగా పరీక్షిస్తాడు. వాళ్ళలో ఏ ఒక్కడైనా అబద్ధమాడితే అతను నేరం చేసిన

యుక్తుడు (చీఫ్ ఆఫీసర్) తో సమానంగా శిక్షను అనుభవిస్తాడు.

ప్రభుత్వ అధికారుల మీద పరిశోధన జరిపేటప్పుడూ, అక్రమ సంపాదనలని వెలికి తీస్తున్నప్పుడూ, పారదర్శకత ఉండాల్సిన అవసరాన్ని కూడా గుర్తించాడు కౌటిల్యుడు. 'ఎవరైతే ఈ నేరస్థుడి చేతిలో మోసపోయారో వాళ్ళు వచ్చి రాజుకి మొరపెట్టుకోవచ్చని ప్రచారం చేయబడుతుంది. ఎవరైతే ఈ పిలుపుకు స్పందించి వస్తారో, వాళ్ళకి చెల్లించే నష్టపరిహారం వాళ్ళు నష్టపోయినదానికి సమానంగా ఉంటుంది.'

ప్రభుత్వ ఉద్యోగుల విషయంలో ఇవి సూచించాడు కౌటిల్యుడు, 'వాళ్ళు పని చేస్తున్న రోజుల్లో రోజూ పరిశీలించాలి, ఎందుకంటే పురుషుల బుద్ధి సహజంగానే పెడద్రోవలు పడుతుంది, పనిలో ఉన్న గుఱ్ఱాల బుద్ధి నిరంతరం మారినట్టుగా. అందుకని, వాళ్ళు వాడిన పనిముట్లని, వాళ్ళు పనిచేస్తున్న ప్రదేశాన్ని, సమయాన్ని, అలాగే ఖచ్చితమైన పనితీరుని, పద్ధతిని, ఫలితాలని ఎప్పటికప్పుడు బేరీజు వేయాలి... అందువల్ల **అధికరణుడు** (ప్రతి విభాగం లోని ఛీఫ్ ఆఫీసరు) వచ్చిన రసీదుల నుంచి ఆ విభాగంలో విడివిడిగానూ, మొత్తంగానూ అయిన వ్యయంనుంచి, సరిగ్గా ఎంత మేరకు పని అయిందో, సంపూర్ణంగా పరీక్షిస్తాడు.

కొంత మేరకు అక్రమ సంపాదన ఎప్పుడూ ఉంటూనే ఉంటుందనీ దాన్ని సంపూర్ణంగా పరీక్షించలేమనీ ఒప్పుకున్నాడు కౌటిల్యుడు. 'ఆకాశంలో ఎంతో ఎత్తున ఎగురుతున్న పక్షుల కదలికలని గమనించగలము, కాని మనసులో దురాలోచన ఉన్న ప్రభుత్వ ఉద్యోగి కదలికలను తెలుసుకోలేము.' అందుకని అతను అత్యంత తీవ్రమైన శిక్షని సిఫారసు చేస్తున్నాడు-అటు జరిమానా యిటు దండన, మోసం చేయకుండా ఆపటం కోసం.

గొప్ప మౌర్య సామ్రాజ్యం కోశాగారంలో జమాఖర్చులు చూసేటప్పుడు ఆడిటింగ్ ఎలా చేయాలో తప్పుడు లెఖ్ఖలని ఎలా పసిగట్టవచ్చో వివరంగా సూచనలిచ్చాడు. కాని నీటిలో ఈదుతున్న చేప ఎంత నీరు తాగుతుందో తెలుసుకోలేనట్టే ఒక

నియమిత అధికారి మోసాన్ని పట్టలేమని కౌటిల్యుడు ఒప్పుకున్నాడు.

విత్తం విషయంలో మోసాల విభజీకరణ

అర్థశాస్త్రములో మోసాలని అరికట్టటం, మోసాలని పట్టుకోవటం రెండింటినీ ఎత్తిచూపాడు. ప్రభుత్వ విత్తాన్ని ఎలా దుర్వినియోగం చేయవచ్చో, మోసాల ద్వారా అన్నది అనేక మార్గాల ద్వారా చూపించాడు కౌటిల్యుడు. అందువల్ల రాజ కోశాగారం దగ్గర ఉండే ఆడిటర్లు ఎల్లవేళలా జాగరూకత వహించాలి. ఇందులో కొన్ని మోసాలు నేటి కార్పరేట్ వాతావరణానికి సరిపోయేవి యివి.

(ఎ) తప్పుగా తారీఖుని వేయటం స్వంత లాభం కోసం : ఆదాయం వచ్చినరోజు కన్నా దాని తర్వాత తారీఖు వేయటం లేదా వ్యయం చేసిన రోజు కన్నా ముందు తారీఖు వేయటం. ఈ రెండు సందర్భాలలోనూ ఈ లావాదేవీలను కొంతకాలం స్వలాభం కోసం చేయటం.

(బి) తప్పుడు లెఖ్ఖలు చూపించటం (వచ్చిన ఆదాయాన్నికాని చేసిన వ్యయాన్ని కాని) స్వలాభం కోసం:

(i) ఫలాని రోజు రావాల్సిన రాబడిని ఏదో ఉద్దేశంతో తర్వాత ఇంకో రోజు వసూలు చేయటానికి వప్పుకోవటం.

(ii) ఎప్పుడో రావాల్సిన రాబడిని బలవంతంగా, మోసంచేసి ముందే వసూలు చేయటం, కాని అసలు రోజునాడే నమోదు చేయటం.

(iii) ఒకరు చెల్లించిన రాబడిని ఇంకోరి పేర నమోదు చేయటం దేనికోసమో.

(iv) కలక్టర్ స్థాయిలో కోశాగారం కోసం వసూలు చేసిన రాబడిని ఒక వ్యక్తి బలవంతంగానో మోసం చేసో దుర్వినియోగం చేయటం.

(సి) తేడాలు (కావాలని చేసిన మోసాలవల్ల వచ్చినవి) :

(i) స్వంతంగా అజమాయిషీ చేసేపని

(ii) లెఖ్ఖల శీర్షికల

(iii) శ్రామికులు, ఖర్చులు

(iv) పని కొలతలు

(v) కూడికలు

(vi) పరిమాణం

(vii) ధర

(viii) తూనికలు, కొలతలు

(ix) వస్తువులు పెట్టిన డబ్బాలు

అసలైన ఆదాయాన్ని మూడు పెద్ద శీర్షికల కింద గణిస్తారు.

(ఎ) ప్రస్తుత ఆదాయం

(బి) మార్పిడి ఆదాయం

(సి) అప్రాధాన్య రాబడి

చివరి శీర్షికలో మరో మూడు శీర్షికలు వస్తాయి. అందులో ముఖ్యంగా అంతకుముందు కొట్టివేసిన ఋణాలవంటి వాటిని తిరిగి తీసుకోవటం వగైరా

ప్రణాళిక వేసిన అంశాలలో పెట్టుబడికి పెట్టిన డబ్బులు, వేరే ఏదైనా (విలువ పెరిగిన) ఆదాయం. అకౌంటు పుస్తకాల్లో ప్రతి విషయాన్నీ లావాదేవీ జరిగిన తారీకున నమోదుచేయాలి. వివిధ శీర్షికలలో దానికి తగ్గ శీర్షిక కింద రెండు వైపులా ఆదాయం, వ్యయం క్రమ బద్ధంగానూ, స్పష్టంగా అర్థమయ్యే పద్ధతి లో రాయకపోతే అది శిక్షార్హమైన నేరం. ఎందుకంటే అది మోసం చేయటానికి తొలి అడుగు. ఒక వివరమైన పర్యవేక్షణ పద్ధతి ఉంది అకౌంట్లన్నీ సకాలంలో నమోదు చేయబడుతున్నాయో లేదో చూడటానికి, ప్రతి లావాదేవీకి జమాఖర్చులు చిన్న వివరంతో సహా నమోదు కావటానికి.

ఆడిటింగ్ తర్వాత ఎక్కడైనా తేడా వస్తే, దానికి సంబంధించిన అధికారి ఆ తేడాకు సరిపోయినంత నష్టపరిహారం చెల్లించాలి. ఇప్పుడు టెలికమ్యూనికేషను, ఎలక్ట్రానిక్ ఫండ్ ట్రాన్స్‌ఫర్ల యుగంలో, మోసాలు జరిగే అవకాశాలని, నిజాయితీగా ఆడిట్ చేయాల్సిన అవసరాన్ని, తక్కువ అంచనా వేయకూడదు. నేడు ప్రపంచం నలుమూలలా, డబ్బు పరంగా జరుగుతున్న అనేక మోసాలను ఇప్పటి ఆడిటర్లూ పరిశోధకులూ వెలికితీస్తున్న వాటిని మనం క్రమబద్ధంగా విడదీసి చూస్తే బహుశ అందులో అనేక వాటిని ఇంతకు ముందు కౌటిల్యుడు చెప్పిన విభజనలలో ఏదో ఒక దానిలో షుమారుగా చెప్పవచ్చు.

10 ప్రభుత్వరంగం

సామంతరాజ్య పద్ధతి ఉన్న రాజరికంలో ప్రాధమిక సూత్రం రాజ్యమంతా రాజు అధీనంలో ఉంటుంది, కనబడే వనరులు, కనబడని వనరులతో పాటు. కౌటిల్యుడు తన **అర్ధశాస్త్రములో** స్పష్టంగా విభజించాడు ప్రభుత్వచర్యలేమిటో దాని ప్రజల చర్యలేమిటో, ఆర్థికపరంగా. ఆవిధంగా ప్రభుత్వరంగం, ప్రైవేటురంగం, ఉమ్మడి రంగం అని విభజించబడ్డాయి.

భూస్వామ్యం

అత్యంత ముఖ్యమైన వనరుల్లోకి వచ్చే భూమి, ప్రాధమికంగా ప్రభుత్వ రంగంలోకి వస్తుంది. అన్ని భూములూ, అడవులూ, నీటి వనరులూ ప్రభుత్వ అధీనంలో ఉన్నాయి. కాని ప్రభుత్వ, ప్రైవేటు రంగాలు రెండింటి అధీనంలోనూ సాగుచేసే భూములు ఉండేవి. ప్రభుత్వ భూములను, ఆ క్రౌన్ భూములకు ప్రత్యక్షంగా ముఖ్య అధికారులుగా ఉన్న వారన్నా దున్నేవారు లేదా కౌలుకిచ్చేవారు. ప్రైవేటు వ్యక్తులకు భూములను శాశ్వతంగా నన్నా యిచ్చేవారు, లేదా కొంత నియమితకాలానికి, పన్ను చెల్లించేపద్ధతిలోనో, పన్ను రాయితీ పద్ధతిలోనో యిచ్చేవారు. ఒక పార్కుగాని, గట్టుగాని, నీళ్ళు ట్యాంకుగాని లేదా జలాశయం

గాని సాగుచేసే భూమికి దగ్గరగా ఉంటే దాన్ని పేరు మార్పిడి ద్వారా ప్రైవేటు పరం చేయవచ్చు.

గనులు, చేపలుపట్టటం, ఉప్పుమడులు

గనులు, చేపలు పట్టటం ప్రభుత్వ, ప్రైవేటు రంగాలు రెండింటి అధీనంలోనూ ఉండేవి. ఉప్పుమడులు ప్రభుత్వరంగంలో ఉండేవి కాని ఉప్పుతయారీ మాత్రం ఉప్పుమడుల పట్టాదారుడు చేసేవాడు. తయారయిన ఉప్పును బజారులో అమ్మేముందు ఉప్పుకి అధికారప్రతినిధి రాబడిని వసూలు చేసేవాడు.

మాదక ద్రవ్యాల తయారీ, అమ్మకం, పందెం వేయటం

మాదక ద్రవ్యాలను తయారుచేసి అమ్మటం, అలాగే పందెం వేయటం పూర్తిగా ప్రభుత్వ ఏకస్వామ్యము. ఏవైనా ప్రైవేటు సంస్థలు ఈ చర్యల్లో వేలుపెడితే వారిని తీవ్రంగా దండించేవారు.

విలువైన లోహాలు, నగలు, విలువైన రత్నాలు

ఎన్నో శతాబ్దాలుగానూ, ప్రాచీన శాస్త్రాల్లోనూ వెండి, బంగారాలను అత్యంత విలువైన లోహాలుగా పేర్కొన్నారు. ఈ లోహాలను గనుల్లో తవ్వారా లేక దిగుమతి చేసుకున్నారా తెలియదు కాని కౌటిల్యుడు ఈ లోహాల ప్రాముఖ్యతని గుర్తించి, ఈ లోహాలు, తక్కిన విలువైన రత్నాల అమ్మకం, కొనుగోలు, తయారీల మీద కఠినంగా నియంత్రణ పెట్టాలని నొక్కి వక్కాణించాడు.

ప్రభుత్వరంగంలో లాభాలు

కౌటిల్యుని దృష్టిలో ప్రభుత్వరంగ వ్యవహారాల్లో లాభం చేకూర్చటం ఆంక్షగా పెట్టకపోయినా, వచ్చితీరాలనేవాడు. ఆర్థిక రంగ పాలనలో ముఖ్యమైన సూత్రాలు ప్రభుత్వం చురుగ్గా, సమర్థవంతంగా, తెలివిగా, లాభదాయకంగా విభిన్న రంగాల్లో ఆర్థిక లావాదేవీలు నడపటం. కౌటిల్యుడు ప్రభుత్వ రంగ వ్యవహారాల్లో లాభాలు చేకూర్చటానికి ఎలా ప్రాముఖ్యతనిచ్చారో సూచించటానికి కొన్ని ఉదాహరణలు చాలు. ఏ అధికారి అన్నా క్రౌన్ భూముల సేద్యం విషయాల్లో తగినంత లాభాలు చేకూర్చలేకపోతే అతన్ని 'సేద్యగాళ్ళ శ్రమను దోచుకున్నా'డన్న నేరం మీద శిక్షించేవారు. ప్రభుత్వ వర్తకంలో విదేశాలతో వర్తక లావాదేవీలు చూసే ఉన్నతాధికారికి లాభాలను సమకూర్చి, నష్టాలని అరికట్టాలి' అని చెప్పేవారు.

అత్యధిక నిల్వల విషయంలోనూ, భవిష్యత్తులో రాబోయే లాభాల విషయంలోనూ స్పష్టమైన నిబంధనలు ఉండేవి. ప్రైవేటు సంస్థలు కాని, వర్తకులు కాని క్రౌన్ భూముల దిగుబడులను అమ్మేటప్పుడు వాళ్ళు నష్టపరిహారం కింద కొంత సొమ్ము చెల్లించాలి ప్రభుత్వానికి. ఎందుకంటే వీళ్ళు అడుగిడకపోతే ప్రభుత్వమే వీటిని ప్రత్యక్షంగా అమ్ముకుని సొమ్ముచేసుకునేది కదా అందుకు.

పశు సేద్యము

ప్రభుత్వం అనేక విభిన్న కార్యకలాపాలు చేసేది. పశువుల మంద సంరక్షణ కూడా ముఖ్య అధికారిదే. అతను పశువులకాపరిని, పాలవాళ్ళని వగైరాలని కొంత వేతనాలకి నియమించేవాడు లేదా కొన్ని పశువులను కాంట్రాక్టరుకి యిచ్చేవాడు. ప్రైవేటు పశువులని కూడా కొంత ద్రవ్యం ముట్టచెప్పి ప్రభుత్వ అధీనంలో పెట్టవచ్చు. ప్రభుత్వంలో పశువుల డాక్టర్లు ఉద్యోగం చేసేవారు.

అరణ్యాలు

అరణ్యాలను సంరక్షించి పెంపొందించే విషయంలో ప్రభుత్వ పాత్రను తక్కువ చేయలేము. ఉత్పాదక అరణ్యాల అధికారులు అరణ్యాలలో కర్మాగారాలను నెలకొల్పారు. ఉపయోగకరమైన వస్తువులను ఉత్పత్తి చేయటానికి రాజు విహార యాత్రలకోసం అతిగా సంరక్షింపబడే వనాలలో పండ్ల చెట్లు, ముళ్ళు లేని చెట్లు, నదీ తటాకాలు ఉండేవి. అందులో మచ్చిక చేసుకున్న లేళ్ళు, హానికరం కాకుండా మలచబడిన క్రూరమృగాలు, మచ్చిక చేసుకున్న ఏనుగులు కన్నుల విందు చేసేవి.

గనులు

గనులు ప్రభుత్వ రంగంలో ఉండేవి. యుద్ధపరికరాలకి మూలమైన గనులు ముఖ్యమైనవి. ఎందుకంటే గనుల వల్ల సంపద వస్తుంది. సంపద నుంచి ప్రభుత్వానికి అధికారం వస్తుంది. ఎందుకంటే కోశాగారం తోనూ, సైన్యంతోనూ భూమిని ఆక్రమించవచ్చు. తన గ్రంథంలో కౌటిల్యుడు ఈ క్రింది లోహాలను పేర్కొన్నాడు. బంగారం, వెండి, రాగి, సీసము తగరము, ఇనుము, రాగి మిశ్రమాలు-ఇత్తడి, కంచు. వజ్రాలు, విలువైన రత్నాలు, మైకా, సముద్ర వస్తువులు కూడా, గనుల పరిశ్రమలోకి వచ్చేవి. ఎందరో అధికారులు, గనులు, లోహశోధన కార్య అధికారి (ఛీఫ్ కంట్రోలర్ ఆఫ్ మైనింగ్ అండ్ మెటలర్జీ) కింద పనిచేసేవారు ఈ పరిశ్రమల విషయంలో బాధ్యత వహిస్తూ.

ఉత్పాదకత

రెండు రకాల ఉత్పాదకతలు ప్రభుత్వ పూర్తి అధికారంలో ఉండేవి. అవి

ఆయుధాలను తయారు చేయటం, మాదక ద్రవ్యాలను తయారు చేయటం. ప్రభుత్వం అధీనంలో ఉన్న పరిశ్రమలు-టెక్స్‌టైల్స్, ఉప్పు, నగలు ప్రభుత్వం ఏర్పాటుచేసిన పరిశ్రమలు-కళాకారుల చిన్నకారు పరిశ్రమలు. ఉదాహరణకి కంసాలి, కమ్మరివాడు, నేతగాడు, రంగువేయువాడు.

దేశీయ, విదేశీ వర్తకం

ప్రభుత్వ ప్రైవేటు రంగాలు రెండూ దేశీయ, విదేశీ వర్తకంలో పాలుపంచు కొంటాయి. రాష్ట్ర వర్తక ఉన్నతాధికారి బాధ్యత దేశీయ, విదేశీ సరుకులను, అత్యధిక నిల్వలు ఉన్న సరుకులను, పొలాల మీద దిగుబడులను సమానంగా పంచటం. అతను కావాలంటే ప్రైవేటు వర్తకులని ఏజంట్లుగా నియమించి, నిర్ణీత ధరలకు పొలాల పంటలను అమ్మించవచ్చు. లేదా ప్రభుత్వ అధీనంలో ఉన్న చిల్లర దుకాణాల ద్వారా ప్రత్యక్షంగా అమ్మించవచ్చు. రాష్ట్రవర్తక ఉన్నతాధికారి, ఎగుమతుల విభాగానికి కూడా అధికారి. లాభం ఉంటుందనిపిస్తేనే అతను విదేశీవర్తకం చేపట్టాలని చెప్పబడింది. ఆయుధాలని, విలువైన వస్తువులను ఎగుమతి చేయటం నిషేదించబడింది.

ప్రభుత్వరంగ సంస్థలు

కౌటిల్యుడు తన కాలంనాటి ఉన్న రాచరికం దృష్ట్యా రాసినా, కొన్ని ప్రాథమిక విషయాలు మనకీ వర్తిస్తాయి. ప్రభుత్వరంగ సంస్థల్లోకి వచ్చే వాటి కార్యకలాపాలకి అతను ప్రతిపాదించిన అంశాలను కొన్ని మనం చిలుక్కోవచ్చు నేడు.

1. రాజు కోటలను, కాలువలను రహదారులను, కందకాలను నిర్మించాలని అర్థశాస్త్రము నొక్కివక్కాణిస్తుంది. నిజానికి వీటిలో ప్రతి ఒక్క విషయానికి ఎలా

వేయాలో కొలతలతో సహా యిచ్చాడు. ఈ వస్తువులు సరిగ్గా యిలాగే కట్టాలన్న ఉద్దేశం కాదు మనం తీసుకోవాల్సింది. ఇవి యింత వివరంగా **అర్థశాస్త్రములో** వర్ణించబడ్డాయి అంటే ఈ సదుపాయాలను సమర్ధవంతంగా ఏర్పరచాలని, వాటికి కొన్ని నిర్ణీత పరిమాణాలుంటాయనీ కౌటిల్యుడు చెప్పకనే చెప్పినట్టు అర్థమౌతుంది.

2. రెండవ అంశం, రాచరికంలో **మొత్తం అధికార వర్గాల ధర్మాలను, బాధ్యతలను,** అంటే పైనుండే మంత్రులు, సలహాదారులు, కమీషనర్ల నుంచి కింది అధికారుల దాకా అందరివీ సమగ్రంగా వివరిస్తుంది. అదికాక, **అర్థశాస్త్రము జరిమానాలు, గూఢాచారీ పద్ధతులను వర్ణిస్తుంది ఈ అధికారులను అదుపులో పెట్టటానికి ముందు జాగ్రత్త చర్యలుగా** అనేక రంగాల్లో ప్రభుత్వంలో ఉన్న అధికారులు వాళ్ళ బాధ్యతలను సమర్థవంతంగా నిర్వహించేటట్టు చేయటానికి.

అనుకున్న రాబడి లక్ష్యాలు చేరటానికి, వ్యయాలు మితిమీరకుండా ఉండటానికీ కూడా జరిమానాలను విధించేవారు. జవాబు దారీ తనం, పారదర్శకత యొక్క ప్రాముఖ్యతని కౌటిల్యుడు గ్రహించాడని స్పష్టంగా తెలుస్తోంది. ఇవి లేకపోవటం వల్లే ఎన్నో ప్రభుత్వరంగ విభాగాలు నష్టాలను పెంచే ప్రభుత్వ రంగ సంస్థలుగా మారుతున్నాయి.

3. ఆశ్చర్యకరంగా, **అర్థశాస్త్రములో** ఉటంకించిన కొన్ని సూత్రాలకీ, **కార్పరేట్ సంస్థల ముఖ్యసూత్రాలకి** చాలా పోలికలను గమనించవచ్చు. ఉదాహరణకి కార్పరేట్ ప్రభుత్వం ఆర్థిక విషయాల మీద కాడ్‌బరీ కమిటీ రిపోర్టు (1992) ప్రకారం, ఏ కార్పరేట్ సంస్థకన్నా సరియైన జవాబుదారీ పద్ధతి కీలకమని తెలుస్తుంది. దాని ఆలోచన ఏమిటంటే మంచి ప్రవర్తన నియమావళి పాటించిన సంస్థలో సామర్థ్యం, జమాఖర్చుల విలువ పెరుగుతుంది అని.

రాజు గూఢచారులని నియమించాలని, అలా చేస్తే అనేక రంగాల్లో కార్యకలాపాల పైన ఒక కన్ను వేసి ఉంచటానికి వీలవుతుందనీ **అర్థశాస్త్రములో** చెప్పాడు.

దీన్ని ఆడిట్ కింద పరిగణించకపోయినా, ఆడిట్ చేయాల్సిన పనులు కొన్నిటిని సాధిస్తుంది. నేటి పరిస్థితుల్లో దీనిమీద లోతైన పరిశోధన సాగుతుంది. ఏదేమైనా కార్పరేట్ సంస్థల్లో ముఖ్యమైన లక్ష్యాల్లో ఒకటి, కొన్ని కార్యనిర్వహణ పద్ధతులు, కొన్ని చట్టపరమైన సూత్రాలు విధించటం ద్వారా జవాబుదారీతనం, పారదర్శకత ఉండేటట్టు చూడటం.

11

మనుష్యులను వలవేసి పట్టటం

శత్రుసైన్యంలో లొంగేవారిమీద, లొంగని వారిమీద గెలుపొందటం

కౌటిల్యుడు అవసరమైతే వారిమీద గెలుపొందగలిగే వారి ప్రవర్తనని వివరించాడు. అతని ఉద్దేశంలో నాలుగు రకాల ప్రవర్తనలు మనిషిని రెచ్చగొడతాయి-కోపం, భయం, దురాశ, గర్వం. ఎందుకు ఈ నాలుగు? కౌటిల్యుని ప్రబోధాలు, పద్ధతులు అధికశాతం వేదాల వల్ల ప్రభావితం చెందాయి. మనసు, శరీరం, బుద్ధి (మెదడు) ల మేలుకలయిక మనిషి అని అవి ఘోషిస్తున్నాయి. వాటిలో శరీరం, మనసు నిర్ణయించి నట్టో లేక బుద్ధి పట్టిన పట్టువల్లో పనిచేస్తుంది. మనసుని అదుపులో పెట్టగల శక్తిగా బుద్ధిని నిర్వచిస్తారు. ఈ బుద్ధి అధ్యయనం వల్ల, ఆలోచించటంవల్ల కలుగుతుంది. మనసు మన భావాలు, ఆవేశాలు, ఆలోచనలు వగైరాల సముదాయం. బుద్ధి వివేకం చూపితే, మనసు ఆవేశాలని నిర్దేశిస్తుంది. పైపెచ్చు మనసుని తృప్తి పరచలేము. అది పరుగులు తీస్తుంది (కాంతి వేగంకన్నా బహుశ వేగంగా పయనిస్తుంది). దేనికో బందీ అయిపోతుంది. ఇవన్నీ కలిపి ఒక వ్యక్తి ప్రపంచం మీద ఆధారపడేలాగా చేస్తుంది.

తన బుద్ధి మీద మనసు రాజ్యం ఏలినప్పుడు ఒక వ్యక్తి ఒత్తిడికి లోనవుతాడు. తీరని కోరికలు ఉన్న పరిస్థితి అది. అదే బుద్ధి మనసుమీద రాజ్యం ఏలినప్పుడు కోరికలు లక్ష్యాలు, ఆశయాలు అవుతాయి. తీరని కోరికలు కోపానికి దారితీయవచ్చు (మనసు తన కోరికలకి దీన్ని ఆటంకంగా భావించవచ్చు; దురాశ (కోరిక లేక ఆశ తీవ్రంగా మారినప్పుడు); ఇది దురహంకారానికి దారి తీస్తుంది. అదే కాలక్రమేణా ద్వేషంగా మారుతుంది. ద్వేషం భయానికి దారితీస్తుంది (ఉన్నది పోతుందేమో). వేదాలు పలికే నాలుగవ స్థితి మోహం (మాయ), కాని కౌటిల్యుడు మనిషిలోని గర్వానికి ప్రాముఖ్యత నిచ్చాడు. అది దురహంకారానికి దారితీసే నాలుగవ రెచ్చగొట్టే అంశంగా మారుతుంది.

ఈ వ్యక్తులను మనం గుర్తుపట్టేదెలా?

కోపం వచ్చిన సముదాయం : వాళ్ళ కోరికలు తీరకపోతే కోపం ప్రదర్శిస్తారు, ఈ సముదాయంలోకి వచ్చేవాళ్ళు :

- మోసగింపబడినట్లో, ఇవ్వబడనట్టో భావించేవాళ్ళు, కొన్ని లాభాలను యిస్తామని మాటయిచ్చి మానేస్తే (జీతం, హోదా పెంచటం వగైరా)

- ఇద్దరు, ముగ్గురితో సరిసమానమైన సామర్థ్యం ఉండగా, తనను అవమానించినట్టు భావించేఅతను, ఇంకొకరికి పని అప్పచెప్పటంతో

- చిన్నతనంగా భావించే అతను, తన పై అధికారి ఇంకొక వ్యక్తిపై పక్షపాతం చూపినప్పుడు.

- సరియైన ఫలితాలను యివ్వలేని వ్యక్తి, కష్టమైన పని అప్పచెప్పబడటంతో

- సుదూర ప్రాంతాలకో, తనకి యిష్టంలేని ప్రాంతానికో ట్రాన్స్‌పర్ చేయబడినందుకు బాధపడే వ్యక్తి (ట్రాన్స్‌ఫర్ అవటానికి యిష్టపడినా, దానికి

తగ్గజీతం పెరగలేదని బాధపడేవారినీ, ట్రాన్స్‌ఫర్ అవటానికి యిష్టపడని వాళ్ళనీ యిద్దరినీ దృష్టిలో పెట్టుకున్నాడు కౌటిల్యుడు)

- తను కోరుకోని పనిమీద పనిచేయాల్సి వచ్చిన వ్యక్తి.

- తను ఎంత కష్టపడినా, తన శాయశక్తులా ప్రయత్నం చేసినా సంస్థలో తన లక్ష్యాన్ని సాధించలేకపోయిన వ్యక్తి, దానికి కారణం బహుశ ఆ సంస్థ సంస్కృతిలోనే లోపం ఉండి ఉండవచ్చు.

- తన ధర్మాన్ని తను సరిగ్గా నిర్వర్తించటానికి అనువుగా లేని వ్యక్తి, దానికి కారణం తగినంత సమయం లేక కావచ్చు, లేదా ఆ పని చేయటానికి అవసరమైన అధికారం అతనికి యివ్వకపోయి ఉండవచ్చు..

- తన శక్తికన్నా తక్కువ జీతం వస్తోందని భావించేవ్యక్తి.

- శక్తి ఉండికూడా, తను కోరుకున్న ఉద్యోగం దొరకని వ్యక్తి.

- తన సంస్థలో తన తోటివారివల్లో పై అధికారుల వల్లో వారి వ్యక్తిగత కారణాల వల్ల అణగ ద్రొక్కబడిన వ్యక్తి.

- సంస్థకి అంకితభావంతో పనిచేసాక చివాట్లు తిని / లేదా పైపెచ్చు శిక్షింపబడిన వ్యక్తి (అలాటి చివాట్లు, శిక్ష న్యాయబద్ధమైనవి అయినా, కాకపోయినా)

- తను చేసిన పనికి ఇంకొకరికి పేరు వచ్చిందని భావించే వ్యక్తి.

భయపడే వ్యక్తుల సముదాయం : ఈ భయం ఏదో కోల్పోతామన్న భావన. ఈ సముదాయంలో వ్యక్తులు :

- ఎవరినో నిరోధించో, కిందకి లాగినో వ్యక్తి.

- పెద్ద తప్పే చేసిన వ్యక్తి - సంస్థకి హానికలగచేసే పనిగట్టుకుని చేసిన పని.

- బహుశ అతను వ్యక్తిగతంగా ఒక తప్పు పనిచేసాడని పేరుపొందిన వ్యక్తి.

- తను చేసిన నేరంలాంటి దానికి యింకొకరికి పడిన శిక్ష చూసి భయపడిన వ్యక్తి.

- ఇంకొకరి పనినో, వాళ్ళకి రావాల్సిన మెప్పునో లాగేసుకున్న వ్యక్తి.

- అధికారపు కోరలకి బలియైన వ్యక్తి.

- సంస్థని పణంగా పెట్టి ఉన్నట్టుండి కోటీశ్వరుడిగా ఎదిగిన వ్యక్తి.

- పై అధికారులు యిష్టపడని వ్యక్తి.

- తనపై అధికారుల మీదో, లేదా సంస్థ మీద కూడానో ద్వేషం పెంచుకున్న వ్యక్తి.

దురాశతో కూడిన సముదాయం (వీళ్ళకి ముంచుకొచ్చే కోరికలుంటాయి). ఈ సముదాయంలో వ్యక్తులు :

- పేదరికంలో మగ్గిన వ్యక్తి (డబ్బు / గౌరవం / అవకాశాల కోసం)

- దుర్ఘటనని ఎదుర్కొన్న వ్యక్తి

- వ్యక్తిగత జీవితంలో కాని వృత్తిపరమైన జీవితంలో కాని వ్యసనాలకి లోనైన వ్యక్తి.

- తొందరపాటు నిర్ణయాలకు లోనైన వ్యక్తి. తొందరపాటు నిర్ణయం వల్ల

ఆర్థిక నష్టం కలగవచ్చు లేదా ఆశించిన గొప్ప ఫలితం కలుగకపోవచ్చు.

- అవసరమైన సమాచారాన్ని నొక్కి పెట్టటం వల్ల స్వంత లాభం కలుగుతుందని భావించే వ్యక్తి.

గర్వంగా భావించే సముదాయం : ఇది దురాశని వెన్నంటి వచ్చే దురహంకారానికి చెందుతుంది. ఈ సముదాయంలో వ్యక్తులు:

- డాంబికంతో నిండిన వ్యక్తులు (గొప్పలు, గర్వం, హెచ్చులు, పొగరు, దురహంకారం)

- గౌరవం పొందుతానని ఆశించే వ్యక్తి.

- తన తోటి ఉద్యోగికిచ్చిన గౌరవాన్ని చూసి సహించలేని వ్యక్తి.

- తాను ఆశించిన దానికన్నా తక్కువ స్థాయిలో ఉన్న వ్యక్తి.

- త్వరగా కోపం చెందే వ్యక్తి

- హింసాత్మక ప్రవృత్తి ఉన్న వ్యక్తి (శారీరక, నోటి దురుసు)

- తనకున్న ఆస్తులతో తృప్తి చెందని వ్యక్తి.

ఈ నాలుగు రకాల సముదాయాలని గుర్తించాక, వాళ్ళని ఎలా ఎదుర్కోవాలో కౌటిల్యుడు సూచించాడు.

కోపిష్ఠులని ఆకర్షించటం

అలాంటి వ్యక్తులు వాళ్ళ సంస్థ గురించి పెట్టుకున్న భావాలని గట్టిపరచటం- వాళ్ళ సంస్థకీ, మేనేజర్లకీ వీళ్ళ విలువని గుర్తించేటంత జ్ఞానం, ఇంగిత జ్ఞానం,

అనుభవం కూడా లేదని చెప్పటం ద్వారా, పైగా వాళ్ళ సంస్థా మేనేజర్లూ అలా ప్రవర్తించటం వల్ల వాళ్ళ సంస్థకి 'నాశనం తెచ్చే ప్రభావం' ఎలా ఉంటుందో వాళ్ళకి వివరించటం ద్వారా వాళ్ళ శక్తి సామర్ధ్యాలను గుర్తించటానికి వాళ్ళని యింకో సంస్థలో చేరమని ఆహ్వానించటం ద్వారా.

భయపడే వ్యక్తులని ఆకర్షించటం

వాళ్ళలో ఉన్న అభద్రతా భావాన్ని గట్టిపరచటం. వాళ్ళ వల్ల నష్టపోతున్నా మేమో నన్న (తప్పుడు) అపోహ సంస్థకి కలగటం వల్ల, వాళ్ళు సంస్థనుంచి కలుగుతుందేమోనని భయపడుతున్న 'నష్టం' కలుగుతుందని వాళ్ళని హెచ్చరించటం వల్ల గట్టిపరచవచ్చు. అలాగే వాళ్ళు పెరగటానికి అనువైన భయంలేని ప్రదేశాన్ని వాళ్ళకి చూపించవచ్చు.

దురాశాపరులని ఆకర్షించటం

వీళ్ళకోరికని గట్టిపరచటం. వాళ్ళ సంస్థ ఉత్సాహం, తెలివితేటలు, మాట్లాడే చాతుర్యం లేనివాళ్ళకి ప్రతిఫలం యిస్తుందే తప్ప, వీళ్ళ కున్న లక్షణాలున్న వాళ్ళకి యివ్వదన్న చేదు నిజాన్ని గోరంతలుగా చేసి చెప్పటం ద్వారా ప్రతిభ ఉన్న వ్యక్తులని గుర్తించి, ప్రతిఫలం చూపే యింకో సంస్థని వాళ్ళకి చూపి అందులో చేరమని చెప్పటం.

గర్వంగా భావించే వాళ్ళని ఆకర్షించటం

గర్వంగా భావించే వాళ్ళ అహాన్ని దువ్వాలి. వాళ్ళకి వాడాల్సిన పద్ధతియిది. వాళ్ళ సంస్థ కేవలం తక్కువ లక్షణాలు ఉన్న వాళ్ళకే లాయికీ అనీ, వాళ్ళకే లాభం చేకూరుస్తుందనీ, అలాగే తెలివితేటలు, నమ్మకం లేదా సామర్థ్యం

తక్కువగా ఉన్న వాళ్ళకో లేక అసలులేనివాళ్ళకో సరిపోతుంది కానీ తనలాంటి హెచ్చు స్థాయి వాళ్ళకి కాదని వాళ్ళకి నచ్చచెప్పాలి. గొప్ప మేధావులను ఎలా గౌరవించాలో తెలిసిన యింకో సంస్థలో చేరమని ఆహ్వానించాలి.

ప్రజల ఎంపిక

చూడటానికి ప్రభుత్వం సామంత రాజ్య ఏకస్వామ్యం పద్ధతిలో ఉన్నా, దాంట్లో చక్కగా ఏర్పడిన కార్యనిర్వాహక యంత్రాంగం ఉంది. అందులో అనేక విభేదాలున్నాయి. ఒకొక్క విభాగం ముఖ్యఅధికారులకి ప్రత్యేకంగా వివరించిన బాధ్యతలున్నాయి, వాళ్ళు వాళ్ళకింది ఉద్యోగులని చురుకుగా సమర్ధవంతంగా తెలివిగా లాభదాయకంగా పనిచేసేటట్టు చూడాలి. అందరికన్నా అత్యధిక అధికారం రాజుది. అతనికి కొందరు సలహాదారులు, మంత్రులు, తక్కిన ఉన్నతోద్యోగులూ సలహాలనిస్తారు. వాళ్ళని రాజే ఎన్నుకుంటాడు. వాళ్ళ నడవడిక, పెరిగిన వాతావరణం, నాయకత్వపు లక్షణాలను జాగ్రత్తగా పరిశీలించాక.

నియమింపబడటానికి లక్షణాలు

'యథారాజా తథాప్రజా' అన్న నానుడిని కౌటిల్యుడు అక్షరాలా నమ్మాడు. అందుకని అతను ఒక నిబంధన విధించాడు. 'ఒక ఆదర్శమైన రాజుకి గొప్ప నాయకత్వ లక్షణాలు, తెలివితేటలు, శక్తి, మంచి వ్యక్తిత్వం ఉండాలి.' ఉన్నత పదవులు పోషించేవాళ్ళలో బంధువుల యందు పక్షపాతం ఉండకూడదు. రాజుకి (లేదా ఇప్పటి కాలంలో ప్రధాన మంత్రికి) ఈ ముఖ్యలక్షణాలుండాలని నొక్కి వక్కాణించాడు.

నాయకత్వ లక్షణాలు

ఈ లక్షణాలని మనం కౌటిల్యుని కాలంలో రాజ్యమేలుతున్న రాజకీయ, సాంఘిక పరిస్థితులని దృష్టిలో పెట్టుకుని చూడాలి. అప్పుడు కావాలనుకున్న లక్షణాలు రాచపుట్టుక, మంచి అదృష్టం, తెలివితేటలు, పెద్దలతో అనుబంధం పెంచుకోవటం, ఋజువర్తన కలిగి ఉండటం, సత్యవాక్కు , దృఢనిశ్చయం, వెల్లివిరిసే ఉత్సాహం, ఆత్మ సంయమనం యిచ్చిన మాటకు కట్టుబడి ఉండటం, సహాయం చేసిన వారికి కృతజ్ఞత చూపటం, పవిత్రంగా ఉండటం, కోతలు కోయక పోవటం.

తెలివితేటల లక్షణాలు

ఇందులో నేర్చుకోవాలన్న తపన, ఎదుటి వారిమాటలు శ్రద్ధగా వినటం, విన్నది అర్థం చేసుకోవటం, బుర్రలో ఉంచుకోవటం, సమగ్రంగా అర్థం చేసుకోవటం, జ్ఞానాన్ని గౌరవించటం, తప్పుడు భావాలని తిరగ్గొట్టి, సత్యమైన భావాలకికట్టుబడి ఉండటం. శక్తివంతుడైన రాజు ఎవరంటే పట్టుదల, ధైర్యం, వేగం, ప్రజ్ఞాపాటవాలు ఉన్నవ్యక్తి.

వ్యక్తిగత కార్యకలాపాలు

ఒక ఆదర్శమైన రాజుకి వాక్చాతుర్యం, ధైర్యం, సూదంటురాయి లాంటి తెలివితేటలు, అఖండమైన జ్ఞాపకశక్తి, పదునైన మనసు ఉండాలి. సలహాలనిస్తే వినేటందుకు సిద్ధంగా ఉండాలి. అన్ని యుద్ధకళల్లో ఆరితేరాలి. ఒక నియంత్రణ ఉన్న శిక్షణ పొందిన సైన్యానికి సేనాధిపతి కాగలిగిన సామర్థ్యం ఉండాలి. సాధారణ పరిస్థితుల్లో బాగా నడిపే సామర్థ్యం ఉండాలి, విపత్కర పరిస్థితుల నెదుర్కొనే ధైర్యం ఉండాలి. పెద్దవాళ్ళ సలహా మేరకు నడుచుకోవాలి. తన

రాజ్యంలో పెద్ద పదవుల్లో సలహాదారులుగా, మంత్రులుగా, సేనాధిపతిగా అనేక రంగాలకి అధిపతులుగా తను ఎన్నుకున్న వారిని తనే జాగ్రత్తగా పరిశీంచాలి.

ముక్తాయింపు

సలహాదారులను, మంత్రులని ఎన్నుకునే ముందు వాళ్ళ పుట్టుకని, సామర్థ్యాలని, ప్రవర్తనని, ఉద్యోగానికి అర్హతని జాగ్రత్తగా పరిశీలించాక నియమిస్తాడు రాజు. తన దగ్గర ఉన్న మంత్రుల పని తీరుని రాజు వ్యక్తిగతంగా గమనించాలి. దూరంగా ఉన్నవాళ్ళకి రాతపూర్వక సమాచారం వెళుతుంది. కౌటిల్యుని ప్రకారం, తను నియమించిన ఉద్యోగుల నడవడిని రాజు సమగ్రంగా పరీక్షించాలి. రాజు క్రింద పనిచేయటంలో ఉండే ప్రమాదాల విషయం కూడా హెచ్చరించాడు కౌటిల్యుడు. 'రాజు కింద ఉద్యోగాన్ని నిప్పు (కాని నిజానికి పని)తో చెలగాటంతో పోల్చాడు. నిప్పు కేవలం శరీరంలోని ఒక భాగాన్నో, లేదా అతి దారుణంగా చూస్తే, మొత్తాన్నో కాల్చవచ్చు, కాని రాజుతో వ్యవహారం (అతి వృష్టి, అనావృష్టిను) నచ్చితే ఐశ్వర్యంతో ముంచెత్తవచ్చు లేదా అతని మొత్తం కుటుంబాన్ని భార్యా పిల్లలతో సహా, చంపించవచ్చు. అందుకని, తెలివైన వ్యక్తి ఆత్మరక్షణ తన మొట్టమొదటి నిరంతర కర్తవ్యంగా చేసుకుంటాడు.'

అర్థశాస్త్రములో విభాగాల అధికారుల నియామకానికి, వాళ్ళకి ప్రత్యేక లక్షణాలు పేర్కొనబడ్డాయి. కౌటిల్యుడు 14 విభాగాలని పేర్కొన్నారు. ప్రత్యేకించిన లక్షణాలున్న వారిని మాత్రమే పెద్ద పదవుల్లో నియమించేవారు, రాజ పురోహితుడు, లేఖకుడు (బ్రాహ్మణుడు) సైనికులు (క్షత్రియులు) విషయంలో తప్ప, పెద్ద పదవుల్లో ఉద్యోగాలకి కులప్రాతిపదికలు లేవు. ఆ విధంగా పదోన్నతులు పొందటానికి యోగ్యత, అర్హత, తక్కిన లక్షణాలను కలిగి ఉండటాన్ని బట్టి ఉంటుంది.

12

నీటినిర్వహణ

నీటి సమస్యల మీద కౌటిల్యుని భావాలు చూస్తే, అతనికున్న ముందుచూపు గురించి, స్పష్టమైన ఆలోచన గురించి మనకి వేన్నోళ్ళ చెప్పినట్టవుతుంది. అందులో కొట్టొచ్చినట్టు కనబడుతున్న సిద్ధాంతం, అతని కాలంలో అమలులో నున్న 'వాడుక రుసుం' (యూసర్ ఛార్జెస్). నేడు వాడుక రుసుం మీద ఏకీభావం కలిగినప్పటికీ, వాటిని అమలులో పెట్టటానికి ఆచరణలో పెట్టలేని అడ్డంకులు ఇంకా ఉన్నాయి. పన్నుల మినహాయింపుని, యిప్పటిదాకా మన ఆధునిక యుగంలో అవతరించినది అనుకున్నాము కాని, యిది కౌటిల్యుని కాలంలో కూడా ఉంది. ఉదాహరణకి, నీటిపారుదల సౌకర్యాలు ఏర్పరచటంకోసం, మూడు నుంచి ఐదు ఏళ్ళ వరకూ పన్నులు కట్టనక్కరలేదు కొత్త ట్యాంకులు, మరమత్తులు, శుభ్రపరచటాలు చేసేటప్పుడు.

నీటివనరులన్నీ రాజు అధీనంలో ఉండటం చేత, వాడుక రుసుం ద్వారా చెల్లింవబడిన సొమ్ము రాజు కోశాగారం నింపటానికి తోడ్పడేది. నీటి మార్గాలగుండా వస్తువులను రవాణా చేయటంలో ప్రమాదాలు ఉండటంవల్ల, భూమి మార్గాలు ఎక్కువగా వాడేవారు. అనేక నీటి మార్గాల్లో, సముద్ర తీరం మార్గం, నదీ మార్గాలు యిష్టపడేవారు.

రాజశాసనం
నీటిపారుదలకి, పంటలకి నీరు

• నీటి వనరులన్నీ రాజు అధీనంలో ఉండటం చేత, రాజు కట్టించిన నీటిపారుదల స్థానాలనుంచి నీరు తీసుకుని వాడినవారు వారు నీటికి తగుధర చెల్లించేవారు రాజుకు.

• ఒక ఆనకట్ట గాని, గట్టుకట్టటంగాని చేసినప్పుడు దాని ఖర్చు ప్రభుత్వం పూర్తిగా భరించినా లేక కొంతమొత్తమే పెట్టుకున్నా గాని, అన్ని చేపలూ, బాతులూ, జలాశయాలలోనూ లేదా వాటికి దగ్గర పెరిగిన కూరగాయలు అన్నీ రాజు సంపదలే.

నీటి పారుదల

• నీటి పారుదల సౌకర్యాలు ఏర్పరచటానికి లేదా మెరుగుపరచటానికి, ఈ కింది సందర్భాల్లో నీటి ఖరీదులు కట్టనవసరం లేకుండా మినహాయింపులు మంజూరు చేయాలని సూచించబడింది.

కొత్త ట్యాంకులు , గట్టులు-ఐదు ఏళ్ళు

పాడుబడిన లేదా వదిలివేసిన నీటి ప్రాంతాలని బాగుచేయటం - నాలుగు ఏళ్ళు

కలుపు మొక్కలు వెర్రిగా పెరిగిన నీటి ప్రాంతాలని బాగుచేయటం - మూడు ఏళ్ళు

• జలాశయాలు, గట్లు కట్టటం, ట్యాంకులు లాంటి నీటి వనరులకు ప్రైవేటు స్వంత దారులు ఉండవచ్చు. ఆ స్వంత దారుడుకి వాటిని అమ్మే హక్కు గాని,

తాకట్టు పెట్టే హక్కుగాని ఉంది.

ఐదేళ్ళ పాటు ఈ ట్యాంకులని వాడకపోతే, ఏదో కష్టము వస్తే తప్ప వీటి మీద హక్కుని కోల్పోతాడు.

- ఎవరైనా ఏదైనా నీటి వనరుని కొంతకాలానికి తీసుకున్నా, అద్దెకి తీసుకున్నా, పంచుకున్నా, దాన్ని వాడే హక్కుతోపాటు తాకట్టు కింద తీసుకున్నా, దాన్ని మంచి స్థితిలో పెట్టాల్సిన బాధ్యత ఉంది.

- యజమానులు నీటిని తక్కిన వారికి యివ్వవచ్చు (కాలువలు తవ్వి లేదా అనువైన ఆకారాలు కట్టి). దానికి బదులుగా పొలాల్లో, పార్కుల్లో, తోటల్లో పెరిగిన పంటల్లో కొంత భాగాన్ని కోరవచ్చు.

- హక్కుదారుడు లేని పక్షంలో సంఘసేవ చేసే వ్యక్తులు గాని, గ్రామ ప్రజలందరూ ఏకమయిగాని ఈ వనరులని పరిరక్షించాలి.

నీరు : తక్కిన అనేక లాభాలు

- **పెద్ద కాలువలు తెచ్చిన నీటిని నిల్వచేసేందుకు (అందుకోసమే తవ్వినవి) కట్టిన వాటికన్నా పారుతున్న ఆధారం నుంచి (నదిలాంటిది) నిల్వచేయటానికి కట్టిన ఆనకట్టలు మేలైనవి.**

- నదుల మీద ఆనకట్టలు కట్టి ఏర్పరచిన జలాశయాలలో, ఎక్కువ ప్రాంతానికి నీటి పారుదలని అందించినవి మెరుగైనవి.

కౌటిల్యుడు నీటిని, నీటి మార్గాలను లాభదాయకంగా వినియోగించటానికి, ప్రాముఖ్యత నిచ్చాడు. భూమి మార్గాలతో పోలిస్తే, నీటి మార్గాల్లో ఎక్కువ సంఖ్యలో వస్తువులను తక్కువ ఖర్చుతోనూ, తక్కువ శ్రమతోనూ రవాణా

చేయవచ్చన్నది నిజమైనా కౌటిల్యుడు భూమి మార్గాన్నే యిష్టపడ్డాడు. కౌటిల్యుని ఉద్దేశంలో భూమి మార్గంతో పోలిస్తే నీటిమార్గం అన్ని వేళలా వాడలేము. కొన్ని ప్రాంతాలలోనే అందుబాటులో ఉంది, ఎన్నో ప్రమాదాలతో కూడుకుని ఉంది. రక్షణ కష్టం.

పైపెచ్చు, నీటి మార్గాల్లో సముద్ర తీరం మార్గం నయం. ఎందుకంటే ఏ తీరం దగ్గరనన్నా పెద్ద రేవులుంటాయి. నదీ మార్గం కూడా ఫర్వాలేదు. ఎందుకంటే అది అట్టే ప్రమాదాన్ని తీసుకుని రాదు, పైగా ఎక్కువగా వాడుకలో ఉంటుంది. నీటి మార్గాల్లో జాగరూకతలగురించి నొక్కి వక్కాణించటమైంది (ఇది మరో చోట చర్చించబడింది). వర్తక ఉన్నతాధికారికి ధరలలో అసమానత గురించి, అనేక వస్తువుల కీర్తి గురించి కాని అపకీర్తి గురించి గాని, వాటిని నేలమీద పండించారా, నీటిలో పండించారా అనీను, వాటిని నీటి మార్గం ద్వారా తెచ్చారా, భూమి మార్గం ద్వారా తెచ్చారా అనీను బాగా అవగాహన ఉండాలి.

పడవలు సముద్రాన్ని తట్టుకునేటట్టు ఉన్నాయా, వాటిని నడిపేందుకు కావాల్సిన వ్యక్తులు, మౌళిక హంగులు ఉన్నాయా అన్న అంశాలు ఖచ్చితంగా తేల్చుకుని, ఒక వేళ సముద్రాన్ని తట్టుకోలేకపోతే, కలగబోయే నష్టానికి తగ్గ జరిమానాన్ని ముందే కట్టించుకుని పంపించాల్సిన బాధ్యత ప్రభుత్వానిది. సముద్రం మీద పయనించే ఓడలు, రాజుగారి సామ్రాజ్యంలోకి వచ్చినప్పుడల్లా పన్ను చెల్లించాలి. హాని కలగచేస్తాయని చూపించిన పడవలని, శత్రుదేశాలనుంచి వచ్చేవాటిని, ఓడరేవు నియమాలని ఉల్లంఘించిన వాటిని నాశనం చేయాలి.

కౌటిల్యుడు నీటిని సమర్ధవంతంగా వినియోగం చేయాలని నొక్కివక్కాణించటమే కాక, దాన్ని ఎలా చేయాలో వివరంగా సూచనలిచ్చాడు. దానితో పోలిస్తే నేడు దైవానుగ్రహమైన ఈ వనరులను ఎలా నిర్లక్ష్యం చేస్తున్నామో తెలుస్తుంది. భారతదేశం ఎన్నో జీవనదులతో పావనమైంది. కొన్ని నదులు హిమాలయాల పర్వత శ్రేణుల మీద కరిగిన మంచు నుంచి జాలువారితే కొన్ని నైరుతి వానల నుంచి జీవం పోసుకున్నాయి. కాని పల్లెటూర్లలో నివసించే వేలాది ప్రజలు,

ముఖ్యంగా స్త్రీలు, పిల్లలు, ఈ ప్రాధమిక అవసరాన్ని పొందాలంటే కొన్ని మైళ్ళ దూరాలు నడిచి, నెత్తి మీద నీటి కుండలు మోసుకుని రావాలి. చివరి రెండు బడ్జెట్లు చూస్తే, అవి నీటి వనరులని సంరక్షించాలని నొక్కి వక్కాణిస్తూ, ఈ ముఖ్యమైన సహజవనరులని సంరక్షించటంలో చూపిన తీవ్రమైన నిర్లక్ష్యాన్ని, దానివల్ల నీరు అపరిశుభ్రంగా అవటాన్ని ఎత్తి చూపాయి. మన నీటి వనరులని సంరక్షించాల్సిన బాధ్యత వహించాల్సిన వారు అర్థశాస్త్రము చదివితే, వాళ్ళకి యిది ఎన్నో బోధిస్తుంది.

అరవయ్యి ఏళ్ళుగా ప్రణాళిక వేస్తున్నా కూడా, ఒక సమర్ధవంతమైన నిష్పక్షపాతమైన నీటి వనరుల సంరక్షణ కార్యక్రమము వస్తుందన్నది ఇంకా కలగానే మిగిలి పోవటం దురదృష్టకరం. ఈ సందర్భంలో భవిష్యవాణి పలకగల కౌటిల్యుని వద్ద ఎన్నో ఆచరణీయ సూచనలు ఉన్నాయి పాటించటానికి.

13

విద్య

విద్య, అన్ని విధాలుగా అభివృద్ధికి ప్రాథమిక సూత్రం. ఏదేశం కూడా నిలవగలిగే ఆర్థిక అభివృద్ధిని సాధించలేదు, మానవ మూలధనము మీద తగినంత పెట్టుబడి పెట్టందే. విద్యవల్ల మనుష్యులు తమనీ ప్రపంచాన్నీ, బాగా అర్థం చేసుకోగలరని నిస్సందేహంగా చెప్పొచ్చు. వాళ్ళ జీవన ప్రమాణాలని మెరుగుపరచి, వాళ్ళకీ, సంఘానికీ కూడా మేలు చేస్తుంది. పందొమ్మిదవ శతాబ్దానికి ముందు వరకూ ఏ దేశంలోనూ మానవ మూలధనము మీద ఒక క్రమపద్ధతిలో పెట్టుబడి పెట్టటానికి అట్టే ప్రాముఖ్యత నివ్వలేదు. విద్యా సౌకర్యాల మీద, ఉద్యోగ శిక్షణ మీద మానవ మూలధనాన్ని పెంపొందించే తక్కిన అటువంటి విషయాల మీదా, పెట్టిన పెట్టుబడులు అతి స్వల్పం. ఈ పరిస్థితి అనూహ్యంగా మార్పుచెందింది, 19వ శతాబ్దంలో కొత్త వస్తువుల తయారీకి విజ్ఞాన శాస్త్రాన్ని ఉపయోగించటం వల్లా, ఉత్పాదకతకు మరింత సమర్ధవంతమైన పద్ధతులను వాడటం వల్లాను. వ్యవసాయం విషయంలో ఆధునిక పద్ధతులను ఉపయోగించిన రైతుల ఉత్పాదకత పెరిగిందనీ, పాత పద్ధతులే పట్టుకు ప్రాకులాడిన వారి విషయంలో, మనం ఊహించగలిగినట్టే, అంతగా పెరగలేదనీ తెలుస్తోంది. ఇది విద్యయొక్క సానుకూల ప్రభావం.

ఆశ్చర్యకరంగా, కౌటిల్యుని **అర్థశాస్త్రము** విద్యయొక్క ప్రాముఖ్యతని, దేశ సంక్షేమం నెలకొల్పటంలో మేధావుల పాత్రని స్పష్టంగా వివరించింది.

మౌర్య సామ్రాజ్యపు తొలి రోజుల్లో, అర్థశాస్త్రము సూత్రాల గురించి బాగా తెలిసిన ఒక రాజకీయ సిద్ధాంతి, వీటిని ఒక పుస్తకంలో పొందు పరిచాడు ఆశకంలో బహుశ ఇది కౌటిల్యుడు మరణించిన కొద్ది కాలానికే జరిగి ఉంటుంది. కౌటిల్యుడు తన స్వంత గ్రంథాన్ని రాయలేదు లేదా స్వంత స్కూలుని స్థాపించలేదన్న ఖాళీని పూరించటానికి.

కౌటిల్యుని **అర్థశాస్త్రము** శిక్షణ, నేర్చుకోవటం యొక్క ప్రాముఖ్యతని గుర్తించింది. అది స్పష్టంగా చెప్పింది శిక్షణ పొందితే క్రమశిక్షణ అలవడుతుందని. ఆ విధంగా నేర్చుకోవాలన్న తపన, ఏకాగ్రతతో వినే సామర్థ్యం, నేర్చుకున్నదాన్ని గ్రహించే శక్తి, దాన్ని గుర్తుంచుకోగలగటం,ముఖ్యమైనదేదో ముఖ్యం కానిదేదో తెలుసుకునే వివేకము, విషయాలను ఊహించగలగటం, సత్యం ఆలోచించి పాటించటం చేయగలిగినవాళ్ళకే క్రమశిక్షణ పెంపొందించే పాఠాలు చెప్పవచ్చుగాని, తక్కిన వారికి కాదు.

తెలివైన ఒక యువకుడు, ఏ విషయాన్ని చెప్పినా, అది వైజ్ఞానిక జ్ఞానములోని బోధగా భావించే అవకాశముంది, ఒక తాజా, ముడిసరుకు ఏ వస్తువును తన పక్కన పెట్టినా గ్రహించినట్టుగా. **అర్థశాస్త్రము** స్పష్టంగా చెప్తుంది తప్పుడు విషయాలు నేర్పించటం పెద్ద నేరమని. అనేక శాస్త్రాల్లో ఆరితేరిన గురువుల అధీనంలో ఉండి విద్యనభ్యసిస్తే క్రమశిక్షణ, ఆత్మనిగ్రహము అలవడుతుందని చెప్పింది అది. ఏ జ్ఞానమైతే ఋజువర్తనని, సంపదని తెస్తుందో అదే నిజమైన జ్ఞానమని కౌటిల్యుడు నమ్మాడు. ఎవరైతే వాళ్ళ జ్ఞానం, తెలివితేటలు, ధైర్యం, మంచి చర్యల వల్ల ప్రత్యేకత సంతరించుకుంటారో వాళ్ళని గుర్తిస్తారు. ఆ విధంగా, విద్య-ఋజువర్తన, సంపద, శారీరక సుఖాలను యిచ్చి, పదికాలాలు నిలబెడుతుందన్న సత్యాన్ని నిలబెట్టాడు కౌటిల్యుడు. బోధన, శిక్షణ అధర్మ ప్రవర్తనని, పేదరికాన్ని, ద్వేషాన్ని మట్టుపెడుతుందని అర్థశాస్త్రము చాటి చెప్పింది.

బోధన వల్ల తెలివి పెరుగుతుంది, తెలివి వల్ల యోగా (పనిలో సామర్ధ్యము) పెరుగుతుంది. యోగానుంచి ఆత్మనిగ్రహము వస్తుంది. మౌర్యుని రాజ్యంలో రాజకీయాల గురించిన మన అవగాహన ఎక్కువ భాగం **అర్థశాస్త్రము** నుంచి వస్తుంది. అది ఎప్పుడో క్రీ.పూ. 3 వ శతాబ్దంలో రాయబడినా, ఇప్పటికీ అది సరిపోతుంది. సంస్కృతంలో రచించబడిన ఈ పుస్తకం ఒక ఆదర్శమైన ప్రభుత్వాన్ని నడపటానికి అవసరమైన సిద్ధాంతాలు, సూత్రాలను చర్చిస్తుంది. అందువల్ల కేవలం మౌర్య రాజుపాలనని మాత్రమే వివరించదు.

అది క్రమశిక్షణని రెండు రకాలుగా విభజించింది : అసహజం, సహజం. క్రియ (ఇన్స్ట్రక్షన్) చేయగలిగింది కేవలం క్రమశిక్షణ నిబంధనలకి కట్టుబడ్డ అతి విధేయత కలిగిన వ్యక్తి మాత్రమే. వినయం, వినటం, గ్రహించటం, జ్ఞాపకశక్తి, విచక్షణశక్తి, ఊహాశక్తి, ఆలోచన లాంటి మానసిక సామర్థ్యాలు ఉన్నవాళ్ళనే శాస్త్ర అధ్యయనం మారుస్తుంది కాని ఈ లక్షణాలు లేని వాళ్ళని కాదు. విజ్ఞానశాస్త్రాన్ని అధ్యయనం చేయటం, వాటి సూత్రాలని పాటించటం కేవలం ప్రత్యేక గురువుల అధీనంలోనే చేయాలని **అర్థశాస్త్రము** హెచ్చరించింది. సమర్ధవంతమైన క్రమశిక్షణ అలవర్చుకోవటానికి, విద్యార్థి తప్పనిసరిగా వయోవృద్ధులైన విజ్ఞాన శాస్త్ర గురువుల దగ్గరికి వెళ్ళాలి. వాళ్ళనుంచే క్రమశిక్షణ మూలమేమిటో అర్థమవుతుంది.

విద్యార్థులు ఉదయం పూట యుద్ధకళకి సంబంధించిన పాఠాలు నేర్చుకోవాలి. అంటే ఏనుగులు, గుఱ్ఱాలు, రథాలు, ఆయుధాలకి సంబంధించిన అంశాలు. మధ్యాహ్నం ఇతిహాసము, పురాణము, **ఇతివృత్తము** (చరిత్ర), **ఆఖ్యాయిక** (గాథలు), ఉదాహరణలు (వివరించే కథలు)వినాలి. ధర్మశాస్త్రముని, **అర్థశాస్త్ర**ముని ఇతిహాసము పేరుతో వ్యవహరిస్తారు. పగలూ, రాత్రీ మిగిలిన సమయాల్లో వాళ్ళు కొత్త పాఠాలు నేర్చుకుని, పాత పాఠాలు నెమరువేసుకోవటమే కాక, వాళ్ళకి సరిగా అర్థంకాని విషయాలను పదే పదే వినాలి. శృతి (వినటం) వల్ల జ్ఞానం కలుగుతుంది, జ్ఞానం నుంచి, **యోగ** (ఆచరణ) సాధ్యమవుతుంది. ఆచరణనుంచి **ఆత్మవత్త** (స్వయం అధికారం) సాధ్యమవుతుంది. దీన్నే **విద్యా**

సామర్థ్యము అంటారు. బాగా చదువుకుని విజ్ఞానశాస్త్రాలను ఔపోసన పట్టి మంచి పాలనకే తన జీవితాన్ని అంకితం చేసిన రాజు ఎదురులేని రాజుగా భూమిని పాలిస్తాడని కౌటిల్యుడు చెప్పాడు.

కౌటిల్యుని కాలంలో, భారతదేశం ప్రాచీన కాలం పొడుగూతా వైద్య శాస్త్రంలో పేరుపొందింది. డాక్టర్లు ఆపరేషన్లు చేసారు కాటరాక్టుకి, హైడ్రోసిల్‌కి, పుండ్లకి, గర్భంలోనే చనిపోయిన పిండాలని వెలికి తీయటానికి, వగైరా. విద్యని, శిక్షణని ప్రత్యేకమైన రంగాలుగా విభజించారు.

పశువైద్యవిద్య

వైద్యశాస్త్రంలో ఈ విద్య చాలా ముందే పెంపొందింపబడింది. మనుష్యులతో సమానంగా జంతువులని పరిగణించటం వల్ల జంతువులని పరిరక్షించటంలో ఆశ్చర్యమేమీ లేదు. వైద్య విద్య విజ్ఞాన శాస్త్రంలో ఒక భాగం. దానికి మేధావులు వేరే ఉన్నారు.

సైనికవిద్య

ఇప్పటి కాలంలో సైనిక శిక్షణ సాధారణంగా ప్రభుత్వ అధికారులే యిస్తారు, సైన్యంలోకి విద్యార్థులు చేరేటప్పుడు, కాని ప్రాచీన కాలంలో పద్ధతి అలా లేదు. ఒక సగటు పౌరుడు, పల్లెయువకుడు తన ఊరిని, తన యింటిని రక్షించుకోగలిగి ఉండాలి. అర్థశాస్త్రము నొక్కి వక్కాణిస్తుంది, ప్రతి పల్లెటూరు తనని తాను సంరక్షించుకోవాలని. భారత దేశంలో అనేక ప్రాంతాల్లో అలాంటి పరిస్థితి ఉందని మనకు అలెగ్జాండర్ దండయాత్ర గురించి గ్రీకు చరిత్రకారులు వర్ణించిన వివరాల్లో తేట తెల్లమవుతోంది. ఎన్నో ప్రాంతాల్లో మాసిడోనియా చక్రవర్తిని

అయుధాలు చేపట్టి మొత్తం జనాభా ఎదుర్కొన్నట్టుగా ప్రభుత్వ సైనికులు ఎదుర్కోలేదు. ఎన్నో గణతంత్ర రాజ్యాలైన పంజాబ్, ఖతాస్, మాల్వాస్, సిబీస్ వగైరాలలో భారీఎత్తున ప్రతి ఒక్క వ్యక్తీ సైనిక శిక్షణ పొందాడనటంలో ఏమాత్రం సందేహం లేదు.

సైనికశిక్షణ

దేశంలో కొన్ని పట్టణాలు సైనిక శిక్షణ నిచ్చేవిగా ప్రఖ్యాతి చెందాయి అప్పుడు. వాయువ్య మూల (నార్త్ వెస్ట్) ఉన్న తక్షశిల, సైనిక శిక్షణ నివ్వటానికి కేంద్రమయింది.

వాణిజ్యవిద్య

ప్రాచీన కాలంలో తగినంత అంతరాష్ట్ర, అంతర్జాతీయ వర్తకం ఉండేది. నౌకాయానం బాగానే ఉండేది. తక్కిన దేశాలతో వర్తకం లాభదాయకంగా ఉండేది. ఆ రోజుల్లో నిరూపక సంఖ్యాశాస్త్రము (స్టాటిస్టిక్స్)ని బోధించి ఉండవచ్చన్న దానికి నిదర్శనాలు ఉన్నాయి. కౌటిల్యుని **అర్థశాస్త్రములో** వివిధ అధికారుల ధర్మాలను వివరిస్తున్నప్పుడు జంతువులను రకరకాలుగా గుర్తించటానికి ఒక వ్యక్తి ఉండాలని సూచించాడు. ఒక నెలో, రెండు నెలలో ఉన్న జంతువులని గుర్తించాలి - వాత వేయబడిన గుర్తు, సహజమైన గుర్తు, రంగు, కొమ్ముల ప్రత్యేకత - ఈ లక్షణాలన్నిటితో బాటు, ఆ గుంపులో కొత్తగా చేరినవాటి నమోదు. ఇంకో వ్యక్తి, 100 జంతువులను చూసుకోవాలి అంటే సమాన సంఖ్య గల ముసలి ఆవులు, పాలిచ్చే ఆవులు, దూడలున్న ఆవులు, మొదటిసారిగా దూడలు

పుట్టిన ఆవులు, చిన్న ఆవులు. అంటే దీన్ని బట్టి మనకు అర్థమవుతుంది, ప్రాచీన భారతదేశంలో ప్రజలకు ఈ విషయం బాగా తెలుసని.

గుణాల కలయిక

అదే అధ్యాయంలో, పల్లెటూరులోని స్టాటిస్టిక్స్, వ్యవసాయ సంబంధిత తక్కిన ఆస్తుల అన్ని వివరాలు అధికారులు నమోదు చేయాలని కౌటిల్యుడు అన్నాడు. వాళ్ళని గోపాలులని, స్థానికులని అంటారు. దీన్ని బట్టి ఆ రోజుల్లోనే స్టాటిస్టిక్స్ కూడా నేర్పించారని మనం అర్థం చేసుకోవచ్చు. విజ్ఞానశాస్త్రపరమైన, వాణిజ్యపరమైన, ఆచరణయోగ్యమైన విద్యావిధానం ఉన్నా కూడా, ప్రాచీన భారతదేశ విద్యాసంస్థలు, ఉన్నత సత్యాన్వేషనలో ఆధ్యాత్మిక ప్రయత్నాలు చేసిన ప్రత్యేకత పొందాయి. **అలాంటి వ్యవస్థలో తెలివితేటలను పెంచే విద్యతోపాటు, నైతిక విలువలు, మంచి స్వభావాన్ని పెంచే విద్యకూడా ముఖ్యలక్షణంగా చోటు చేసుకుంది.**

ప్రాపకంలో ఉన్న సంస్థలు

ప్రభుత్వ సొమ్ముని వినియోగించి ఉన్నత విద్యకోసం అనేక విద్యాసంస్థలను ఏర్పాటుచేయవచ్చు. ఆ శకంలో పేరెన్నికగన్న, ప్రాపకంలోఉన్న సంస్థలు **రాజగృహ, బీహార్ లోని నలంద యూనివర్సిటీ, నేటి రావల్‌పిండి (పాకిస్థాన్) లో ఉన్న తక్షశిల విశ్వవిద్యాలయం, బీహార్‌లోని ధరమ్‌పాలలోని విక్రమ్‌శీల యూనివర్సిటీ.** నలంద యూనివర్సిటీలో దాదాపు 1500 మంది ప్రొఫెసర్లు, 10,000 మంది విద్యార్థులు ఉన్నారని చరిత్రకారుల అంచనా. ఈ విశ్వవిద్యాలయాలన్నీ గురుకులం పద్ధతిలో బోధన సాగించాయి. అంటే

విద్యార్థులు, గురువులు కలిసి జీవించేవారు. విద్యారంగంలో శ్రేష్ఠమైనవిగా ఈ విశ్వవిద్యాలయాలు పేరు పొందాయి (నేటి ఆక్స్‌ఫర్డ్, హార్వర్డ్ యూనివర్సిటీలకు సమఉజ్జీలుగా). అనేక విద్యార్థులని దేశవిదేశాలనుంచి ఆకర్షించాయి.

తక్షశిల- అత్యంత ప్రాచీన విశ్వవిద్యాలయం

తక్షశిల అత్యంత ప్రాచుర్యం పొందిన విద్యాసంస్థ. ఇక్కడికి విద్యార్థులు వాళ్ళ విద్యని ముగించటానికి, మొదలెట్టటానికి కాదు, వెళ్ళేవారు. పదహారేళ్ళ ప్రాయం వచ్చేసరికి లేదా సరియైన వయసుకి వచ్చేసరికి తప్పనిసరిగా పంపేవారు. తక్షశిలలో బోధించే సబ్జెక్టులు ఎంత మేరకు ఉన్నాయో చెప్పటం అవసరం.

(1) విజ్ఞానశాస్త్రం (2) ఫిలాసఫీ (3) ఆయుర్వేదం (4) అనేక భాషల వ్యాకరణం (5) గణిత శాస్త్రం (6) ఆర్థిక శాస్త్రం (7) జ్యోతిశ్శాస్త్రం (8) భూగోళ శాస్త్రం (9) ఖగోళ శాస్త్రం (10) శస్త్రవిద్య (11) వ్యవసాయ శాస్త్రము (12) విలువిద్య (13) పురాతన, ఆధునిక శాస్త్రాలు.

తక్షశిల గాంధారదేశానికి ముఖ్యపట్టణం కూడా. దాని చరిత్ర ఎంతో పురాతనమైనది. దీన్ని భరతుడు స్థాపించాడు. దానికి రాజైన భరతుడి కొడుకు తక్షుడి పేరు మీద పెట్టటం జరిగింది. విద్య సముపార్జనలో ఈ పట్టణానికి ధీటైనది మరోటి లేదు. ఈ విశ్వవిద్యాలయం తత్త్వం. దాన్ని కట్టిన తీరు చూస్తే అది ప్రాచీనహిందూసాంప్రదాయాన్ని గౌరవిస్తున్నట్టు తెలుస్తుంది. ఒక విశ్వవిద్యాలయం చుట్టూ ప్రకృతిఅందాలు కన్నులవిందు చేయాలన్నది ఆ సాంప్రదాయం. ఆ లోయ 'రమణీయమైనఅందాలు పుణికి పుచ్చుకుని ఉంది, చుట్టూఉన్న పర్వత శ్రేణులనుంచి జాలువారే జలపాతాలనీటితో సమృద్ధిగా.'

ఎన్నో సందర్భాలలో తెలుస్తుంది అక్కడికి విద్యార్థులు సుదూరమైన కాశీ, రాజగృహ, మిథిల, ఉజ్జయినీ నుంచీ, మధ్య ప్రాంతాలైన కోశల రాజ్యం నుంచీ, ఉత్తర దేశంలోని కురు రాజ్యం నుంచి వచ్చేవారని. ఒక ఉన్నత విద్యాసంస్థగా తక్షశిల అంత కీర్తి గడించిందంటే నిస్సందేహంగా దాని ఘనత అక్కడ బోధించే ఉపాధ్యాయుల జ్ఞానానిదే. తల్లితండ్రులు వాళ్ళ పిల్లలని కొన్ని వేల మైళ్ళు యింటికి దూరంగా పంపించారంటే, ఆ రోజుల్లో కూడా విద్యకి ఎంత విలువ నిచ్చారో తెలుస్తుంది. జీవక అన్న వైద్య విద్యార్థి విషయంలో చూపినట్టుగా తక్షశిలలో విద్యాకాలం ఏడేళ్ళ దాకా కొనసాగుతుంది. చరిత్ర పుటలు తిరగేస్తే తక్షశిలలో చదువుముగించుకుని యింటికి తిరిగి వచ్చిన పుత్రులను చూసుకుని తండ్రులకన్నులు చెమ్మగిల్లినవైనం తెలుస్తుంది. తక్షశిలలోని విలువిద్యా బోధనలో రికార్డులు చూస్తే దేశం నలుమూలల్నుంచీ 103 రాజకుమారులు వచ్చినట్టు తెలుస్తుంది. తక్షశిలకి వెళ్ళిన విద్యార్థులు మూడు వేదాలలోనూ ఆరితేరటానికీ, 18 సిప్పాలు లేదా కళలు నేర్చుకోవటానికి వెళ్ళారు. ఒక్కోసారి విద్యార్థులు కేవలం వేదాలనో, లేదా కేవలం కళలనో నేర్చుకున్న సందర్భాలున్నాయి. బోధిసత్వుడు (బుద్ధుడు) మూడు వేదాలని ఖంతతా నేర్చుకున్నాడని పలు సందర్భాలలో ఉటంకించారు.

నలంద

ప్రాచీన పల్లెటూరి పేరు నలంద. ఇప్పుడు దాన్ని ఆధునిక బారగాన్‌గా భావిస్తారు. ఇది బీహార్‌లోని రాజ్‌గిర్‌కి ఉత్తరదిశలో ఏడుమైళ్ళ దూరంలో ఉంది. మొట్టమొదటగా నలంద గురించి బౌద్ధమతపు శాస్త్రాల్లో పేర్కొనబడింది. అందులో బుద్ధుడి కాలంలో నలంద పల్లెటూరు రాజగృహ దగ్గర ఉందనీ అక్కడ పవరిక మామిడితోట ఉందనీ చెప్తారు. కౌటిల్యుడు కూడా ఈ విశ్వవిద్యాలయపు శిష్యుడు ఒకప్పుడు. ఈ విశ్వవిద్యాలయం ప్రపంచానికి

విద్యబోధించే స్థావరం. నలంద విశ్వవిద్యాలయంలో ఎన్నో సబ్జెక్టులను బోధించే వారు. అది మహాయాన బౌద్ధమతానికి ప్రాముఖ్యత నిచ్చినా. తర్కశాస్త్రం, వ్యాకరణం, తత్త్వశాస్త్రం, ఖగోళశాస్త్రం, సాహిత్యం, బౌద్ధమతం, హిందూమతంలో బోధన సాగేది. బోధనా శైలి, తరగతిలో చర్చల రూపంలో సాగేది.

విక్రమశీల

నలంద విశ్వవిద్యాలయంలాగే, విక్రమశీల విశ్వవిద్యాలయం కూడా రాజుల ప్రాపకం చేత సాద్యమయింది. పేరెన్నిక గన్న గురువుల అధీనంలో ఉంది పాఠ్య ప్రణాళికలు, బోధనాశైలి. విశ్వవిద్యాలయ గోడల మీద జ్ఞానంలోనూ, ఋజువర్తనలోనూ పేరుగాంచిన పండితుల నిలువెత్తు చిత్రపటాలుండేవి.

వ్యాకరణం, తర్కం, వేదాంతం, ఆచారకర్మలు ముఖ్య అంశాలు యిక్కడ. ఈ విశ్వవిద్యాలయం చూడటానికి ఒక ఫక్తు బ్రాహ్మణుడు - పిలకతో, గడ్డంతో, పొట్టి వస్త్రాలతో, చాపమీద గుండ్రటి పర్ణశాలలో కూర్చుని ఉన్నట్టు ఉంటుంది. అతని గుడిసెలో అతనితో సహజీవనం చేసే నాలుగు జీవాలు, ఒక ఆవు, ఒక కాకి, ఆడుజింక, ముడుచుకుని ఉన్న పాము, అన్నీ స్నేహంగా అహింసాపూర్వక వాతావరణంలో ఉంటాయి.

ముక్తాయింపు

కౌటిల్యుని అర్థశాస్త్రము బోధన , శిక్షణల ప్రాముఖ్యతని గుర్తించింది. అది స్పష్టంగా చెప్పింది శిక్షణ యిస్తే, క్రమశిక్షణ కలుగుతుందని. విద్య ఋజువర్తనని,

సంపదని ప్రాపంచిక సుఖాలను తీసుకువచ్చి, పదికాలాలు నిలుపుతుందని కౌటిల్యుడు విశదీకరించాడు. కౌటిల్యుని అర్థశాస్త్రములో మానవ వనరుల అభివృద్ధి అనే సిద్ధాంతాన్ని ప్రత్యేకంగా పేర్కొనకపోయినా, అతను సూచించిన మార్గదర్శక విషయాలన్నిటినీ చూస్తే, అతను విద్య ప్రముఖ స్థానం పోషించిన చోట మానవ వనరుల అభివృద్ధి (హ్యూమన్ రిసోర్స్ డెవలప్‌మెంట్) ని ప్రతిపాదించుతున్నట్టు తెలుస్తుంది.

నేటి జనసామాన్య దృక్పథం, విద్యావేత్తలదీ కూడా ఒక్కలాగే ఉంది. వాళ్ళ ఉద్దేశంలో విద్యాసంస్థలు ఎక్కువ బోధించనక్కర లేదనీ, వాళ్ళకి వ్యాపారంలోనో, కార్పరేటు సంస్థల్లో ఉద్యోగులుగా చేసి దాసులుగా పనిచేయటానికి శిక్షణ నివ్వటానికో అవసరమని భావిస్తున్నారు. కాని విద్య ప్రజల్లో ఉత్పాదకతను, సృజనాత్మకతని పెంచి, వ్యాపార దక్షతను, టెక్నాలజీలో పరిజ్ఞానాన్ని పెంపొందిస్తుంది. అదికాకుండా, ఆర్థిక, సాంఘిక ఉన్నతిని తీసుకువచ్చి, ఆదాయ పంపిణీని మెరుగు పరచటంలో ముఖ్యపాత్ర వహిస్తుంది. విద్యకి, శిక్షణకి అత్యంత ముఖ్యస్థానము, ప్రాముఖ్యతని యివ్వాలి. ఇప్పుడు ఎన్నోదేశాలు మాధ్యమిక, ఉన్నత పాఠశాలల పరిస్థితులని మెరుగుపరచటంలోనూ అన్ని స్థాయిల్లోనూ కొట్టొచ్చినట్టు మార్పులు చేసి విద్యాప్రమాణాలను పెంచటంలోనూ లీనమై ఉన్నాయి.

మరెందరో విద్యార్థులు ప్రాథమిక విద్యని ముగించారు. అలాగే ఉన్నత స్థాయిల్లో విద్యనభ్యసించటానికి డిమాండు కూడా అలాగే పెరుగుతోంది. అనేక విధాల మానవ మూలధనం పెంచుకుంటే వాళ్ళకి ఎన్నో లాభాలు చేకూరాయని గత చరిత్ర చెప్తోంది. మానవ మూలధనం అంటే ప్రాథమిక విద్య, పరిశోధన, శిక్షణ, కార్యాచరణ ద్వారా నేర్చుకోవటం, యోగ్యతని పెంచుకోవటం అసమానమైన

విద్య, అనేక దేశాల్లో తలసరి ఆదాయం మీద ప్రతికూల ప్రభావం చూపే
అవకాశం ఉంది. కౌటిల్యుడు చెప్పినట్టుగా మానవ మూలధనం మీద, ముఖ్యంగా
ఉన్నత విద్యలో పెట్టుబడి పెడితే, ఆర్థిక వ్యవస్థ యొక్క ఎదుగుదల, అభివృద్ధిల
మీద గొప్ప ప్రభావం ఉంటుందని నిర్వివాదాంశంగా చెప్పవచ్చు.

14 సమకాలీనభారతదేశానికి అన్వయించదగ్గఅంశాలు

ప్రజల సంక్షేమంతో కూడిన ఉన్నత, దీర్ఘకాలిక ఆర్థిక ఎదుగుదల గురించి

కౌటిల్యుని అర్థశాస్త్రము, ఒక గొప్ప జ్ఞాన భండారం. దేశంలోని ఉన్నతాధికారులకు ప్రాథమికంగా మార్గదర్శకం. అది అటు రాజకీయ, ఇటు ఆర్థిక పరిపాలనా పద్ధతులను వివరించింది, ఒకేసారి వాటిని మార్గాలుగానూ, లక్ష్యాలుగానూ చేసి. **రాజకీయ కోరిక, మంచి పరిపాలన లేనిదే, ఆర్థిక లక్ష్యాలేవీ పొందలేరు. ఆర్థిక పాలన, కార్యనిర్వహణ దక్షతా లేకపోతే, సామాన్య ప్రజల కోరికలు నెరవేరవు.**

అర్థశాస్త్రము రాజకీయాలు, ఆర్థిక కార్యక్రమాలు, ప్రభుత్వ, ప్రైవేటు రంగాల కార్యనిర్వహణల మీద రచించబడిన గ్రంథము. ఆదర్శ ప్రభుత్వమెలా ఉండాలో వర్ణించినా, వాస్తవంగా ప్రభుత్వం ఎలా ఉండాలో, సమగ్రంగా వర్ణించింది. కాని అది మనకి కొన్ని శతాబ్దాలుగా దొరకలేదు. ఇంత అద్భుత జ్ఞాన భాండారాన్ని ప్రజల దృష్టిలోకి తేవాల్సిన అవసరం ఎంతైనా ఉంది.

కౌటిల్యుని భావాలను, బోధనలను సమకాలీన రోజులకు కూడా అన్వయం

చేసుకోవచ్చు, భారతదేశానికే కాక యావత్ప్రపంచానికీ కూడా. కౌటిల్యుని కూలంకష వర్ణన యొక్క ప్రాథమిక ఉద్దేశం-ప్రజలకి నిజంగా ఉపయోగపడే పరిష్టమైన, కేంద్రీకరించిన ప్రభుత్వ పాలన అవసరాన్ని గుర్తించటం. అందువల్ల నేటి కాలానికి దాని ఉపయోగం మరింతగా ఉంది. కౌటిల్యుని సాహిత్యం లో మంచి పరిపాలన ప్రజల సంక్షేమం కోసం పాటు పడేది అని ఉంది. 'తన ప్రజల ఆనందంలోనే రాజు ఆనందం ఉంది, వాళ్ళ సంక్షేమంలోనే తన సంక్షేమం ఉంది. తనకి వ్యక్తిగతంగా ఏది తృప్తినిన్తుందో, దాన్ని మంచిదిగా పరిగణించకూడదు, తన ప్రజలకి ఏది ఆనందాన్నిస్తుందో దాన్నే అతను మంచిదిగా పరిగణించాలి.'

మానవ వనరుల అభివృద్ధి అన్న పదాలు ఆరోజుల్లో వాడుకలో లేవు కాని, కౌటిల్యుని కాలంలో దాని సారాంశాన్నే విరివిగా పాటించేవారు. **'రాజు తన ప్రజల శారీరక సౌఖ్యాల కోసం కొన్ని సౌకర్యాలు ఏర్పాటు చేయాలి, వాళ్ళలో పనిమీద ఉత్సాహం ప్రేరేపించటానికి. అతను ఋజువర్తన, సంపదల నుంచి దారి మళ్ళకూడదు. ఆవిధంగా అతను తన పనివాళ్ళని పోషించటమే కాక వాళ్ళ జీవనోపాయాన్ని, వాళ్ళ జీతాలను-వాళ్ళ జ్ఞానానికి, పనితీరుకు అనువుగా పెంచాలి.'**

కౌటిల్యుడు సంక్షేమ రాష్ట్రాన్ని, మార్పులూ చేర్పులూ చేయగలిగిన కార్మికుల పాలసీలని, చక్కటి కార్యనిర్వహణ తతంగాలనూ కోరేవాడు. సమర్ధవంతమైన కార్యనిర్వహణ ప్రాథమిక సూత్రం మంచి పరిపాలనకి. మంచి పరిపాలనలో ఏ నిర్ణయాలుగానీ, చర్యలుగానీ విపరీతంగా ఉండకూడదు. కౌటిల్యుడు గట్టి సత్ప్రవర్తన తనకీ, కార్యనిర్వాహకులకీ సూచించాడు. ఈ సత్ప్రవర్తన నియమం నేటి కార్యనిర్వహకులకి వర్తిస్తుంది.వాళ్ళకి ఉపయోగకరంగా ఉంటుంది.

కౌటిల్యుని కాలంలో ధర్మకర్తల సిద్ధాంతం లేనే లేదు. కాని కౌటిల్యుడు చాటిచెప్పిన పద్ధతి ధర్మకర్తృత్వానికి పరాకాష్ట. దీన్ని గాంధీజీ కూడా సూచించారు. **'మంచి పరిపాలనకోసం, అందరు కార్యనిర్వాహకులను రాజుతో సహా,**

ప్రజాసేవకులుగా పరిగణించాలి.' వాళ్ళకి జీతాలు వాళ్ళు చేసిన సేవలకి యిచ్చారు గాని, వాళ్ళు హక్కుదారులుగా ఉన్న దేనికీ కాదు.

నాయకుడి ముఖ్యలక్షణం తను పాటించి చూపించటం. కౌటిల్యుడు వర్ణించిన లక్షణాలన్నీ నేటి నాయకులనుంచి కూడాఆశించవచ్చు. నిజానికి, ఆర్థిక వ్యవస్థలో అనేక రంగాలనుంచి నాయకులు పని చేసే తీరు, ప్రేరణ పొందే తీరు నిర్ణయిస్తుంది ఆ ఆర్థిక వ్యవస్థలోని ప్రజల సంక్షేమాన్ని.

పతిష్టమైన న్యాయం, చట్టం, సమర్థవంతమైన కార్యనిర్వహణ, పన్నులు, తక్కిన కీలకమైన కార్యకలాపాలమీద వివరంగా నొక్కివక్కాణించిన తీరు, నేటి కాలానికి కూడా బ్రహ్మాండంగా అన్వయించుకోవచ్చు. కౌటిల్యుని దృష్టిలో సమర్థవంతంగా ప్రభుత్వాన్ని నడపాలంటే అనేక కార్యనిర్వహణ పదవుల్లో ఉండే అధికారులను, వాళ్ళ పదవికి అవసరమైన లక్షణాలకు తగ్గ వ్యక్తిని జాగ్రత్తగా ఎన్నుకోవాలి. వాళ్ళ సామర్థ్యాలని, నిజాయితీని ఎప్పటి కప్పుడు పరీక్షిస్తుండాలి అని కౌటిల్యుని అభిప్రాయము. ఇప్పటి కార్యనిర్వహణలో ఉన్న ప్రభుత్వ అధికారులకి కూడా ఈ సూత్రం వర్తిస్తుంది. మంచి పరిపాలన, నిలకడ ఒకదానితో ఒకటి పెనవేసి ఉంటాయన్నాడు కౌటిల్యుడు. పాలకులు ప్రత్యుత్తరమిచ్చి, బాధ్యతగలిగి, జవాబుదారికలిగి, ఉద్యోగంలోంచి తీయగలిగేటట్టు, అవసరమైతే మళ్ళీ తీసుకునేటట్టు ఉంటే నిలకడగా ఉంటుంది. లేకపోతే నిలకడ ఉండదు. ఏకస్వామ్యంలో కూడా జవాబుదారీ తనం ఉండాలని నొక్కివక్కాణించాడు కౌటిల్యుడు. నేటి ప్రజాస్వామ్య పాలనలో ఈ లక్షణాలు మరీ తప్పనిసరి.

అక్రమ సంపాదన గురించి తీవ్రంగా స్పందించాడు కౌటిల్యుడు. మోసగాళ్ళయిన అధికారులు ప్రభుత్వనిధులని ఎలా మోసం చేయవచ్చో 40 మార్గాల్లో సూచించాడు. కాని అక్రమ సంపాదన గురించి అతను నేలవిడిచి సాము చేయలేదు. ఒక అధికారి నిజాయితీగా ఉన్నాడో లేదా నిక్కచ్చిగా చెప్పటం కష్టమని తేల్చాడు, అతని ఉద్దేశంలో మంచి పరిపాలన కోసం, ముందు జాగ్రత్త చర్యలు, శిక్ష విధించే చర్యలు పాటించాలి, ప్రభుత్వ ఉద్యోగుల అత్యాశని

అరికట్టటానికి. నేడు ప్రభుత్వంలో పాలసీలు ఏర్పరచేవారు దీన్ని సీరియస్‌గా తీసుకుంటే, ప్రభుత్వ అధికారుల జీవితంలో మార్పు తీసుకురావచ్చు. నేడు ఉన్నత పదవుల్లో ఉన్న ఏ ఒక్క అధికారినీ అతని మీద ఎన్నో నేరారోపణలు ఉన్నా కూడా ఇంతవరకూ శిక్షించలేదన్న నిజాన్ని బట్టి నిర్ణయిస్తే కౌటిల్యుడు సూచించిన శిక్షించే పద్ధతులు, కఠిన చర్యలు మరింత ప్రాముఖ్యతని సంతరించుకుంటాయి. భారతదేశంలో, అరవయి ఏళ్ళుగా ప్రణాళికలు వేస్తున్నా, సమర్థవంతమైన సమానమైన నీటి నిర్వహణ యింకా కలగానే మిగిలిపోవటం దురదృష్టకరం. భవిష్యవాణి చెప్పగలిగిన కౌటిల్యుని దగ్గర ఈ విషయంలో ఎన్నో ఆచరణీయ సలహాలున్నాయి.

1985 లో టెక్నాలజీ ద్వారా సురక్షిత త్రాగునీటి పథకం ఏర్పాటుచేసినా పల్లెటూర్లలో అత్యధిక సంఖ్యలో ప్రజలకు నీరు అందించే కల, కలగానే మిగిలిపోయింది. కౌటిల్యుని సూత్రాలలోకి తొంగిచూసి, వాడకం రుసుం సూత్రాన్ని అమలులో పెట్టాలి అత్యవసరంగా.

దాదాపు రెండు వేల ఏళ్ళ కిందట కౌటిల్యుడు మిశ్రమ ఆర్థిక వ్యవస్థని వర్ణించటం చూస్తే ఆశ్చర్యమేస్తుంది. కాని తమాషాగా 1950 ల మధ్యలో కీర్తిశేషులు జెఆర్‌డి టాటా ఈ మిశ్రమ ఆర్థిక వ్యవస్థకి మ్రొగ్గుచూపారు. ఇది ప్రైవేటు సంస్థలకీ, ప్రభుత్వ సంస్థలకీ మధ్యే మార్గంగా ఉంటుందని భావించారు. 'ప్రభుత్వం చురుకుగా, సమర్థవంతంగా, తెలివిగా, లాభదాయకంగా విభిన్న రంగాల్లో ఆర్థికవ్యవస్థని నడపాలి.'

ఇప్పటి వరకూ, అధికారులందరికీ 'లాభం' అన్న పదం మీద అనాసక్తి ఉండటం చేత దేశంలో వ్యాపార దక్షతని పుష్పించ నివ్వలేదు. కౌటిల్యుడు లాభం చేకూర్చటానికి సంపదని సృష్టించటాన్ని ఆకాశానికెత్తేసాడు. ఒక సంస్థ లాభాలు పొందితే, దాన్ని శ్రామికులకి వ్యతిరేకంగా భావించలేదు అతను. నిజానికి ఈ భావనకి వ్యతిరేకంగా భావించాడు. ఏ అధికారి అయినా, సరిపడినంత లాభాలు ప్రభుత్వ కార్యకలాపాల్లో ఏర్పరచకపోతే, అతన్ని 'శ్రామికుల శ్రమను

దోచుకున్నందుకు' శిక్షిస్తారు. కౌటిల్యుని దృష్టిలో శ్రామికశక్తిని న్యాయంగా చూడాలి, కాని కఠినంగా ఉండాలి. సంపద సృష్టించటం, ఒక సంక్షేమ ప్రభుత్వాన్ని నిలబెట్టటానికి ముఖ్యమని కౌటిల్యుడు గుర్తించాడు. దేశ సంపదని సృష్టించటానికి, సంరక్షించటానికి, దాచటానికి అనువైన మార్గాలని వివరించి, చాటి చెప్పాడు.

కౌటిల్యుడు ఉద్యోగాలు యివ్వటం గురించి నొక్కివక్కాణిస్తూ, ఉత్పాదకతకు తగ్గట్టుగా జీతాలుండాలని గట్టిగా చెప్పాడు. నేటి ప్రపంచీకరణయుగంలో, ఉత్పాదకతకీ, జీతాలకీ ముడిపెట్టటం బాగా సరిపోలుతుంది.

ప్రభుత్వ విత్తం విషయంలో ప్రస్తుత ప్రభుత్వం కౌటిల్యుడు విధించిన సూత్రాలను పాటిస్తే, కేంద్రప్రభుత్వం, రాష్ట్రప్రభుత్వం 'ఫిస్కల్ రెస్పాన్సిబిలిటీ అండ్ బడ్జెట్ మానేజ్‌మెంట్ ఆక్ట్' (కోశాగారం బాధ్యత, బడ్జెట్ నిర్వహణ ఆక్ట్) ని ప్రవేశపెట్టి ఆచరణలో పెట్టాల్సిన అవసరం ఉండదు. కౌటిల్యుడు విధించిన ఆరోగ్యకరమైన కోశాగార నిర్వహణ సూత్రాలు, భారతదేశానికే కాదు, మొత్తం ప్రపంచానికే వర్తిస్తాయి.

ఆర్థికపరమైన ఆలోచనా తీరుని కౌటిల్యుడు గొప్పగా వర్ణించిన తీరు, ప్రభుత్వ విత్తం అంశంలో చూడవచ్చు. ప్రభుత్వ విత్తాన్ని సరిగ్గా నిర్వహించాలన్న విషయానికి ఎక్కువ ప్రాముఖ్యతనిచ్చాడు. ఎందుకంటే ఇటు మామూలు సమయాల్లోనూ అటు యుద్ధం, కరువు కాటకాలు, తక్కిన దురవస్థల్లోనూ ప్రభుత్వం యొక్క ఆర్థిక బలం కీలక పాత్ర వహిస్తుంది. కౌటిల్యుడు ఏడు రకాల రాబడులను పేర్కొన్నాడు. వాటిని నికర ఆదాయంగానూ (భూమ్మీద, వ్యాపారం మీద వేసే పన్నులు), అదనపు ఆదాయంగానూ (వడ్డీలు, లాభాలు వంటివి) విభజించాడు. కాని, ఖర్చులని 15 భాగాలు కింద విభజించారు. పన్నులు విధించేటప్పుడు, నిష్పక్షపాతం, సమభావం చూపించాలి. పన్నుల విషయంలోనని ఉటంకించాడు. పన్ను చెల్లించేవారిలో అసంతృప్తి చోటు చేసుకోకూడదని నొక్కి

వక్కాణించాడు. ఎందుకంటే ప్రజల బాగోగులే అతని మనసులో ప్రథమస్థానం వహించేవి.

ప్రభుత్వ నిధులని ఎలా అక్రమంగా వాడతారో అలాటి అలవాట్లని ఎలా పట్టుకుని, అదుపులో పెట్టవచ్చో చాలా వివరంగా వర్ణించాడు. చూస్తుంటే రాయితీలు యివ్వటం, మినహాయింపులు యివ్వటం, కౌటిల్యుని కాలంలో కూడా ఉన్నట్టే గోచరిస్తుంది. అతను ఈ మినహాయింపులని జాగ్రత్తగా పరిశీలించి ప్రణాళిక వేయాలనీ, వాటిని స్త్రీలకి, మైనర్లకి, విద్యార్థులకి, వికలాంగులకి, తదితరులకీ ఏర్పరచాలనీ సూచించాడు.

ప్రభుత్వ విత్తం గురించి వివరించేటప్పుడు కౌటిల్యుడు విశేషమైన ముందు చూపు చూపించాడు. సారవంతమైన నేల, ఆనకట్టలు, ట్యాంకులు, నీటి పారుదల, గనుల మీద పెట్టుబడులు పెట్టే మార్గాలను సూచించాడు. అది ఈ రోజుకి కూడా ఎంతగా విలువైనదో తెలుస్తుంది, గత రెండు యూనియన్ బడ్జెట్లలో నీటి వనరులని పరిరక్షించుకోవటం గురించిన చర్చలను గమనిస్తే. ఈ వనరులు నిస్సందేహంగా కౌటిల్యుని కాలంలో అత్యంత ప్రాముఖ్యత వహించాయి. ఆర్థిక పరంగా చూస్తే ఇదే వాదనని కొనసాగించి, భారతదేశంలోని నేటి ఆర్థిక పరిస్థితికి పనికి వచ్చే ఉత్పాదక వనరుల పట్టికని సంపూర్ణంగా తయారు చేయాల్సిన అవసరం ఎంతో ఉంది.

పెట్టుబడుల విషయానికొస్తే కౌటిల్యుని సూచనలు భారతదేశానికి అమోఘంగా సరిపోలుతాయి. కౌటిల్యుడు భూమిని చాలా ముఖ్యమైన ఆస్తిగా అభివర్ణించాడు. ఈ పని 2400 ఏళ్ళ కిందట చేసాడన్న నిజాన్ని గ్రహిస్తే పొలం పనులకి, నిర్వహణకి అతను శాస్త్రీయ పద్ధతులను సూచించటం అమోఘం. కౌటిల్యుడు నేలని దున్నే భూమిగానూ, బంజరు భూమిగానూ విభజించాడు. దున్నే భూమిని రైతులకి జీవితకాలానికి మాత్రమే యిచ్చేవారు, రైతులు పన్నులు కట్టారో లేదో చూసేవారు. భారతదేశం, ప్రస్తుతం, వ్యవసాయపు రాబడికి శిస్తులు వసూలు చేయాలో లేదో తేల్చుకోలేకుండా ఉంది. ఆ సమస్య యింకా తెగలేదు. కౌటిల్యుడు

వ్యవసాయానికి శిస్తులు వసూలు చేయాలని వాదించటమేకాక, **ధనవంతులైన రైతులకి హెచ్చు పన్నులు విధించాలన్నాడు.** వ్యవసాయం మీద పన్నుల విషయంలో అధికంగా చేయకూడదన్నాడు. అంటే అసలు విధించకుండా ఉండకూడదు, తలకు మించిన పన్నులూ విధించకూడదు.

వ్యవసాయం మీద సమాచారం తయారు చేయాలన్నాడు కౌటిల్యుడు. అలా చేయటం వల్ల రాబడి ఎంత వచ్చిందో ఎంత పోగడిందో తెలుసుకోవటానికి ఆధారమవుతుంది. భూమి నమోదు గురించి కూడా సూచనలున్నాయి అతనివి. ప్రస్తుత సందర్భంలో పాటించి తీరాల్సిన ఇంకో అంశం యిది. ఎందుకంటే భారతదేశంలో ఎన్నో రాష్ట్రాలలో సరిగా భూమి నమోదు వివరాలు లేవు, అందువల్ల భూ సంస్కరణలు చేపట్టాలంటే యిది గొడ్డలి దెబ్బ అవుతుంది.

నీటి పారుదల నిర్వహణ, అత్యధిక వస్తువుల నిల్వలు ఏర్పాటుచేయటం గురించి కౌటిల్యుడు సూచనలిచ్చాడు. అవసరమున్న పౌరులను ఆదుకోవాలని కూడా గ్రహించాడు అతను. అందుకని కొంత మందికి ప్రత్యేకంగా పన్ను కట్టనక్కరలేని భూమిని కేటాయించాలని సూచించాడు. **ఆశ్చర్యకరంగా కౌటిల్యుని కాలంలో కూడా బంగారు, వెండిలకి గిరాకీ బాగానే ఉంది.** గోల్డ్‌మాన్ సాచ్ యొక్క ప్రముఖ బ్రజిల్, రష్యా, ఇండియా, చైనా (బి ఆర్ ఐ సి) రిపోర్టు దృష్ట్యా నేడు బంగారం చాలా ఎక్కువ విలువ సంతరించుకుంది. ముఖ్యంగా ఏ కాగితపు ద్రవ్యానికి లేని, సహజమైన విలువ వల్ల.

పర్యావరణ సంరక్షణ కౌటిల్యుని ఆర్థిక శాస్త్రంలో ఒక అంతర్భాగము. నీటి నిర్వహణ, వనాల సంరక్షణ, భూ నిర్వహణ వగైరాల గురించి నొక్కి వక్కాణించాడు కౌటిల్యుడు. 'సరసమైన ధర' సిద్ధాంతాన్ని చాటి చెప్పాడు. ప్రస్తుతం, ఇది తీవ్రమైన చర్చనాంశంగా మారింది. కేవలం భారతదేశంలోనే కాదు, ప్రపంచమంతటా నూనెకి సరియైన ధరని నిర్ణయించటం నేడొక విషమ సమస్య అయి కూర్చుంది.

ప్రభుత్వరంగ సంస్థలగురించి కౌటిల్యుడు ఏకస్వామ్య ప్రభుత్వం దృష్ట్యానూ, దాని నుంచి ఏర్పడిన పరిపాలన దృష్ట్యాను రాసాడు. కాని ఇప్పటికీ వీటిని అన్వయించవచ్చు. నేటి ప్రభుత్వరంగ సంస్థల విషయంలో **అర్థశాస్త్రములో** కోటలు, నీటి కాలువలు, రోడ్డులు, అగడ్తలు రాజు కట్టాలని నొక్కి వక్కాణించారు. ఈ మౌళిక హంగులను ఏ విధంగా కట్టాలో కూడా చాలా వివరంగా వర్ణించాడు. ఏకస్వామ్య ప్రభుత్వంలో ఉన్న అధికారులందరి ధర్మాలు, బాధ్యతలను వివరించాడు. పరిపాలనలో అనేక స్థాయి అధికారులు వాళ్ళ బాధ్యతలు సమర్ధవంతంగా నిర్వహిస్తున్నారని నమ్మకంగా తెలిసేందుకు అర్థశాస్త్రము ఎన్నో జరిమానాలను వివరిస్తుంది. జవాబుదారీతనం, పారదర్శకత యొక్క ప్రాముఖ్యతని కౌటిల్యుడు అర్థంచేసుకున్నాడు. అవి లేక పోవటం వల్లే ఎన్నో ప్రభుత్వరంగ సంస్థలు నష్టాల్లో కూరుకుపోతున్నాయి.

అర్థశాస్త్రము అనేక విభాగాల కార్యక్రమాల పర్యవేక్షణ గురించి రాజు గూఢచారులని నియమించటానికి అధికార మిచ్చింది. ఆడిట్ ఉద్దేశాలలో కొన్నిటికి యిది సరిపోలవచ్చు. నేటి కార్పరేట్ పాలన ముఖ్య లక్ష్యాలలో ఒకటి జవాబుదారీ తనానికి, పారదర్శకతకి దారితీసే కొన్ని పరిపాలనా సూత్రాలు, చట్టపరమైన నిబంధనలు ఉండేటట్టు చూడటం.

భారతదేశము గొప్ప శక్తిగా మారగల స్థితి ఉంది. అది ఎప్పుడో కాకుండా త్వరగా అయ్యేటట్టు చూడాలంటే అడ్డంకులని దాటి తీరాలి. దేశం పదే పదే ఎదుర్కోవాల్సి వస్తున్న అత్యంత పెద్ద అడ్డంకి, పరిపాలనా వైఖరినుంచి పుడుతోంది. ఈ సందర్భంలోనే కౌటిల్యుని **అర్థశాస్త్రముని** అన్వయించవచ్చు నేటి సమకాలీన జీవనానికి.

దీన్ని నిరూపించు వివరణ ఈ క్రింది విధంగా ఉంది.

కౌటిల్యుడు చెప్పాడు, 'ఒక ఆదర్శవాది యైన రాజుకి నాయకత్వం, తెలివితేటలు, శక్తి, వ్యక్తిగత విలువలు లాంటి అత్యుత్తమ లక్షణాలు ఉండి,

ఒక మహాత్ముడైన రాజుగానో లేక రాజర్షిలాగానో ప్రవర్తిస్తాడు.' తక్కిన అన్ని విషయాలతోపాటు, ఒక రాజర్షి తన ప్రజల **యోగక్షేమాలను** పెంపొందించటంలో ఎప్పుడూ చురుగ్గా ఉండి, తన ప్రజలను ఐశ్వర్యవంతులని చేసి, వాళ్ళకి మంచి చేయటం ద్వారా వాళ్ళకి ఆప్తుడవుతాడు. **యోగ** అంటే ఒక లక్ష్యాన్ని దిగ్విజయంగా సాధించటం. **క్షేమం** అంటే ఐశ్వర్యాన్ని ప్రశాంతంగా అనుభవించటం. గొప్ప తెలివితేటలు ఉండాలంటే, ఒక రాజు (నాయకుడి)కి కావాల్సినవి.

- నేర్చుకోవాలనే తపన

- గుర్తుంచుకోవటం

- సత్యాన్వేషణని ప్రతిబింబించే సమగ్ర అవగాహన.

ఒకరాజు (నాయకుడు) వ్యక్తిగత విలువల విషయానికొచ్చేసరికి ఒక ఆదర్శవంతమైన రాజుకి వాక్చాతుర్యం, సూదంటురాయి లాంటి తెలివితేటలు, అమోఘమైన జ్ఞాపకశక్తి, పదునైన మెదడు ఉండాలన్నాడు కౌటిల్యుడు. సలహాయిస్తే పుచ్చుకోవటానికి సిద్ధంగా ఉండాలి. ప్రతిఫలమీయటంలో, శిక్షించటంలో న్యాయంగా వ్యవహరించాలి. వచ్చిన అవకాశాలను దొరికి పుచ్చుకునే ముందుచూపు ఉండి, అనువైన సమయం, ప్రదేశం కార్యాచరణ తీరు నిర్ణయించుకోవాలి. మామూలు సమయాల్లో ఎలా పాటించాలో అత్యవసర పరిస్థితుల్లో ఎలా పాలించాలో తెలియాలి. ఎప్పుడు కత్తి దూయాలో, ఎప్పుడు శాంతి మంత్రం జపించాలో తెలియాలి. ఎప్పుడు తగు సమయం కోసం ఆగాలో, ఎప్పుడు ఒప్పందాలు కుదుర్చుకోవాలో, ఎప్పుడు అదును చూసి శత్రువు నిస్సహాయతపై కొట్టాలో తెలియాలి. తన గౌరవాన్ని ఎప్పుడూ కాపాడుకోవాలి. పగలబడి నవ్వకూడదు తియ్యగా మాట్లాడాలి. ప్రజల కళ్ళలోకి చూసి మాట్లాడాలి, ఉరిమి చూడకూడదు. పెద్దవాళ్ళ మాటలకు అనుగుణంగా నడుచుకోవాలి.

ఆర్థిక అభివృద్ధి అనేది ఒక లక్ష్యానికి ఒక మార్గం. దేశాల ముఖ్యలక్ష్యం నాలుగు కాలాలు నిలిచే అభివృద్ధిగా ఉంది, లేదా కనీసం ఉండాలి. సమర్ధవంతమైన రాజకీయ ఆర్థిక వ్యవస్థ యొక్క రూపాన్ని, లక్షణాలని, సూత్రాలను పరిశోధించిన గ్రంథం **అర్థశాస్త్రము**. ఆర్థిక వ్యవస్థలో పెరుగుదల ఉన్నా కూడా పేదరికం, అభివృద్ధి లోపం ఉండటంలో ఆశ్చర్యమేమీ లేదు. ఒక్క ముక్కలో చెప్పాలంటే దీనికి కారణం ప్రభుత్వ విధానం లేదా సంపద యొక్క లాభాలను అందజేసే పద్ధతులు ఉండి కూడా దాన్ని అందజేయని వాళ్ళ లోపం. అవి వాడుంటే అవి దుర్మార్గాన్నీ, పూర్తి పేదరికాన్నీ పారద్రోలటమో, కనీసం తగ్గించటమో చేసి ఉండాలి.

కొన్ని శతాబ్దాల కిందట నాలుగు కాలాలు నిలిచే అభివృద్ధి కొరకు మందు సూచించబడింది **అర్థశాస్త్రములో**. అందులో కొన్ని అత్యంత ముఖ్యమైన పద్ధతులు:

(i) అన్ని మౌళిక హంగులని అమర్చుకోవాలని నొక్కి చెప్పటం.

(ii) సలహాదారులు, కమీషనర్లు, ప్రభుత్వ అధికారులందరను జాగరూకతతో ఎన్నుకున్న పద్ధతి; వాళ్ళు పాటించాల్సిన విలువలు; ఇవి ఎక్కడ ఆచరణలో పెట్టాలో, అవన్నీ సమగ్రంగా వివరించబడ్డాయి.

ఇలా చేయటం వల్ల పారదర్శకతని, జవాబుదారీ తనాన్ని అదృష్టానికి వదిలేయలేమని లేదా అధికారులు ఎప్పుడూ వాళ్ళ మనసు చెప్పిన రీతిలో ప్రవర్తిస్తారన్న ఊహగాని తనకి తెలుసని నిరూపించాడు కౌటిల్యుడు.

(iii) స్వయంగారాజే కొన్నిలక్షణాలని కలిగి ఉండాలి. తను ప్రవర్తన నియమావళిని పాటించకుండా తప్పించుకోలేడు. ఆ విధంగా నాయకత్వం అంటే కేవలం అధికారం, హోదా ఉండటం కాదు, నాయకత్వం అంటే సమర్ధవంతంగా తన ధర్మాలను, బాధ్యతలను, కర్తవ్యాలను నిర్వహించాలని అర్థం.

ప్రపంచీకరణ శకంలో కౌటిల్యుడు జీవించిఉండకపోవచ్చు కాని తక్కిన దేశాలతో సంబంధ బాంధవ్యాలు కాని మిత్రృత్వం కాని ఒక దేశం పెట్టుకోగలిగిన తీరు తెన్నులను విభజించిన తీరుగాని దానికి విరుద్ధంగా శత్రువులు లేదా ద్వేషించేవారు చేసే హానిని గురించిన వివరాలు కాని ఎంతో ఉపయోగకరంగా ఉన్నాయి. మనం జీవితంలో అనేక రంగాల్లో మంచి పరిపాలనా దక్షత గురించి పాఠాలు నిరాశగా వెతుకుతున్నప్పుడు అర్థశాస్త్రము మనకు ఎన్నో ముఖ్యమైన పాఠాలనిస్తుంది. 'మంచి, న్యాయబద్ధమైన కార్యనిర్వహణ, 'సేవ,' 'సత్ప్రవర్తన,' 'జవాబుదారీతనం,' వగైరాల మీద నొక్కివక్కాణించాల్సిన అవసరం వెంటనే ఎంతైనా ఉంది నేటి అల్లకల్లోల పరిస్థితుల్లో.

15

తుదిపరిశీలనలు

ఉద్గ్రంథమైన అర్ధశాస్త్రము లోతులు కొలిచిన కొద్దీ, ప్రస్తుత ఔత్సాహిక, అనిశ్చిత ఆర్థిక, సామాజిక వ్యవస్థలకి కౌటిల్యుని భావాలు ఎంత చక్కగా సరిపోతాయో చూస్తే, ఆశ్చర్యం పాలు ఎక్కువవుతూ వస్తుంది. నిజానికి, కౌటిల్యుని పుస్తకాన్ని ప్రస్తుత భారతదేశానికే కాదు, యావత్ప్రపంచానికీ నేడు చక్కగా అన్వయించుకోవచ్చు. ఆ రోజుల్లో రాజ్యమేలుతున్న సంస్కృత భాషలో రచింపబడినా, అర్ధశాస్త్రము ఇప్పటికీ భారతీయ సాహిత్యం మొత్తానికి తలమానికం వంటిది. ఎందుకంటే అది నిర్భయంగా నిజమైన రాజకీయ పరిస్థితి, క్రమ శిక్షణలో ఉండాల్సిన ఆర్థిక వ్యవస్థ గురించి చాటి చెప్పింది.

కౌటిల్యుడు ఆర్థికశాస్త్రం గురించి ఎక్కువగా రాయలేదని ప్రజాభిప్రాయం ఉన్నా, నిజానికి కౌటిల్యుడు పరిపాలన విషయం గురించి ఒక సమగ్ర సంపూర్ణ రూపం యిచ్చి, ఆర్థికశాస్త్రానికి ఒక కొత్త కోణాన్ని కలిగించాడు. కాని దురదృష్టవశాత్తూ అది ఇన్నాళ్ళు మరుగున పడిపోయింది. వనరుల నిర్వహణ, సమర్ధవంతమైన పాలన, నిష్పక్షపాతంగా వ్యవహరించే న్యాయవ్యవస్థ, పెద్ద పదవులను నిర్వహించగల సత్ప్రవర్తన కలిగిన మేధావులు-వీటన్నిటితో కూడినది ఆర్థికశాస్త్రం.

ఇంకొక ముఖ్యమైన కోణం-ఆర్థిక అభివృద్ధి సమాన సామాజిక సంక్షేమంతో కూడిన, కౌటిల్యుడు సూచించిన, ఆర్థిక వ్యవహార పద్ధతి నాలుగు కాలాల

పాటు నిలుస్తుంది. అతను రాసినదాంట్లో అత్యంత ముఖ్యమైనది కోశాగార నిర్వహణ. ముందు పుటల్లో చెప్పినట్లుగా దానికి సంపూర్ణంగా ప్రణాళిక వేసాడు. దీనిలో భాగంగా పాలకుడు న్యాయంగా, అంకితభావంతో ఉండి, తను చేపట్టిన పదవికి అర్హుడై ఉండాలి, పాటించాల్సిన పద్ధతులు, తతంగాలు, నియమాలు అన్నీ యథాస్థానంలో ఉండి, స్పష్టంగా విశదీకరించబడి ఉండాలి. కోశాగారం నింపటానికి అనేక మార్గాలుండాలి, అన్నీ తేటతెల్లమయ్యేటట్టు విశదీకరించబడాలి. కోశాగారం ఎంత నిండిందన్నది ప్రభుత్వం దగ్గర ఎంత సంపద పోగడిందన్న విషయం మీద ఆధారపడి ఉంది. ఆస్తులన్నిటికీ రాజు ముఖ్యమైన, మిగిలిన యజమాని అన్న నిజాన్ని ఆచరిస్తే సాధ్యమవుతుందది. ఉదాహరణకి ప్రత్యేకంగా ఏ వ్యక్తికీ చెందని భూమి రాజు ఆస్తి కింద జమ అవుతుంది. అన్ని నీటి వనరులూ రాజుకి చెందుతాయి. నీటి వాడకం దారులు రాజుకి సొమ్ము చెల్లించాల్సి ఉంటుంది దాన్ని వాడినందుకు.

అన్నిటికన్నా ఆకర్షణీయమైన అంశం పరిపాలనలో కీలకమైన అంశాలకి కౌటిల్యుడు ఇచ్చిన వాస్తవ, నిజమైన దృక్పథం. కౌటిల్యుడు ఎప్పుడో 2400 ఏళ్ళక్రితం ముక్కుసూటి పరిష్కారాలు చూపించిన సమస్యలతో మనం ఇప్పటికీ కొట్టుమిట్టాడుతుండటం చూస్తే ఆశ్చర్యమేస్తుంది. అంటే దీన్ని బట్టి, మన దృక్పథంలో ఎక్కడో ఎప్పుడో పొరపాటు దొర్లిందని అర్థమవుతోంది. కౌటిల్యుడు చాటి చెప్పినది ప్రాథమిక సమస్యలని ఎదుర్కోవటమెలా-అదికూడా కేవలం ఆర్థిక వ్యవస్థలోనే కాదు, మానవ వనరుల అభివృద్ధి విషయంలో కూడా. నేడు వీటిని సరిగా పాటించటంలేదు. అందుకే కౌటిల్యుని అర్థశాస్త్రంకి వెనక్కి వెళ్ళాల్సిన ఆవశ్యకత వెంటనే ఉంది.

భారతీయ ఆర్థికవ్యవస్థలో కౌటిల్యుని ఆలోచనల అన్వయం ఇంకో సందర్భంలో చూస్తే, ఇంకో కొత్త కోణం పుంజుకుంటుంది. అంటే 21వ శతాబ్దంలో చీనా దేశంతో పాటు భారతదేశం ప్రపంచీకరణ ఆర్థిక వ్యవస్థని రాజ్యమేలు తుందన్న దృక్పథంలోంచి చూస్తే అన్నమాట. కౌటిల్యుని ఆర్థికశాస్త్రాన్ని అన్వయిస్తే అది

భారతదేశం పాటించటానికి ఒక సంపూర్ణ, సమగ్ర అభివృద్ధి పథకాన్ని ఇవ్వగలదు. ఈ కల నిజమవాలంటే, అన్ని రంగాల ప్రభుత్వ సంస్థలు, పరిపాలనలు ఒక్కతాటిమీద నడవాలి, ఒక అనుకూలమైన దోహదకారి యైన వాతావరణం ఏర్పరచటానికి ఇక్కడ కౌటిల్యుని ఉద్గ్రంథం అత్యంత దోహదకారి అవగలదు.

అనుబంధం:

అర్థశాస్త్రము నుంచి
సామెతలు, బోధనలు

(I)   పాలకులు: ధర్మాలు, లక్షణాలు

• పాలకుడి ఆనందం ప్రజల ఆనందంలో ఉంది. వాళ్ళ సంక్షేమమే తన
సంక్షేమము. పాలకుడు తనకి వ్యక్తిగతంగా ఏది తృప్తినిస్తుంది, ఏది
లాభదాయకం అని చూడకూడదు, ప్రజలకు ఏది ఆనందాన్నిస్తుంది, ఏది
లాభదాయకం అని చూడాలి.

• ప్రజల మనసు చూరగొనటం కోసం, తన అధికారాన్ని ఎలా వినియోగం
చేసుకోవాలో, ఫలితాలను ఎలా సాధించాలో, సరిగ్గా ప్రణాళిక వేసుకోవాలి
పాలకుడు.

• ఎందరో పాలకులు అరిషడ్వర్గాల (ఆరు శత్రువులు) చేతికి చిక్కి
నాశనమయ్యారు (కామ, క్రోధ, లోభ, మోహ, మద, మాత్సర్యాలు) అందుకని
ఆ మార్గంలో పోకుండా, సత్యాన్ని, సంపదని కాపాడాలి.

• న్యాయమార్గాన్ని అవలంబించే రాజును, శత్రువులు తుదముట్టించినా, ఏదైనా
విపత్కర పరిస్థితి ఎదురైనా, అతనికి ప్రజలు అండగా నిలబడతారు.

• ఈ శాస్త్రము మొత్తం ఇంద్రియ నిగ్రహం పెంచుకోవటం కోసం

ఉద్దేశింపబడింది. దీనికి వ్యతిరేకంగా చేసే రాజుకి ఇంద్రియ నిగ్రహం లేకపోవటం చేత, వెంటనే సర్వనాశనమవుతాడు, భూమికి నాలుగు దిక్కులకు అధిపతి అయినా కూడా.

• సాధారణంగా క్రోధానికి లొంగిపోయిన రాజులు ప్రజల కోపజ్వాలలకి బలిఅయిపోయారు. శారీరక వాంఛలకు బానిసలయిన వాళ్ళు, శత్రువుల చేతబడి,వాళ్ళ బలహీనత,చెడునడత కొనితెచ్చిన రోగాల చేతబడి నాశనమయ్యారు.

• ఒక మదపుటేనుగును, తాగిఉన్న మావటీవాడు పైకెక్కి స్వారీ చేస్తే, దానికి ఎదురైన ప్రతిదాన్ని ధ్వంసం చేస్తుంది. తనకి జ్ఞానం లేక, తెలివి తక్కువ మంత్రి సలహాలిచ్చే పాలకుని పరిస్థితి కూడా అలాంటిదే.

• జ్ఞానం చేత నియంత్రించబడ్డ పాలకుడు, తన ప్రజలను నియంత్రించటానికి ఉత్సాహం చూపుతాడు. అతను అందరి బాగోగులు కోరే మంచి వ్యక్తిగా, భూమిని ఎదురులేని చక్రవర్తిగా పాలిస్తాడు.

• ఇచ్చిన మాటను నిలబెట్టుకోని రాజు, ప్రజల ప్రవర్తన కన్నా భిన్నంగా ప్రవర్తించే రాజుని తన ప్రజలు, తక్కిన వాళ్ళు కూడా నమ్మలేరు. అందుకని తన ప్రజలు జీవించే జీవన విధానాన్ని, అదే వస్త్రాలంకరణని, అదే భాషని, అవే ధర్మాలని అలవర్చుకోవాలి (పాలకుడు).

• నమ్మకమైన ప్రజలున్న పాలకుడు, కేవలం కొంత సహాయమే ఉన్నా కూడా, తన పనిని నెరవేర్చగలడు, వాళ్ళ సహాయ సహకారాలతో.

• సత్ప్రవర్తన కలిగిన పాలకుడు, ప్రముఖులు కానివారిని కూడా ఆనందపర్చగలడు. సత్ప్రవర్తన లేని రాజు, నమ్మకమైన, ఐశ్వర్యవంతులైన ప్రజలని నాశనం చేస్తాడు.

• దుర్మార్గుడు, సత్ప్రవర్తన లేని పాలకుని తన ప్రజలే నాశనం చేయవచ్చు లేదా శత్రువులు ఓడించవచ్చు.

• మంచి లక్షణాలున్న పాలకుడు, రాజనీతి తెలిసి, నమ్మకమైన ప్రజలనే సంపద కలిగి ఉన్నవాడు, చిన్న రాజ్యాన్ని పాలిస్తున్నా కూడా, ప్రపంచాన్నంతా అనుభవిస్తాడు, ఎప్పుడూ గెలుపునే చవిచూస్తాడు కాని ఓటమి పొందడు.

• (పాలకుడు) ఋజువర్తన కలిగి ఉండటానికి కొన్ని ధర్మాలని నెలకొల్పాలి. అలాగే గురువులను, మంత్రులను నియమించుకోవాలి తను చెడుమార్గంలో పడకుండా కాపాడటానికి.

• (పాలకుడు) ఋజువర్తన మూలాలని, సంపద మూలాలని వేధించకూడదు.

• యథారాజా తథా ప్రజా. రాజుకి ఏ ప్రవర్తన ఉంటే, అతని అనుయాయులకి కూడా అదే ప్రవర్తన ఉంటుంది.

• అనేక శాస్త్రాలను ఔపోసన పట్టని రాజు, విచక్షణా రహితంగా ప్రవర్తించి, నిర్ణయాలు తీసుకోవటంలో మొండి వైఖరి వహించి, తక్కిన వారి అదుపాజ్ఞల్లో ఉంటాడు.

• జ్ఞానము, నియంత్రణ కొరవడిన చోట, చెడుమార్గాల్లో పడతారు మనుష్యులు. శిక్షణ లేని, నియంత్రణ లేని, నిరక్షర కుక్షి, చెడు మార్గాలు కలగజేసే నష్టాన్ని గుర్తించలేడు.

• వైజ్ఞానిక శాస్త్రాలు, ఆధ్యాత్మిక గ్రంథాలను అధ్యయనం చేయటంలోని ఏకైక లక్ష్యం యిది - ఇంద్రియ నిగ్రహం పొందటం.

• తన ధర్మాన్ని సత్యంగా పాటించి, తన ప్రజ్ఞని సవ్యంగా కాపాడిన పాలకుడు, స్వర్గానికి వెళతాడు. దీనికి విరుద్ధంగా జరుగుతుంది, ఏ పాలకుడైనా తన ప్రజలను కాపాడకపోయినా, వాళ్ళకి అన్యాయంగా శిక్షలు విధించినా.

• నాలుగు వర్ణాల వాళ్ళ ధర్మాలు, జీవితంలో పాటించాల్సిన నాలుగు ఆశ్రమ ధర్మాలు ప్రజలు పాటించేందుకు గట్టి నియమ నిబంధనలు విధించి, అసత్యమార్గాన్నంతా రూపుమాపితే, ఆ పాలకుడు న్యాయానికి ప్రతీకగా నిలుస్తాడు.

• ఏ పాలకుడు నాలుగు సూత్రాలని ఆధారం చేసుకుని న్యాయం చేకూరుస్తాడో: ఋజువర్తన, సాక్ష్యం, కేసు పూర్వాపరాలు, ఆ కాలం నాటి చట్టం, అతను ప్రపంచాధినేత అవుతాడు.

• ఋజువర్తన కలిగిన పాలకుడు, అసత్యవంతుడి చేతిలో ఓడిపోవచ్చు, నిర్లక్ష్యం వహిస్తే.

• జీవితంలో అనేక దశల్లో, అనేక తెగల ప్రజలు నివసించే రాజ్యాలను గెలిచాక, పాలకుడు దాన్ని నిర్ణీత ధర్మాలకనుగుణంగా పాలిస్తూ, అనుభవించాలి.

• (పాలకుడు) తక్కిన వాళ్ళు పాటిస్తున్న, తన రాజ్యంలో అమలులో లేని, ఋజువర్తన పెంచే సాంప్రదాయలను ప్రవేశపెట్టాలి. అధర్మమైన సాంప్రదాయాలను ప్రవేశపెట్టకూడదు, తక్కిన వాళ్ళు పాటిస్తుంటే, వాటిని నిలిపివేయాలి.

• అతని (పాలకుని) రహస్యాలు యితరులకి తేటతెల్లమవకూడదు; కాని తను మాత్రం తక్కిన వాళ్ళ లొసుగులని తెలుసుకోవాలి. తాబేలు తన కాళ్ళని లోపలికి లాగేసుకున్నట్టుగా, బయటకి విశదమయ్యేటట్టు ఉన్న ఏ అవలక్షణాన్నైనా తను దాచేసుకునేందుకు ప్రయత్నించాలి.

• దాక్కున్న పాము దేన్నైతే తనకు హానికరమని భావిస్తుందో, దాని మీదకు విషం కక్కినట్టుగా, ఎవరినించైతే ప్రమాదం పొంచి ఉందని పాలకుడు భావిస్తాడో, వాళ్ళ మీదికి అతను క్రోధమనే విషాన్ని గ్రక్కుతాడు.

• కుక్కలని పెంచేవారి ఆవు బ్రాహ్మణులకు కాకుండా కుక్కలకి పాలు ఎలా యిస్తుందో, అలా (నీతిచెడిన) పాలకుడు, ఉన్నత ప్రవర్తన కలిగిన వారికి కాకుండా, పరాక్రమము, తెలివితేటలు, వాగ్ధాటి, బలం లేని వాళ్లకు సహాయం చేస్తాడు.

• ఎలాగైతే వేటగాళ్ళకి (హరిజనులకి) సంబంధించిన బావి వాళ్ళకి మాత్రమే పనికి వచ్చి, తక్కిన వాళ్ళకి పనికిరాదో, అలాగే ఈ (నీతిచెడిన) పాలకుడు కేవలం తక్కువ స్థాయి ప్రజలకే పనికివస్తాడు కాని, ఉన్నతమైన ప్రవర్తన ఉన్న వాళ్ళకి కాదు.

• రాయబారులు, పాలకుల అభిప్రాయలని వెలిబుచ్చేవారు. అందుకని, తమ మీద ఎదుటివారు కత్తి దూసినా కూడా, వాళ్ళని చెప్పమన్నట్టే చెప్తారు. నిమ్నజాలి కులస్తులు కూడా చావుకు వెరవరు. ఇంక బ్రాహ్మణుల సంగతి వేరే చెప్పాలా?

• పాలకుడు చిన్న తప్పిదాలను మన్నించాలి, రాబడి తగ్గినా కూడా తృప్తి చెందాలి.

• కొట్టొచ్చినట్టు కనబడేదాన్ని బట్టి, ప్రత్యక్షంగా కనబడని దాన్ని బట్టి, అవగాహన చేసుకోవాల్సిన దాన్ని బట్టి ఉంటాయి పాలకుడి చర్యలు.

• ప్రజలకి అందుబాటులో లేని పాలకుడి చేత అతను చేయాల్సిన పని లేదా చేయకూడని పనికి విరుద్ధంగా చేయిస్తారు అతని చుట్టూ ఉన్న భజనగాళ్ళు.

• (పాలకుడు) అత్యవసర విషయాలను తక్షణం చేపట్టాలి, ఆలస్యం చేయకుండా. ఎప్పుడైతే ఒక విషయాన్ని నిలిపివేస్తారో, ఆ విషయాన్ని పరిశీలించటం, నిర్ణయం తీసుకోవటం మరింత కష్టమవవచ్చు లేదా పరిష్కారం అసాధ్యమవావచ్చు.

(II) సలహాదారులు, సహాయకులు, మిత్రులు

• సహాయము ఉంటేనే పరిపాలన సాధ్యమవుతుంది. ఒంటరి చక్రం కదలలేదు. అందుకే మంత్రులని నియమించుకొని, వాళ్ళ సలహాలను స్వీకరించాలి.

• శక్తివంతమైన మంత్రులు లేని పాలకుడు, తన చుట్టూ తెలివైన వ్యక్తులను కాని, జ్ఞానం ఉన్న పెద్దవాళ్ళను కాని పెట్టుకోవాలి. అలా చేస్తే, వెంటనే ఐశ్వర్యవంతుడవుతాడు.

• భారతదేశంలో మంత్రుల సలహా 1000 మంది మేధావులతో సమానం. మంత్రి కన్ను అంత చురుకైనది. అందుకే అతన్ని 'వేయికళ్ళ వ్యక్తి'గా అభివర్ణిస్తారు, అతనికి రెండు కళ్ళే ఉన్నా కూడా.

• ఎవరితో అనుబంధం పెంచుకోవాలి? తను యిష్టపడేవారినా? లేక తనని యిష్టపడేవారినా? తనని యిష్టపడే వారి దగ్గరికి వెళ్ళాలి. ఒక అనుబంధం పెంచుకునే గొప్పవిధానం యిది.

• శక్తి పెరిగిన మిత్రులను నమ్మటానికి వీలులేదు. ఎందుకంటే నడమంత్రపు సిరి మనసును మార్చేస్తుంది.

• స్నేహబంధాన్ని పటిష్ఠం చేస్తాయి కష్టాలు.

• స్నేహహస్తం చాచటం స్నేహానికి గుర్తు.

• అనుబంధం గట్టిపడితే, అవమానం చెందినా విడనాడరు.

• ఇటువంటి విశ్వాసం జంతువుల్లో కూడా చూడవచ్చు. ఉదాహరణకు ఆవులు, తెలియని గుంపులోకి చొరబడకుండా, ఎప్పుడూ తమ మందలోనే ఉండిపోతాయి.

• పాలకులతో దీర్ఘకాల అనుబంధం ఉన్నవాళ్ళు, కొంతకాలమయ్యాక పాలకుల దగ్గర్నుంచి అన్నీ లాగేసుకుని, వాళ్ళే పాలకుల లాగా అజమాయిషీ చేసే ప్రమాదముంది.

• తనతో చదివిన వారు, నమ్మకస్తులే అయినా కూడా, తనతో కలిసి ఆడిన చనువుకొద్దీ పాలకునికి యివ్వాల్సిన గౌరవం యివ్వరు (అందుకని వాళ్ళని మంత్రులుగా నియమించకూడదు).

• రహస్య విషయాలలో ఒకే స్వభావం ఉండి, ఒకటే మాదిరి వ్యసనం, చెడు అలవాట్లు (పాలకునితో సమానంగా) ఉన్న వాళ్ళు, రహస్యాలు పాలకునికి తెలుసన్న భయం కొద్దీ, అతన్ని నొప్పించరు.

• ఎలాగైతే వేదపండితులు కాని బ్రాహ్మణులు, మంచివారు చనిపోయిన వారికి చేసే శ్రాద్ధ కర్మల్లో తినటానికి అనర్హులో, అలాగే రాజ్యానికి సంబంధించిన అనేక శాస్త్రాల గురించి పూర్తి అవగాహన లేని పాలకులు, మంత్రులు యిచ్చే సలహాలు స్వీకరించటానికి అనర్హులు.

• విజయం చేజిక్కించుకున్నాక బలవంతుడైన మిత్రుడి నుంచి (బలహీనమైన మిత్రుడికి) వాటా చాలా చిన్నదే వచ్చినా కూడా, తృప్తి పడాలి.

• సహాయం అందించే వాళ్ళు లేకపోతే, సహాయం పొందేవాళ్ళకి ఉనికే లేదు.

(III) శత్రువుల గురించిన తంత్రాలు

• పక్షులను ఎలా అయితే ఇంకో పక్షిని ఎరవేసి పట్టుకుంటారో, అలాగే శత్రువులని నమ్మకం కలగజేసి, ఏదో ఒక ఎరచూపి, నాశనం చేయాలి.

• తమకు మిత్రులుగా చెలామణి అవుతున్న శత్రువులని తమ ఖర్చుతో ఎదగనివ్వకూడదు.

• దేన్నైతే ఇంకో శత్రువు బలవంతంగా గుంజుకునే అవకాశం ఉందో, దాన్ని యివ్వాలి (శత్రువుకి)

• శత్రు సైన్యాన్ని నాశనం చేయటం అంటే ప్రాథమికంగా వాళ్ళ ఏనుగులను నాశనం చేయటం.

• ఎలాగైతే ప్లక్ష వృక్షం మీద నివసించిన పావురం, సల్మాలీ చెట్టుకు నిరంతర ప్రమాద హేతువో, అలాగే ఒక శత్రువుతో జీవించి వచ్చిన వ్యక్తి కూడా నిరంతర ప్రమాదానికి హేతువవుతాడు.

(IV) యుద్ధనీతి

• అనేక మంది అధికారుల కింద పనిచేసే సైనికులు, పరస్పర భయంకొద్దీ, శత్రువుతో చేతులు కలపరు.

• ఒకచోట ఉంచితే, (మనుష్యుల గుంపని) ఆయుధాలని సంపాదించే సామర్థ్యం వస్తుంది.

• యుద్ధంలో పాలకుల విజయం ముఖ్యంగా ఏనుగుల మీద ఆధారపడి ఉంటుంది.

• ఇద్దరు సమాన యోధుల మధ్య యుద్ధం, ఒక మట్టికుండ ఇంకో మట్టికుండతో ఢీకొన్నట్టుగా, యిద్దరినీ నాశనం చేస్తుంది.

• ఒక అసమర్థుడితో యుద్ధం సంపూర్ణ విజయం చేకూరుస్తుంది, ఒక రాయి మట్టికుండని విరగ్గొట్టినట్టుగా.

• ఒడంబడికలని పట్టించుకోకపోవటానికి కారణం అధికారం. కాలని లోహం, లోహంతో కలవదు.

• జీవితేచ్ఛ లేకుండా యుద్ధానికి తిరిగి వచ్చిన (సైన్యం) శక్తి, తట్టుకోలేనిది. అందుకని ఓడిపోయిన సైన్యాన్ని వేధించకూడదు.

• పగలు, కాకి గుడ్లగూబని చంపుతుంది. రాత్రి గుడ్లగూబ కాకిని చంపుతుంది. (యుద్ధం చేసే సమయం ముఖ్యం).

• కుక్కకీ, పందికీ మధ్య జరిగిన యుద్ధంలో అంతిమ విజయం మధ్యవర్తిత్వం నడిపినదానిదే. (తినటానికి ఎముక దొరికినది).

• నేలమీద ఉన్న మొసలిని కుక్క ఈడుస్తుంది. నీటిలో ఉన్న మొసలి, కుక్కని ఈడుస్తుంది (యుద్ధం జరిగే ప్రాంతం ముఖ్యం).

• తన సమఉజ్జీతోనూ, తనకన్నా పైచేయి ఉన్నవాడితోనూ సంధి ఒడంబడిక ఏర్పరచుకోవాలి. తనకన్నా బలహీనుడితో యుద్ధం చేయాలి.

• తనకన్నా పైవాడితో యుద్ధం చేయటం, ఒక కుర్ర సైనికుడు ఏనుగుతో ఢీకొన్నట్టవుతుంది.

• అందరికీ లొంగిపోయే (బలహీన) పాలకుడు, జీవితంలో ఏ ఆశలేకుండా జీవిస్తాడు, నది ఒడ్డున ఉన్న ఎండ్రకాయలాగా (ఎప్పుడూ ఎవరికో పట్టుబడే ప్రమాదం ఉంది). చిన్న సైన్యంతో యుద్ధం చేసే రాజు, పడవ లేకుండా సముద్రాన్ని దాటటానికి ప్రయత్నించిన వ్యక్తిలాగా నాశనమవుతాడు. అందుకే శక్తివంతుడైన రాజు అండలో తలదాచుకోవాలి లేదా నాశనం చేయలేని కోటలో ఉండిపోవాలి.

• అదుపులో లేని సైన్యాన్ని సమాధానపరచో, వేరే యితర మార్గాల ద్వారానో అదుపులో పెట్టవచ్చు.

(V) ఆర్థిక తంత్రము

● కోశాగారానికి మూలం గనులలో ఉంది.

● కోశాగారం (శక్తి) నుంచి పుట్టింది సైన్యం.

● కోశాగారం నుంచి, సైన్యం నుంచి, కోశాగారం తనకి అలంకారమైన భూమి స్వాధీనమైంది.

● ప్రాపంచిక సంపద మాత్రమే ముఖ్యమంటాడు కౌటిల్యుడు. ఎందుకంటే అటు ఋజువర్తన, ఇటు ఆనందం రెండూ ప్రాపంచిక సంపద మీద ఆధారపడ్డాయి.

● (యుద్ధంలో) గెలుపొందాక కూడా, బలహీన సైన్యం, ఖాళీ కోశాగారం ఉంటే అతను ఓటమి చెందినట్టే.

● పని చేయకపోవటంలో కొంత నాశనం (ఖచ్చితమైన నష్టం) ఉంది - సాధింపబడిన దాన్లోనూ, సాధించాల్సిన దాన్లోనూ.

● కార్యాచరణ చేయటం వల్ల, లక్ష్యాలు సాధించబడి, పుష్కలంగా సంపద కలుగుతుంది.

● ఐశ్వర్యం, ఋజువర్తన, శారీరక సుఖాలు - యివి మూడు రకాల సంపదలు. ముందు పేర్కొన్నవి ముందు సాధించటం నయం, తర్వాత పేర్కొన్నవాటి కన్నా.

● ఐశ్వర్యం లేకపోవటం, ఋజువర్తన లేకపోవటం, సుఖాలు లేకపోవటం మూడు రకాల పేదరికం. ముందు పేర్కొన్నవాటిని ఎదుర్కోవటం నయం తర్వాత పేర్కొన్నవాటికన్నా.

● అన్నిరకాల కార్యశీలురని రంగంలో దింపటం, ముందస్తుగా కోశాగారం (లో ఉన్న వనరుల) మీద ఆధారపడి ఉంది.

• ఐశ్వర్యానికి మూలకారణం ఋజువర్తన, దాని ఫలితం అనుభవించటం కాబట్టి, ఐశ్వర్యం సంపాదించాలంటే అది ఋజువర్తనతో ముడిపడి ఉంది, అనుభవించటం అంటే అన్ని సంపదలనూ పొందటం.

• ఖాళీ అయిన కోశాగారం ఉన్న పాలకుడు నగరంలోని ప్రజలను, పల్లెటూరి అమాయక జీవులను కబళించి వేస్తాడు.

• సంపద లేని వ్యక్తులు, వందలాది ప్రయత్నాలు చేసినా కూడా వాళ్ళ లక్ష్యాలను సాధించలేరు. సంపద ద్వారానే ప్రాపంచిక లాభాలను పొందవచ్చు, (క్రూరమైన) ఏనుగులను, (మచ్చిక చేసుకున్న) ఏనుగులే లొంగ దీయగలిగినట్లుగా

• వనరులు శూన్యం అయిన రాజ్యాన్ని సాధించినాకూడా అది కేవలం బాధ్యతగా మిగిలుతుంది.

• కేవలం పక్వానికి చెందిన పండ్లే తోటనుంచి కోసినట్టుగా ప్రభుత్వం పండ్లు కూడా (రాబడి) తీసుకోవాల్సినప్పుడే తీసుకోవాలి. పక్వానికి చెందని పండ్లని (గడువుతేదీకి ముందే రాబడిని) ప్రోగేయకూడదు. ఎందుకంటే ఇది ప్రజల కోపాన్ని రెచ్చగొట్టి, స్వయం నాశనాన్ని తీసుకొస్తుంది.

(VI) అక్రమ సంపాదన

• నాలుకమీద వేసిన తేనెని గాని విషాన్ని గాని అది రుచి చూడకుండా ఎలా ఉండలేదో, అలాగే పాలకుని సొమ్ముతో వ్యవహారాలు నడుపుతున్న వ్యక్తి దాన్ని రుచిచూడకుండా ఉండలేడు, కనీసం అతి చిన్న మొత్తాల్లోనైనా.

• ఎలాగైతే నీటిలో ఈదే చేప నీరెప్పుడు తాగుతుందో చెప్పలేమో, అలాగే పనులు చేసే అధికారులు, ద్రవ్యాన్ని ఎప్పుడు దుర్వినియోగం చేస్తారో కనుక్కోలేము.

• గాలిలో ఎగిరే పక్షుల మార్గం అన్నా కనుక్కోగలమేమో గాని, వాళ్ళ ఉద్దేశాలని దాచిపెట్టే ఆఫీసర్ల వ్యవహారాలు తెలుసుకోలేము.

• ఎవరైనా తాను దొంగ కాకపోయినా కూడా దొంగలా పట్టుపడేఅవకాశముంది. ఒకవేళ కాకతాళీయంగా దొంగతనం జరిగిన చోట కనబడితేనూ లేదా దొంగవేసుకున్న బట్టలు, ఆయుధాలు, తక్కిన వస్తువులేమైనాయితని వాటితో సరిపోలినా లేదా దొంగిలించబడిన వస్తువుల దగ్గర అతను కనబడ్డా.

• (పశువుల కాపర్లకు) పాలు, నెయ్యి రూపంలో జీతాలు యిస్తే, అది దూడల పాలిటి శాపమవుతుంది.

• ఎవరైతే రాబడి నష్టానికి కారకుడవుతాడో, అతను పాలకుని ఆస్తిని తినేసినట్టు లెక్క.

• రాబడికి రెట్టింపు చేసిన వ్యక్తి ప్రజల సొమ్ము తినేస్తాడు.

• రాబడికి సమానంగా వ్యయం చేసే వ్యక్తి కార్మికుల శ్రమని దోచేస్తాడు.

• స్వచ్ఛమైన మనసు గలవారిని చెడగొట్టలేము, నీటిని విషం చెడగొట్టలేనట్టుగా. ఒక్కోసారి చెడిపోయిన వారిని బాగుచేయలేము.

• క్రమపద్ధతిలో సాగేందుకు శిక్షణనివ్వబడ్డ ధైర్యస్తుని తెలివితేటలు, ఒకసారి అక్రమ మార్గంలో పడితే దాని అంతు (అక్రమ మార్గం అంచులు)చూసేదాకా నిద్రపోవు.

• అధిక సొమ్ము దుర్వినియోగం అయిన సందర్భంలో ఒక ప్రభుత్వ అధికారి తప్పిదం అతి తక్కువ సొమ్ముకే అయినా, నిరూపింపబడితే అతను మొత్తం సొమ్ముకి జవాబుదారీ అవుతాడు.

(VII) రహస్యాలని కాపాడటం

• ఒక పాలకుడు ఎంత మందిలో తన రహస్యం పంచుకుంటే అంత మంది మీద అతను నిస్సహాయుడై ఆధారపడి ఉండాలి, తను చేసిన చర్య ఫలితంగా.

• ఒక వ్యక్తి పనులు రహస్యంగా ఉంచకపోతే, అతను వాటిని ప్రత్యేక విజయంతో సాధించినా కూడా సముద్రం మీద పగిలిన ఓడ నాశనమైనట్టవుతాడు.

• అజాగ్రత్తగా ఉన్నప్పుడో, మాదక ద్రవ్యం తాగినప్పుడో, నిద్రలో వాగినప్పుడో, శారీరక వాంఛలు తీర్చుకున్నప్పుడో, దాచి పెట్టబడినప్పుడో, అగౌరవ పరిచినప్పుడో ఎవరైనా రహస్య సలహాలు వెల్లడి చేస్తారు.

• రహస్య సలహాలు వెల్లడి చేస్తే అది రాజుకి, అతని ఉద్యోగులకీ కూడా హానికరమవుతుంది.

• తెలివైన వ్యక్తులు వాళ్ళ హావభావాల్లోనూ, మాటల్లోనూ వాళ్ళ భావాలను జంటపదాల్లో వ్యతిరేకంగా చూపిస్తారు, వాళ్ళ రహస్యాలు కాపాడుకోవటం కోసం: సుఖం-దుఃఖం దృఢ నిశ్చయం భయం వగైరా.

(VIII) చట్టం, న్యాయం, శిక్ష

• ఏ నేర చరిత్ర చూసినా-స్త్రీల మీద లేదా చుట్టాలమీద నేరం ఉద్యోగవైరం శత్రువుమీద ద్వేషం, మార్కెట్లో పరిచయాలు, వర్తక సంఘాల మీద ద్వేషం ఏ చట్టపరమైన పోట్లాటలు చూసినా దానికి మూలం క్రోధం క్రోధం హత్యకు, దారితీస్తుంది.

• వాదనలో ఉన్న కేసుకి నాలుగు పాదాలుంటాయి. అవి వీటిమీద ఆధారపడిఉంటాయి.

(1) నీతి సూత్రాల ప్రకారం ఏది సమంజసం

(2) సాక్ష్యం

(3) ఆచారాలు

(4) పాలకుని చట్టం

చివరి అంశం తక్కిన మూడింటినీ అధిగమిస్తుంది.

• ఏది సమంజసం అన్నది సత్యం మీద ఆధారపడి ఉంటుంది, ఋజువు సాక్ష్యం మీద, ఆచారము అప్పటి ప్రజలు ఆచరిస్తున్న సాంప్రదాయం మీద, చట్టం పాలకుడి ఉత్తరువు మీద ఆధారపడి ఉంటాయి.

• ఎప్పుడైనా పాటిస్తున్న సాంప్రదాయానికీ, నైతిక సూత్రాలకీ మధ్య ఘర్షణగానీ; ఋజువుకీ, ఏది సమంజసం (నైతిక సూత్రాల ప్రకారం) అన్నదానికీ మధ్య భేటీగానీ పడితే, కేసుని నైతిక సూత్రాల నాధారం చేసుకుని పరిష్కరించాలి.

• ఎప్పుడైనా లిఖిత చట్టానికీ, ఋజువర్తన లేదా న్యాయానికీ మధ్య భేటీ పడితే, అక్కడ న్యాయం బలమైన ప్రమాణమవుతుంది, లిఖిత చట్టం పక్కకి వెళ్లిపోతుంది.

• ఋజువర్తనకి, ప్రాపంచిక ఐశ్వర్యానికీ దారితీసేవే నేర్పించాలి కాని, అధర్మవర్తనకీ , ప్రాపంచిక నష్టానికీ దారి తీసేవి నేర్పకూడదు.

• ఎవరైతే తీవ్రంగా దండిస్తారో అతన్ని ప్రజలు ద్వేషిస్తారు, ఎవరైతే మెత్తగా దండిస్తారో అతన్ని నీచంగా చూస్తారు, ఎవరైతే సరియైన శిక్ష విధిస్తారో అతన్ని గౌరవిస్తారు.

• సరిగ్గా విచారించాక శిక్ష విధిస్తే, ప్రజలు ఋజువర్తనకి, ప్రాపంచిక సంపద, సుఖాలు తెచ్చే పనులకి కట్టుబడి ఉంటారు.

• క్రోధంతో మదంతో లేదా అజ్ఞానంతో విధించిన తప్పుడు శిక్షలు అడవిలోని ఋషులకే క్రోధం తెప్పిస్తుంది. అలాంటప్పుడు గృహస్థుల విషయం వేరే చెప్పాలా?

• ఏ శిక్షా విధించకపోతే, చేపల న్యాయం (బలమైనవి బలహీనమైన వాటిని తినటం) సృష్టించబడుతుంది.

• శిక్షలేకపోతే, బలవంతుడిదే రాజ్యం అవుతుంది.

• నాలుగు వర్ణాలకి చెందినవారు, నాలుగు ఆశ్రమాల స్థాయి వారు, వారి వారి ధర్మాలను నెరవేరుస్తారు, సరియైన శిక్షని అమలు చేసే పాలకుని రాజ్యంలో.

• నియంత్రణకి మూలమైన శిక్ష, ప్రజల సంపదకి ఆధారం.

• శిక్షని విధించే నియంతని 'యమధర్మరాజుకి ప్రతీక' గా భావిస్తే, నేరాలని చేయరు.

• శిక్షని విధించే అధికారులు ఉన్న పాలకులు, ప్రజల బాధలను తొలగించి, వాళ్ళకి భద్రతని, క్షేమాన్ని నెలకొల్పుతారు.

• అపరాధాన్ని తొలగిస్తే, అపరాధ భావమున్న వారే ఉండరు.

• అపరాధ భావమున్న వారిని తొలగిస్తే, అపరాధం మళ్ళీ తక్కిన వారిని పాడుచేస్తుంది. న్యాయాధికారులు నిష్పక్షపాతంగా, నమ్మకస్తులుగా ఉండి, అందరి అభిమానాన్ని చూరగొనాలి.

• కొడుకులకి, శత్రువులకి సమానంగా (విబేధము చూపకుండా), వాళ్ళ నేరానికి తగ్గట్టుగా పాలకుల చేత విధించబడిన శిక్షమాత్రమే ఈ ప్రపంచాన్ని, పైలోకాన్ని సంరక్షిస్తుంది.

• అది ఏ నేరమైనా కూడా, పండితుడిని హింసబెట్టకూడదు.

• నిందితుడి మీద, వేరే ఏ యితరమైన వ్యాజ్యము ఉండకూడదు.

• ఏం చేయాలో నిర్ణయించాల్సింది న్యాయవాది కాని, నిందితుడు కాదు.

• సాక్షులు నిజమే పలకాలి.

• మైనరు యిచ్చే గ్యారంటీకి విలువలేదు.

• (బ్రతికి ఉన్న) తండ్రులున్న కొడుకులకి ఆస్తి హక్కులేదు.

• కలహాలకి ముందు వస్తుంది పెళ్లి.

• సత్యవంతమైన పెళ్ళిళ్ళు చెడిపోవు.

• భార్యకి ఆమె బహిష్టుకాలం అయ్యాక, లైంగిక సుఖాన్ని యివ్వటానికి ఒప్పుకోకపోవటం అంటే, భర్తగా తన విధిని అతిక్రమించటం.

• స్త్రీ ధనం (కట్నం) (పెళ్ళిసమయంలో) యివ్వటానికి కారణం, అనుకోని కష్టాలు ఎదురైతే ఆదుకోవటానికి.

(IX) ప్రజల అసంతృప్తికి కారణాలు

• ఇవ్వాల్సిన దానాలని యివ్వకపోవటం, తీసుకోకూడని దానాలని తీసుకోవటం వల్ల.

• అపరాధిని శిక్షించకుండా, నిరపరాధిని తీవ్రంగా శిక్షించటం వల్ల.

•పట్టుకోకూడని వాళ్ళని పట్టుకోవటం, పట్టుకుని తీరాల్సిన వాళ్ళని పట్టుకోకపోవటం వల్ల.

• ధర్మమైన, అనువైన ఆచారాలని నిలిపివేయటం వల్ల.

• అధర్మ ప్రవర్తని ప్రోత్సహించి ఋజువర్తనని నిరుత్సాహ పరచటం వల్ల.

• ఏది చేయకూడదో అది చేసి, ఏది చేసితీరాలో దాన్ని ఆపటం వల్ల.

• ప్రజలకు ముఖ్యమైన నాయకులకి కీడుచేసి, గౌరవనీయులను చులకన చేయటం వల్ల.

• పెద్దవాళ్ళని వేరుచేయటం వల్ల, బంధువుల యెడల పక్షపాతము చూపటం వల్ల, అబద్ధాలవల్ల.

• చేసిన సహాయానికి ఎదురు చేయకపోవటం వల్ల, చేస్తామని ఒప్పుకున్న పనిని చేయకపోవటం వల్ల.

• నష్టాన్ని కొని తెచ్చే ప్రణాళికలను చేపట్టి, లాభాలను కొనితెచ్చే వాటిని నిలిపివేయటం వల్ల.

• ప్రజలని దొంగల బారినుంచి, దోపిడీదారులనుంచి రక్షింపక, ప్రజల ఖర్చుతోతనని తాను ఐశ్వర్యవంతుడిని చేసుకోవటం వల్ల.

• మానవ ప్రయత్నానికి ఆటంకం కలిగించి, మంచి పనిని విమర్శించటం వల్ల.

• మంచి వాళ్ళని అగౌరవ పరచి, అధర్మవంతులని ప్రోత్సహించటం వల్ల.

• కనీవినీ ఎరుగని అధర్మమైన హింసాకాండలు చేయటం వల్ల

• ధర్మమైన అనువైన ఆచారాలని నిలిపివేసి, అధర్మాన్ని ప్రోత్సహించటం వల్ల, ప్రజల్లో ధర్మాన్ని పట్టించుకోకపోవటం, క్షీణించటం, అత్యాశ, ప్రేమరాహిత్యం ఏర్పడుతున్నాయి.

• పాలకుడి నిర్లక్ష్యం, బద్ధకం వల్ల ప్రజలకి భద్రత, సంక్షేమం లోపించి, ప్రజలలో పేదరికం, అత్యాశ, అసంతృప్తి చోటుచేసుకుంటున్నాయి.

• పేదరికంలో మగ్గేవాళ్ళు అత్యాశకు లోనవుతున్నారు, అత్యాశ ఉన్నవాళ్ళు నిరాశ చెందుతున్నారు.

• నిరాశ చెందిన వాళ్ళు శత్రువుతో చేయి కలపటమో పాలకులని వాళ్ళే నాశనం చేయటమో చేస్తున్నారు.

(X) పాలకుల వంశం, పాలకుల వర్గం

• పాలకుల శక్తి, పాండిత్యం ఉన్న గురువువల్ల పెరిగి, మంచి మంత్రులు యిచ్చే సలహాల వల్ల వృద్ధిపొంది, ఆధ్యాత్మిక శాస్త్రాలను, వైజ్ఞాన శాస్త్రాలను పాటించటం వల్ల గట్టిపడి, ఎప్పటికీ ఓడించలేనట్టుగా నిలుస్తుంది.

• కార్పరేషన్ల (లేదా కేవలం పాలకుల వర్గం) మధ్య గట్టి అనుబంధం ఉండటం వల్ల, వాళ్ళని తేలిగ్గా శత్రువులు జయించలేరు.

• పాలకుల వంశంలో క్రమశిక్షణ లేని దుర్మార్గులుంటే అది చెదలు పట్టిన చెక్కలా నాశనమవుతుంది.

(XI) అధికారుల ధర్మాలు

• ప్రపంచ జ్ఞానం ఉన్న వ్యక్తి, తన దగ్గర స్నేహితుడి ద్వారా మంచి లక్షణాలు, సంపద, నమ్మకస్తులైన ప్రజలు ఉన్నపాలకుడి సహాయం కోరాలి.

• సంపదగాని, నమ్మకమైన ప్రజలు గాని లేని పాలకుడికి సేవ చేయవచ్చుగాని ఎన్నడూ ఋజువర్తన లేని పాలకుడిని చేయకూడదు. ఎందుకంటే సత్ప్రవర్తన లేని పాలకుడు, రాజ్యపరిపాలనశాస్త్రము విధించే సిద్ధాంతములను పట్టించుకోక చెడు సావాసంలో పడి సర్వనాశనం అవుతారు, ఒక పెద్ద వృద్ధిపొందుతున్న రాజ్యాన్ని పొందినా కూడా.

• నిప్పు శరీరంలోని ఒక భాగాన్నో మొత్తం శరీరాన్నో కాల్చివేయవచ్చు. కాని ఒక పాలకుడు ఒక వ్యక్తిని, అతని భార్యాపిల్లలతో సహా, నాశనం చేయవచ్చు. అలాగే అతను వాళ్ళని వృద్ధిలోకి కూడా తీసుకురాగలడు.

• ఎదురు తిరిగే స్వభావం లేకపోతే అతని స్థానం సుస్థిరంగా ఉంటుంది.

• ఒక రాజ ఉద్యోగి, రాజుకి యిష్టమైనవి సమయం వృధాపరచకుండా మాట్లాడాలి, తన యిష్టాలు తన దగ్గరి స్నేహితులతో మాట్లాడాలి, తక్కిన వాళ్ళ యిష్టాలు అనువైన సమయం, ప్రదేశం చూసుకుని మాట్లాడాలి, ఋజువర్తన, ప్రాపంచిక శ్రేయస్సు దృష్టిలో పెట్టుకుని.

• తెలివిగా విశ్లేషణ చేయాల్సిన ముఖ్యమైన విషయాలమీద ఒక పాలకుడిచే ఒక రాజ ఉద్యోగి ప్రశ్నింపబడితే, అతను అనుభవజ్ఞుడిలాగా, సభని చూసి సంకోచించకుండా, ఋజువర్తన, ప్రాపంచిక లాభాన్ని దృష్టిలో పెట్టుకుని, ఆచరణీయమైన సలహాలు యివ్వాలి.

• ఎవరైతే ఎదుటివారిచేత తొందరపాటు చర్యలు, అధర్మమైన పనులు, భారీ ఖర్చులు చేయిస్తారో వాళ్ళు స్నేహం ముసుగువేసుకున్న శత్రువులు.

• ఎదుటివారి గురించి మాట్లాడిన నిందావాక్యాలు వినకూడదు, తను కూడా అలాంటివి మాట్లాడకూడదు.

• తనగురించి పలికిన చెడుమాటలను క్షమించి, భూమిలాగా ఓర్పుగా భరించే క్షమాగుణాన్ని పెంచుకోవాలి.

• సమర్థులైన వ్యక్తులైనా కూడా చిరాకు పుట్టించే మాటలు మాట్లాడితే, వాళ్ళని బహిష్కరించారు పాలకులు.

• పనికిరాని వాళ్ళు కూడా రాజుకి యిష్టులవుతారు, రాజు మనసు చదివి, తదనుగుణంగా ప్రవర్తిస్తే.

• నవ్విస్తే నవ్వవచ్చుకాని పగలబడి నవ్వకూడదు.

• మేధావులు ఎప్పుడూ ముందు తమ గురించి తాము జాగరూకత వహించాలి. పాలకుల కింద పనిచేసేవారిపని నిప్పుతో చెలగాటమాడి నట్టుంటుంది.

• అడిగితే, ఎవరికైనా సంతోష పెట్టే, లాభదాయకమైన పలుకులు పలకాలి. లాభదాయకం కాని, సంతోషపెట్టే మాటలు మాట్లాడకూడదు.

• సంతోషకరమైనది కాకపోయినా, మంచి అయితే, విడిగా చెప్పాలి, ఒకవేళ (వినేవ్యక్తి) వినటానికి యిష్టపడితే.

• బదులు పలకకుండా నిశ్శబ్దంగా అన్నా ఉండవచ్చుకాని ఎన్నడూ బాధపెట్టేది మాట్లాడకూడదు.

• ఎవరైనా ఉద్యోగాన్ని విడనాడాల్సిన సందర్భాలు :

(ఎ) ఫలితం పొందకుండా వాళ్ళు చేసిన పని ధ్వంసం అవుతున్నప్పుడు,

(బి) వాళ్ళ అధికారం కొరవడుతున్నప్పుడు,

(సి) వాళ్ళ పరిజ్ఞానాన్ని అమ్మకానికి పెట్టగలిగిన వస్తువుగా పరిగణించినప్పుడు,

(సి) ఆశలు నేరవేరనప్పుడు,

(ఇ) కొత్తదేశాలకు వెళ్ళాలని కుతూహల పడుతున్నప్పుడు,

(ఎఫ్) యజమాని నమ్మకాన్ని కోల్పోయినప్పుడు, శక్తి వంతమైన వ్యక్తులతో భేటీ పడ్డప్పుడు.

(XII) శిక్షణ, పాండిత్యం

• శిక్షణ, అనువైన వ్యక్తులలో క్రమశిక్షణ పెంపొందిస్తుంది, అనువు కాని వారిలో కాదు.

• పాండిత్యం, నేర్చుకోవాలన్న జిజ్ఞాస ఉన్న తెలివైన వారిని, శ్రద్ధగా వినే సామర్థ్యం ఉన్నవారిని, నేర్చుకున్న దానిని యిట్టేగ్రహించి, మెదడులో నిక్షిప్తం చేసుకునేవారిని, ఏది ముఖ్యమైనదో ఏది కాదో విచక్షణ చూపగలిగిన వారిని కారణములనుంచి ఊహించగలిగిన వారిని, సత్యాన్ని పలికి, జీర్ణించుకోగలిగిన వారిని క్రమశిక్షణలో పెడుతుంది కాని, తక్కినవారిని కాదు.

• లేత్రాయంలో ఉన్న తెలివైన వ్యక్తి ఏది చెప్పినా వైజ్ఞానిక జ్ఞానంగా పరిగణించే అవకాశం ఉంది, తాజా పచ్చి వస్తువు దాని దగ్గర ఏ వస్తువుని ఉంచితే దాన్ని స్వీకరించినట్టుగా.

• తప్పుడు విషయాలని నేర్పించటం ఒక పెద్ద నేరం.

• అనేక వైజ్ఞానిక శాస్త్రాలను తదనుబంధిత సమర్ధవంతమైన గురువుల మధ్య అభ్యసిస్తే క్రమశిక్షణ ఆత్మస్థైర్యం అలవరుతుంది.

• ఏది నేర్చుకుంటే ఋజువర్తన, సంపద చేకూరుతాయో దాన్నే పాండిత్యం అంటారు.

• పాండిత్యం, తెలివితేటలు, ధైర్యం, ఉన్నతవంశం, మంచిపనుల వల్ల ప్రత్యేకత సంతరించుకున్నవారిని గౌరవిస్తారు.

• ఆ విధంగా ఈ శాస్త్రము ఏర్పాటుచేయబడింది, ఈ ప్రపంచాన్ని, పైలోకాన్ని గెలిచి, సంరక్షించటానకి అవసరమైన కిటుకులు, పద్ధతులను సూచిస్తూ.

• (ఈ శాస్త్రము) ఋజువర్తనని, సంపదని, శారీరక సుఖాలను సృష్టించి కాపాడుతుంది.

• ఇది అధర్మాన్ని, పేదరికాన్ని, ద్వేషాన్ని నాశనం చేస్తుంది.

• నేర్చుకోవటం వల్ల తెలివితేటలు పెరుగుతాయి. తెలివివల్ల చర్యలో ప్రాజ్ఞవం (**యోగా**) పెరుగుతుంది, యోగా నుంచి ఆత్మసంయమనం వస్తుంది.

(XIII) తత్త్వజ్ఞానం

• మూడు వేదాలు ఋజువర్తన గురించీ అధర్మం గురించీ చెప్తాయి, ఆర్థికశాస్త్రం సంపద, పేదరికం గురించి చెప్తుంది, రాజకీయ శాస్త్రం మంచీ, చెడు రాజనీతుల గురించి చెప్తుంది. తత్త్వజ్ఞానం ఈ శాస్త్రాల ప్రాముఖ్యతని తర్కమనే జల్లెడతో పట్టి, ప్రపంచానికి మేలు చేస్తుంది, పేదరికంతో మగ్గాల్సివచ్చినా ఐశ్వర్యంలో ఓలలాడినా చెక్కుచెదరని జ్ఞానానిచ్చి, మనోవాక్కాయ కర్మలందు శ్రేష్ఠం చేస్తుంది.

• అన్ని పాండిత్యాలకి దీపంలాంటిది తత్త్వజ్ఞానము. అన్ని పనులను సాధించటానికి మార్గం. (అన్ని మతాల) ధార్మిక నమ్మకాలకి మూలాధారం.

(XIV) వివిధవిషయాల వ్యాక్యప్రమాణాలు

• రాజ్యం అంటే ప్రజలు ఉన్నది. ప్రజలు లేకుండా అది ఏమి యిస్తుంది, వట్టిపోయిన ఆవులాగా? ఏమీలేదు.

• ఏది సాధ్యమో అదే తలపెట్టే వ్యక్తి తేలిగ్గా సాధ్యమయ్యే పనులను చేపడతాడు, శుభప్రదమైన పనులనే తలపెట్టే వ్యక్తి, తప్పులు లేని పనులను చేపడతాడు, లాభదాయకమైన పనులనే తలపెట్టే వ్యక్తి (ప్రజల) సంక్షేమం కోరే పనులను చేపడతాడు.

• కాలం (అవకాశం) ఒక్కసారే తలుపుతడ్తుంది, దాన్ని యిష్టపడేవాళ్ళకి. కాని రెండోసారి రాదు, తను చేద్దామనుకున్నా కూడా.

• సాధారణంగా జూదగాళ్ళు వెట్టివాళ్ళు.

• సాష్టాంగ నమస్కారం చేసి పండితుల (బ్రాహ్మల) సముదాయాన్ని గెలవవచ్చు.

• అంతులేని సంపద కోసం అయినా ఎవరూ చాపటానికి యిష్టపడరు.

• అన్ని మార్గాల్లోనూ విజయం, ఓటమి సాధారణం

• అధికారం మనసు మార్చుతుంది.

• ఏ రకమైన వ్యక్తులను, ఆ రకమైన మనస్థత్వం ఉన్న వ్యక్తులే గుర్తుపట్టగలరు.

• సంతోషాల్లో మునిగి తేలే కొడుకులు, తండ్రుల మీద తిరుగుబాటు చేయరు.

• బలప్రదర్శన చేస్తేనే దాడిని ఎదుర్కోవచ్చు.

• సంపద చేకూర్చే చర్యలని చేపట్టాలి.

• వేలాది మందిలో ఏ ఒక్కరికో ఉంటే ఉండవచ్చు లేదా అదీ ఉండక పోవచ్చు నాయకుడు (అవగల) లక్షణాలు.

• విశాలమైన ప్రదేశాల్లో చాలా అరుదుగా నీళ్ళలోగాని నేలమీద గాని ఔషదాలనిచ్చే మూలికలు పెరుగుతాయి.

• దేవుడూ, మనుష్యుబిచీ ఐక్యతతో చేసిన పనులవల్ల ప్రపంచం నడుస్తోంది.

• నిప్పుని నమ్మరాదు, అది దేవుడు విధించే దండన.

• ఒక రచయితకి అన్ని పద్ధతులూ తెలియాలి, వేగంగా రచించగలగాలి దస్తూరి అందంగా ఉండాలి. డాక్యుమెంట్లు చదవగలగాలి

• స్త్రీలు సంతానాన్ని పెంపొందించటానికి అవసరం

• పుణ్యస్త్రీలు ఎలా మోసం చేయగలరు?

• కార్యాచరణ అంటే చేపట్టిన పనులని ఫలప్రదం చేసేది.

• గొడవ లేకుండా సాధించిన ఫలితాలను ఆనందింపజేసేది శాంతి.

• నదీప్రాంతం ఉన్న నేల జీవనాధారం, అంతేకాక కష్టకాలంలో అది ఆదుకుంటుంది.

• మగవాళ్ళ మనసులు కుదురుగా ఉండవు.

• గుఱ్ఱాలని పోలిన స్వభావం ఉండటం చేత మగవారు పనిలో లీనమైనప్పుడు వాళ్ళ ప్రవర్తనలో మార్పు చూపిస్తారు.

• కళాకారులు సాధారణంగా అసత్యవంతులు.

• అధికబలం విషయానికొస్తే ధైర్యవంతుడిని తెలివైన వాడు అధిగమిస్తాడు, ఏనుగుని వేటగాడు అధిగమించినట్టుగా

• విలుకాడు వదిలిన బాణం ఒక వ్యక్తిని చంపితే చంపవచ్చు, లేకపోతే లేదు. కాని ఒక మేధావి పన్నిన వ్యూహం, కడుపులో ఉన్న పాపాయిలను కూడా చంపగలదు.

• క్రమశిక్షణని అలవరచుకోవటానికి క్రమశిక్షణలో వేళ్ళూనిన పండితుల సహవాసంలో రోజూ ఉండాలి.

• ఒక జూదగాడు నిరంతరం ఆడుతూనే ఉంటాడు, రాత్రి గుడ్డి దీపం వెలుతురులో కూడానూ, తల్లి చనిపోయినా కూడాను. పైగా కష్టకాలంలో అతన్ని ప్రశ్నిస్తే చిందులు తొక్కుతాడు.

• మంచి ప్రవర్తన గల వ్యక్తి క్రోధాన్ని, మోహాన్ని వదిలి వేయాలి. వాటి నుంచే చెడు అంతా మొదలవుతుంది. అవి జీవితాన్ని సమూలంగా నాశనం చేస్తాయి. పెద్దవాళ్ళకి సేవచేయటం ద్వారా ఇంద్రియ నిగ్రహం పెంపొందించుకోవాలి.

• నమ్మకంగా ఉండేవారికి కష్టాలు కలుగజేసే అంశాలు తలకెత్తితే, వెంటనే తగు జాగ్రత్తలు తీసుకుని వాటిని ఎదుర్కోవాలి.

• రాజ్యాలకోసం రాజులు కొడుకులతో యుద్ధం చేస్తారు, కొడుకులు తండ్రికి వ్యతిరేకంగా ప్రవర్తిస్తారు. మంత్రుల గురించి యింక వేరే చెప్పాలా.

• ఒక చిన్న సమస్య కూడా భూతద్దం లోంచి కనిపిస్తుంది ఎవరిచేతనైనా ఎదుర్కోబడినప్పుడు.

• అడవిలో పుట్టిన అగ్నిలాగా దుఃఖం నుంచి, ఆగ్రహం నుంచి పుట్టిన శక్తి ధైర్యంగా రూపుదిద్దుకుంటుంది.

• ఎవరినీ కించపరచకూడదు. వినదగునెవ్వరు చెప్పిన ఒక చిన్నారి చెప్పిన తెలివైన మాటల క్కూడా విలువనిస్తాడు మేథావి.

• స్వధర్మాన్ని పాటిస్తే ఆ వ్యక్తి స్వర్గానికి వెళ్లి పరమానందం పొందుతాడు. స్వధర్మాన్ని కాలదన్నితే, దాని వల్ల కలిగిన అయోమయం వల్ల, మనుష్యులు నాశనమవుతారు.

• మూడు వేదాలు- నాలుగు వర్ణాల, వీరికి జీవితంలో నాలుగుఆశ్రమాల స్థాయిల్లోనూ ధర్మాలని నిర్దేశిస్తాయి కాబట్టి అవి ఎంతో ఉపయోగకరమైనవి.

- ఎవరైతే తన ధర్మాన్ని నిలబెడ్తాడో అతను ఈ జన్మలోనూ, పైలోకంలోనూ సంతోషంగా ఉంటాడు.

- ఎవరైనా ఋజువర్తన చెడకుండా, ప్రాపంచిక సంపదని పోగొట్టుకోకుండా, శారీరక సుఖాలను అనుభవించాలి. అలాగైతేనే ఆనందంగా ఉండగలడు. ఒకదానితో ఒకటి పెనవేసుకుని ఉన్న మూడు రకాల సంపదలకి సమాన శ్రద్ధచూపాలి. ఈ మూడింటిలో ఏ ఒక్క దానికైనా-ఋజువర్తన, ప్రాపంచిక సంపద, శారీరక సుఖాలు, ఎక్కువగా పాటుపడితే, దాన్ని చెడగొట్టి, తక్కిన రెండింటిని కూడా పాడుచేస్తుంది.

- కోరికలేని మనిషేలేడు.

- ఎంతసేపూ నక్షత్రాలను పట్టుకు పాకులాడే పిల్ల మనస్థత్వం ఉన్న వ్యక్తిని సంపద విడనాడుతుంది. సంపదకి (శుభప్రదమైన) నక్షత్రం సంపదే. (ఆకాశంలో) ఉండే నక్షత్రాలు ఏం చేయగలవు?

- కేవలం (పుస్తక) జ్ఞానం ఉండి, ఆచరించిన అనుభవం లేని వ్యక్తి పనులు సాధించే ప్రయత్నంలో దుఃఖ భూయిష్టమవుతాడు.

- కార్యాచరణలో ప్రదర్శించిన ప్రజ్ఞని బట్టి నిర్ణయిస్తారు ఒక వ్యక్తి సామర్థ్యాన్ని.

- ఒక క్రమ పద్ధతిలో పనిచేసే వ్యక్తి తను చేసే పని అంతుచూడందే వదలడు.

- చెక్కలో ఉంటుంది నిప్పు.

- వెతుక్కుంటూ వచ్చిన దాన్ని విడనాడకూడదు. వనిత తావలచి వచ్చిన, చులకన చేస్తే శాపం యిస్తుంది. ప్రజల్లో ఉన్న నానుడి యిది.

- స్వయం.నియంత్రణ ఉన్న వ్యక్తి తనను తాను రక్షించుకోవాలి.

• ముందుచూపు ఉన్న వ్యక్తి తనను తాను అటు తన స్వంతమనుష్యుల నుంచి, యిటు బయట వాళ్ళనుంచీ రక్షించుకోవాలి.

• జీవితంలో ఉన్నతమైన ప్రవర్తనలో వేళ్ళూనిన వాళ్ళు, విధించబడిన ధర్మాలని, జీవితంలో ఉన్న వివిధ ఆశ్రమాలని పాటిస్తూ మూడు వేదాల సంరక్షణలో ఉండేవారు ముందంజ వేస్తారేగాని, నాశనమవరు.

• శాంతి, కార్యాచరణ (కష్టపడటం) ఉంటే బధ్రతకి, సంక్షేమానికి మూలాలు.

• శక్తి, స్థానం, సమయం ఒకదానికొకటి సహాయపడతాయి.

• ఒక గుంపుయొక్క నాయకుడు నిష్పక్షపాతంగా ఉండి, ఆ గుంపులో అందరికీ మంచి చేయాలి, ప్రఖ్యాతి గాంచాలి, ఆత్మసంయమనం ఉండాలి, నమ్మకమైన అనుయాయులు ఉండాలి, అందరి కోరికలకు అనుగణంగా పనిచేయాలి.

• ఒక ఉన్నతమైన వ్యక్తిని బానిసగా చేయకూడదు.

• వానదేవుడు (వరుణుడు) మనుష్యుల్లో పాపులను ప్రక్షాళన చేస్తాడు. మన శరీరాన్ని కాపాడుకోవాలి కాని సంపదని కాదు. చంచలమైన సంపద కోసం బాధపడటం ఎందుకు?

అర్థశాస్త్రము నుంచి పాఠాలు

కౌటిల్యుని అర్థశాస్త్రములో బ్రహ్మాండంగా విశ్లేషించబడిన బోధనలు, తెలివైన సూచనలు ఎన్నో ఉన్నాయి. ముఖ్యంగా పరిపాలన కార్యనిర్వహకము. ప్రభుత్వ సొమ్ము, వ్యవసాయం వగైరా. అందులో ముఖ్యమైనవి చూడండి.

I రాజకీయ మైత్రి, పరిపాలన, కార్యనిర్వాహకము

• **యథారాజా తథాప్రజా** రాజు ఉన్నతాశయం తన ప్రజల బాగోగులకోసం, సంతోషంకోసం నిరంతర కృషి చేయటం. అతను వాళ్ళకివ్వగలిగిన అత్యంత గొప్ప కానుక వాళ్ళందరినీ సమానంగా చూడగలగటం.

• శక్తియొక్క నాలుగు భాగాలు: తెలివితేటల శక్తి, సైనిక బలం, ఉత్సాహం, నైతిక విలువలు

• ప్రభుత్వం, తన ప్రజల నుంచి వసూలు చేసిన పన్నుల వల్ల నడుస్తుంది. ప్రజలు అనేక వృత్తుల ద్వారా జీవనాధారం పొంది, ప్రభుత్వానికి పన్నులు చెల్లిస్తారు.

• దేశమో లేక సామ్రాజ్యమో లేకుండా రాజ్యం ఉండలేదు.

ఆదర్శవంతమైన దేశం (జనపథం)ని ఎవరి మీదా ఆధారపడని పల్లెటూర్లగా వర్ణిస్తారు. **కౌటిల్యుడు అభివర్ణించిన ఉన్నత రాజ్యంలో ఏలుబడి బాగా సాగి, సంపద ఉండి, ఉత్సాహం వెల్లివిరుస్తుంది. అందులో బట్టల దుకాణాలు, బంగారం, ఆభరణాలు, శాఖాహార, మాంసాహార భోజనాలు దొరికే భోజనశాలలు ఉన్నాయి. సంగీత విద్వాంసులు, నాట్య కళాకారులు, కథలు చెప్పేవారు, పద్యాలు పాడేవారు, హాస్యగాళ్ళు, మోడీ ఆటగాళ్ళు, ఇంద్రజాలికులు ప్రజలని అలరించేవారు. మగవారు జూద గృహాలకు, కల్లు దుకాణాలకు లేదా వేశ్యావాటికలకు వెళ్ళేవారు. బౌద్ధ మతస్థులు, క్రైస్తవ మతప్రవక్తలు ఏ ఆటంకం లేకుండా తిరిగేవారు.** తక్కిన విషయాలకొస్తే, ప్రభుత్వాన్ని తేలిగ్గా సంరక్షించగలగాలి, దున్నే భూమి, గనులు, అడవులు, పచ్చని మైదానాలు, వ్యాపార మార్గాలు వగైరాల లాంటి తేలిక జీవనాధారాలను ఏర్పాటు చేయాలి. శ్రమ జీవులైన రైతులతోనూ, ఎక్కువగా తక్కువ వర్ణాలకి చెందిన వ్యక్తులతోనూ నిండి ఉండాలి.

• **ధర్మము**, అంటే వంశపారంపర్యచట్టం, ఒక ప్రాంతానికి లేదా సంఘానికి లేదా పల్లెటూరుకి విభిన్నంగా ఉండవచ్చు. దాన్ని గుర్తించి, నిలబెట్టాలి అని నిర్దేశింపబడింది.

• మళ్ళీ, ఒక **అమాత్య** (మంత్రి)లో ముఖ్యమైన లక్షణాల్లో ఒకటి, అతను ఆ ప్రాంతానికి (జనపథానికి) చెందిన వాడై ఉండాలి. అంటే అందులో దాగి ఉన్న ఆశ, అలాగైతే అతను తన దేశ సౌభాగ్యం కోసం సహజంగా పాటుపట్తాడని. అలాగే, రాజు కొలువులో చేరే సభ్యులు ఇతర దేశాలకు చెందిన వారై ఉండకూడదు (న **అన్యతోదేశీయమ్**) అని కూడా నిర్దేశింపబడింది.

• రాజుకన్నా శక్తివంతుడైన పాలకుడితో స్నేహబంధం పెంచుకోవాలా, సమాన శక్తులు ఉన్న యిద్దరు పాలకులు స్నేహబంధం పెంచుకోవాలా అంటే, ఇద్దరు సమాన రాజులు కలవటం ఎప్పటికైనా మంచిది.

• ఒకరాజు ఏదైనా ఒప్పందం చేసుకుని, కలసికట్టుగా పని చేసే ముందు, తన లక్ష్యాలేమిటీ, తనకి వచ్చే స్పష్టమైన, ఖచ్చితమైన లాభం లేదా కొంతమేరకు కలిగే లాభం ఏమిటో విశ్లేషించుకోవాలి.

• ప్రజల ఆనందంలోనే రాజు ఆనందం ఉంది. తన ప్రజలకి ఏది లాభదాయకమైతే, అదే రాజుకి కూడా లాభదాయమవుతుంది.

• పల్లెటూరి నుంచి శక్తి వస్తుంది. అది అన్ని కార్యకలాపాలకి మూలం.

• రాజు, తాను మంత్రిగా ఎన్నుకోబోయే వ్యక్తి యొక్క లక్షణాలన్నింటినీ సంపూర్ణంగా పరిశోధన చేయాలి.

• తనతో మొర పెట్టుకోవటానికి వచ్చిన వారిని, రాజు సభ బయట వేచి ఉంచనివ్వకూడదు. తన ప్రజలకి తాను ప్రతిరోజూ అందుబాటులో ఉండాలి.

• ఆదర్శవంతమైన రాజు అంటే నాయకత్వం, విజ్ఞానం, శక్తి, మంచి గుణాలు ఉన్నత శ్రేణిలో ఉండి, **రాజర్షి**లాగా ప్రవర్తించాలి. రాజర్షి అంటే తన ప్రజల **యోగక్షేమాలనెప్పుడూ** పెంపొందించటంలో లీనమై ఉండి, ప్రజల స్థాయిని పెంచి, వాళ్ళకి మంచి చేకూర్చటం ద్వారా వాళ్ళకి ఆప్తుడైనవాడు అని అర్థం.

• మేధావైన కార్యకర్త ఆదాయం పెంచటానికి, వ్యయం తగ్గించటానికి పాటుపడ్తాడు.

II ప్రభుత్వ సొమ్ము

• సంక్షేమ ప్రభుత్వాన్ని నెలకొల్పటానికి సంపదని సృష్టించటం ఎంతో ముఖ్యం.

• సంపదకి మూల కారణం ఆర్థిక కార్యకలాపం - ఫలవంతమైన ఆర్థిక కార్యకలాపం లేని చోట, ఇటు ప్రస్తుత సంపద అటు భవిష్యత్తులో ఉన్నతి రెండూ నాశనమయ్యే ప్రమాదం ఉంది.

• ఆదర్శవంతంగా, ప్రభుత్వం పన్నులను తేనెటీగలాగా వసూలు చేయాలి. తేనెటీగ, ఒక పువ్వు నుంచి సరిగ్గా కావాల్సినంత తేనెని మాత్రమే పీలుస్తుంది. దానివల్ల రెండూ జీవిస్తాయి.

• అప్పటికే పెట్టేసిన ఖర్చులన్నీ పోను, రావాల్సిన రాబడిని జమ చేయకుండా, మిగిలిన దాన్ని అంచనా వేయటాన్ని నివి (నికరాదాయం) అంటారు. అది అప్పుడే మిగిలినది అవచ్చు లేదా ముందుకు తీసుకురాబడింది అవచ్చు.

• ప్రభుత్వం పన్ను విధించే ముందు, పన్ను చెల్లించే వ్యక్తి ఆదాయాన్ని, బాగోగులని చూపించే అవసరమైన నిబంధనలను దృష్టిలో పెట్టుకుని విధించాలి.

• వ్యాపారానికి ముఖ్య అధికారి లాభాలను సమకూర్చి నష్టాలని అరికట్టాలి.

• ప్రభుత్వంలో మొత్తం జీతాల బిల్లు, ప్రభుత్వ ఆదాయానికి నాలుగవ వంతు (25%) మించి ఉండకూడదు.

• ఖాళీ కోశాగారం ఉన్న రాజు దేశ చేతనత్వాన్నే హరించి వేస్తాడు.

• ఒక రాజ్యసంపద-రాజుగారి కోశాగారంలో నిలవ ఉంచిన అదనపు సంపద మొత్తం, సరకుల గిడ్డంగి, ధాన్యపుకొట్టు, అడవి నుంచి వచ్చిన వస్తువుల నిలవ, ఆయుధాల స్థానాలు. వీటన్నింటిలోకి కోశాగారం చాలా ముఖ్యమైనది; రాజు దానిమీద ఎక్కువ దృష్టి నిలపాలి. ఎందుకంటే రాజ్యం యొక్క అన్ని కార్యకలాపాలూ దానిమీదే ఆధారపడి ఉంటాయి.

• సైన్యానికన్నా పెద్దపీట కోశాగారానికి. ఎందుకంటే సైన్యం విత్తంపైన ఆధారపడి ఉంది; సరియైన వనరులు లేకపోతే (అసంతృప్తి చెందిన) సైన్యం పోయి శత్రువులతో చేయి కలుపుతుంది లేదా రాజునే చంపుతుంది.

• శ్రేష్ఠమైన కోశాగారం అంటే బంగారం, వెండి, వజ్రాలు, బంగారపు నాణేలు ఉన్నది. అది ఎంత పెద్దగా ఉండాలంటే, ఎంతకాలం ఎటువంటి అరిష్టాలు వాటిల్లినా, ఏమాత్రం ఆదాయం లేకపోయినా, నిలదొక్కుకునేటంత ఉండాలి.

• ఆర్థిక సంక్షోభంలో పడ్డరాజు ప్రత్యేక పద్ధతుల ద్వారా అదనపు రాబడిని వసూలు చేయవచ్చు.

• వివరంగా శిక్షలు విధించే పద్ధతులను విశదీకరించటంలోని ఉద్దేశం, కేవలం శాంతిభద్రతలు నెలకొల్పటానికే కాదు, రాబడిని వసూలు చేయటానికి కూడా.

III వ్యవసాయం

• వ్యవసాయం ఆర్థిక వ్యవస్థలో అత్యంత ముఖ్యమైన భాగము.

• మూడు ముఖ్యమైన వృత్తులను గుర్తించారు, జీవనాధారం కింద అవి.. కృషి (వ్యవసాయం), పశుపాలయ (పశుపోషణ), **వాణిజ్యం** (వర్తకం). ఈ మూడింటిని కలిపి వరిత అంటారు (వృత్తిపదం -జీవనాధారం నుంచి వ్యుత్పత్తి పొందింది)

• ఎక్కడ, గాలిలేకుండా, సూర్యకాంతితో కలవని వానకురుస్తుందో, అక్కడ మూడుసార్లు పొలం దున్నటానికి అవకాశం ఉండటంతో, అక్కడ మంచి పంటలు పండి తీరుతాయి.

• వ్యవసాయం మీద పన్నుల విషయానికొచ్చే సరికి, వాటిని ఎటూ లాగకూడదని చెప్పింది. అంటే అసలే పన్ను విధించకుండానూ ఉండకూడదు లేదా మితి మీరిన పన్నులూ విధించకూడదు.

IV   వివిధ విషయాలు

• ఒక వ్యక్తి అంతర్గత శక్తి పెంపొందించుకుని, సత్ప్రవర్తన కలిగి ఉండటానికి ఆధ్యాత్మిక ఎదుగుదల ఎంతో ముఖ్యం. ప్రాపంచిక సుఖాలు, విజయాలు దాని తర్వాతే.

• సంఘం నిరంతరం మార్పు చెందుతూనే ఉంటుంది, మార్పుని 'వద్దు'అని చెప్పేవాళ్ళని వెనకే వదిలేసి.

గ్రంథముల వివరణ పట్టిక

డాక్టర్ ఆర్ పి కాంగ్లే కౌటిల్య అర్థశాస్త్ర

శుకంతో భట్టాచార్య ఫ్రమ్ కౌటిల్య టు బెన్‌ఫోర్ - ట్రెండ్స్ ఇన్ ఫారెన్సిక్ అండ్ ఇన్‌వెస్టిగేటివ్ అకౌంటింగ్

ఎల్ ఎన్ రంగరాజన్ కౌటిల్య ది అర్థశాస్త్ర (పెన్‌గ్విన్ ఇండియా, 1992)

ఉషా మెహతా & ఉషా థక్కర్, 1980 : కౌటిల్య అండ్ హిజ్ అర్థశాస్త్ర

ఆర్.శ్యామశాస్త్రి (అనువాదం) కౌటిల్య : అర్థశాస్త్ర (బెంగుళూర్ : గవర్నమెంట్ ప్రెస్, 1915, 51-185)

రోజర్ బోషె, రోనన్ ది ఫస్ట్ గ్రేట్ పొలిటికల్ రియలిస్ట్ : కౌటిల్య అండ్ హిజ్ అర్థశాస్త్ర (లిటిల్ ఫీల్డ్ పబ్లిషింగ్ ఇన్‌కార్పరేషన్)

ఛార్లెస్ నాల్డ్‌రెన్ కౌటిల్యాస్ అర్థశాస్త్ర : ఎ నెగ్లెక్టెడ్ ప్రికర్సర్ టు క్లాసికల్ ఎకనామిక్స్, జర్నల్ ఇండియన్ ఎకనామిక్ రివ్యూ, వాల్యూమ్ 31, 1996

శామ్ శంకర్ **కౌటిల్యాన్ ఎకనామిక్స్ : ఏన్ అనాలిసిస్ అండ్ ఇండర్‌ప్రిటేషన్** (సాగినా వాలీ యూనివర్సిటీ, ఇండియన్ ఎకనామిక్ జర్నల్, వాల్యూమ్ 47, నం:4)

నేనె, వైయల్ 2002. **మాడర్న్ ఏగ్రోనామిక్ కాన్సెప్ట్స్ అండ్ ప్రాక్టీసెస్ ఎవిడెంట్ ఇన్ కౌటిల్యాస్ అర్థశాస్త్ర** (C.300 BC) ఏషియన్ అగ్రి - హిస్టరీ 6 (3) : 231-242 పోస్ట్‌గ్రాడ్యుయేట్ ఫెలో, స్కూల్ ఆఫ్ బిజినెస్, బాండ్ యూనివర్సిటీ, క్వీన్స్‌లాండ్ 4229, ఆస్ట్రేలియా

Gautamindia.com

Infinityfoundation.com

JAICO PUBLISHING HOUSE

Elevate Your Life. Transform Your World.

జై-కో ప్రచురణ సంస్థ ఇప్పటి వరకూ 2000 పుస్తకాలు ప్రచురించింది. ఇందులో పెద్దవారు, పిల్లల సాహిత్య పుస్తకాలు, చరిత్ర, హాస్యం, ఆటలు, మతం, తత్వశాస్త్రం, ఆరోగ్యం, మనో వైజ్ఞానిక, వ్యక్తిత్వ, నిర్మాణానికి సంబంధించిన పుస్తకాలు ఉన్నాయి. ఈ సంస్థ ప్రముఖ రచయితలైన శ్రీశ్రీపరమహంస యోగానంద (ఒక యోగి ఆత్మకథ), కుష్వంత్ సింగ్, ముల్క్‌రాజ్ ఆనంద్, కమలా మార్కండేయ, ఏకాంత్ ఈశ్వరన్, నిరాద్ చౌదరి, ఎం.వి. కామత్, సర్వేపల్లి రాధాకృష్ణన్, ఓషో, శ్రీశ్రీరవిశంకర్, రాబిన్‌శర్మ వంటి వారి రచనలను ప్రచురించింది.

గత రెండు దశాబ్దాలుగా జై-కో సంస్థ విద్య, బిజినెస్ మేనేజ్‌మెంట్, ఇంజనీరింగ్, టెక్నాలజీ వంటి వత్తి విద్యా పుస్తకాలను ప్రచురించడంలో నెం.1 స్థానంలో ఉంది. కళాశాల విద్యార్థుల కోసం జై-కో ప్రచురించే పుస్తకాలను దేశవ్యాప్తంగా విద్యార్థులు ఆదరిస్తున్నారు. సంస్థకు చెందిన ఎడ్యుకేషన్ అండ్ కార్పొరేట్ సేల్స్ డివిజన్ నిర్వహణ సామర్థ్యం ఇందుకు నిదర్శనం.

జై-కో సంస్థను 1946లో దివంగత జమన్ సింగ్‌పుస్తకపంపిణీ వ్యాపారంగా ప్రారంభించారు. త్వరలోనే దేశానికి స్వాతంత్ర్యం వస్తుందని ముందుగానే ఊహించిన ఆయన తన సంస్థకు జై-కో అని నామకరణం చేశారు (హిందీలో జై అంటే విజయం). అభివృద్ధి చెందుతున్న దేశంలో పుస్తకాల అవసరం గుర్తించిన జమన్‌సింగ్ త్వరలోనే స్వయంగా ప్రచురణ సంస్థను కూడా ప్రారంభించారు. ఇంగ్లీషు భాషకు సంబంధించి భారతదేశంలో పేపర్‌బ్యాక్ పుస్తకాలను ప్రచురించిన తొలి సంస్థ 'జై-కో'.

స్వంతంగా పుస్తకాలు ప్రచురించడం, పంపిణీ చేయడంతోపాటు 'జై-కో' అంతర్జాతీయంగా పేరుపొందిన మెక్‌గ్రోహిత్, పెర్సన్, థామ్సన్, ఎల్సివర్ సైన్స్ వంటి సంస్థల ప్రచురణలను దేశంలో పంపిణీ చేస్తుంది. ముంబైలో ప్రధాన కార్యలయం ఉండగా, ఢిల్లీ, కోల్‌కత్తా, బెంగుళూరు, చెన్నై, హైదరాబాద్, అహ్మదాబాద్, భోపాల్‌వంటి ప్రాంతాలలో బ్రాంచిలు ఉన్నాయి. సంస్థ అమ్మకాల విభాగంలోని 40కిపైగా ఎగ్జిక్యూటివ్‌లు, డైరెక్ట్ మెయిల్ డివిజన్, వెబ్‌సైట్ మూలంగా దేశంలోని పట్టణం, గ్రామీణ ప్రాంతాలలో సైతం జై-కో పుస్తకాలు అందుబాటులో ఉండేలా చర్యలు తీసుకుంటున్నారు.

SINCE 1946